சுஜாதா: நவீனத்தின் நாயகன்

ராம் ஸ்ரீதர்

Made with ❤ on the Notion Press Platform
www.notionpress.com

வாத்தியார் சுஜாதாவிற்கு

பொருளடக்கம்

நன்றி

**இந்த நூல் சிறப்பாக வெளிவர உதவிய,
சக தீவிர சுஜாதா வாசகரான,
என் மனைவிக்கும், நண்பர்களுக்கும்
என்னுடைய மனமார்ந்த நன்றி.**

சுஜாதா வாசகர்கள் பலரின் தமிழ் வலைப்பூக்களில் இருக்கும் சுஜாதா / சுஜாதா படைப்புகள் பற்றிய சுவையான செய்திகளுக்கு மனமார்ந்த நன்றி. தனித்தனியாக அவர்களுக்கு நன்றி கூற இயலாது இங்கே மொத்தமாகக் கூறுகிறேன்.

சுஜாதாவின் நாடகங்கள் பற்றிய கட்டுரைக்கு திரு. ஜெயமோகனுக்கும், சுஜாதா நினைவுக் கட்டுரைக்கு திரு. இரா.முருகனுக்கும் மனமார்ந்த நன்றிகள்.

சுஜாதா பற்றிய ஏராளமான சுவாரசியத் தகவல்களுக்கு விகடன் இணையத்தளத்திற்கும், விகடன் பிரசுரம் வெளியிட்ட சுஜாதாவின் புத்தகங்கள் சிலவற்றிற்கும் நன்றி.

உள்ளே நுழையும் முன்:

வணக்கம்!!

இதற்கு முன் நான் எழுதி, ஹனுமந்தராயா வெளியீ‌டாக, 2020-ம் ஆண்டு வெளிவந்த, "எழுத்தின் கோட்பாடு: சுஜாதா" என்ற என்னுடைய (சுஜாதாவின் படைப்புகள் பற்‌றிய) நூல், விற்பனையில் என்னை ஆச்சரியப்படுத்தியது.

நான் வளர்ந்து கொண்டிருக்கும் எழுத்தாளன். என்னு‌டைய படைப்புகள் கல்கி, கணையாழி, குங்குமம், விகடகவி, அந்திமழை, தென்றல், காற்றுவெளி போன்ற சில இதழ்க‌ளில் குறைவான அளவிலேயே வந்துள்ளன.

என்னுடைய "எழுத்தின் கோட்பாடு: சுஜாதா," நூலும், இரண்டு தமிழ் சிறுகதைத் தொகுப்புகளும் (வாத்தியார் சுஜாதா காட்டிய வழியில் மற்றும் வச்ச குறிதப்பாது) ஒரு ஆங்கில நாவலும் (The Almighty Game) இதுவரை வெளியாகியுள்ளன.

"சுஜாதா" என்ற பெயரின் ஈர்ப்புத் தன்மை / அவர் எழுத்தில் இருந்த மாயாஜாலம் போன்றவை அவர் பெயர் கொண்ட என்னுடைய நூலின்பால் வாசகர்களை இழுத்தது மட்டுமல்லாமல் விற்பனையில் பெரிய அளவில் எனக்கு ஆச்சரியத்தைக் கொடுத்தது என்றே சொல்ல வேண்டும்.

எழுத்தின் கோட்பாடு: சுஜாதா நூலின் பெயரைக் குறிப்‌பிட்டு ஒரு சில சுஜாதா வாசகர்கள், "புத்தகத்தின் பெயர் நினைவில் நிற்கும் வண்ணம் அமையவில்லை" என்று கருத்து தெரிவித்து இருந்தனர்.

"கோட்பாடு" என்ற சொல்லை நான் என்னுடைய புத்த‌கத்தின் தலைப்பில் புகுத்தக் காரணங்கள் இரண்டு:

1) சுஜாதா எழுதிய "விபரீதக் கோட்பாடு" பல விதங்க‌ளில் என்னை மிகவும் கவர்ந்த புத்தகம்,

2) கோட்பாடு என்பதன் பொருள் — ஆழ்ந்த ஆராய்ச்சியை அடிப்படையாகக் கொண்டதும், அறிவு

சார்ந்ததுமான ஒரு பொதுமைப்படுத்தும் சிந்தனையை அல்-லது அச்சிந்தனையின் பெறுபேறுகளைக் குறிக்கும்.

இரண்டு விளக்கங்களைப் படித்த பின்னரே நான், என்னுடைய புத்தகத்திற்கு அப்படி ஒரு பெயர் -எழுத்தின் கோட்பாடு - வைக்கத் துணிந்தேன்.

சுஜாதா வாசகர்களைப் பெருமளவில் கவர்ந்த அந்தப் புத்தகத்தின் இரண்டாம் பாகத்தின் பெயர் ஏன் மாறியுள்ளது என்று கேட்கலாம். காரணம், மீண்டும் சுஜாதா தான்; அவர்தம் எழுத்துக்கள் தாம்.

நவீனம் - என்ற சொல்லுக்கு "புதுமை, புதுமையாக்கப்-பட்டது"; என்று பொருள் கொள்ளலாம். புதிய முறையில் எழுதப்பட்ட ஒரு நாவல் என்றும் பொருள் கொள்ளலாம். சற்றே சில தசாப்தங்கள் (Decades) பின்னால் சென்று பார்த்தால், நவீனம் என்ற சொல்லுக்கு நாவல் என்றே பொருள் கொள்ளப்பட்டது. என்று தாராளமாகச் சொல்ல-லாம்.

முதல் பகுதியான "எழுத்தின் கோட்பாடு: சுஜாதா" புத்-தகத்தில், சுஜாதா எழுதிய பல நாவல்கள் பற்றியும், அவர் பணியாற்றிய (கிட்டத்தட்ட) 20 படங்களில் 5-6 படங்களின் வசனங்கள் பற்றியும் என்னுடைய கருத்தை வெளியிட்டிருந்-தேன்.

இந்த இரண்டாம் பகுதியில், மேற்குறிப்பிட்ட முதல் பகு-தியில் விட்டுப்போன நாவல்கள் பற்றியும் / சிறுகதைகள் /கட்டுரைகள் பற்றியும் என்னுடைய கருத்துக்களை எழுதி-யுள்ளேன். இதுவும் சுஜாதா வாசகர்களுக்கு ஒரு விருந்தாக அமையும் என்றே நம்புகிறேன்.

நன்றியுடன்,
ராம் ஸ்ரீதர்
சென்னை

இந்தப் புத்தகத்தில் அசைலுக்குண்டான சுஜாதா அவர்களின் நாவல்கள் / கட்டுரைகள் / சிறுகதைத் தொகுப்புகள்

1. ஸ்ரீரங்கத்து தேவதைகள்
2. ஸ்ரீரங்கத்துக் கதைகள்
3. செப்டம்பர் பலி
4. நிலா நிழல்
5. மத்யமர் கதைகள்
6. ஏன் எதற்கு எப்படி ?
7. உன்னைக் கண்ட நேரமெல்லாம்
8. காந்தளூர் வசந்தகுமாரன் கதை
9. என்றாவது ஒரு நாள்
10. அனிதா இளம் மனைவி
11. பூக்குட்டி
12. ஐந்தாவது அத்தியாயம்
13. ஜோதி
14. வசந்த காலக் குற்றங்கள்
15. தூண்டில் கதைகள்
16. மீண்டும் தூண்டில் கதைகள்
17. கறுப்பு குதிரை (புதிய தூண்டில் கதைகளின் தொகுப்பு நூல்)
18. சிவந்த கைகள் & கலைந்த பொய்கள்
19. எதையும் ஒரு முறை
20. அப்ஸரா
21. ஓடாதே
22. ஆர்யபட்டா
23. பாலம் – நீள் சிறுகதை
24. விளிம்பு
25. விஞ்ஞானக் கதைகள்
26. தலைமைச் செயலகம்
27. ஆழ்வார்கள் – ஒரு எளிய அறிமுகம்
28. ஹைக்கூ ஒரு புதிய அறிமுகம்

சுஜாதா வசனம் எழுதிய திரைப்படங்கள்:

- ரோஜா (1992)
- திருடா திருடா (1993)
- கண்ணெதிரே தோன்றினாள் (1998)
- கண்டுகொண்டேன் கண்டுகொண்டேன் (2000)
- கன்னத்தில் முத்தமிட்டால் (2002)
- ஆயுத எழுத்து (2004)
- நாடோடித் தென்றல் (2001)
- கண்களால் கைது செய் (2004)
- உதயா (2004)
- உள்ளம் கேட்குமே (2005)

சுஜாதா கதை / வசனம் எழுதிய நாடகங்கள்: என்னு‌டைய முதல் புத்தகத்தில் சுஜாதாவின் கடவுள் வந்திருந்தார், டாக்டர் நரேந்திரனின் வினோத வழக்கு, ஊஞ்சல் ஆகிய‌வற்றைப் பற்றி என் கருத்துக்களை வெளியிட்டிருந்தேன்.

இந்தப் புத்தகத்தில் கீழ்கண்ட மற்ற சுஜாதாவின் புகழ்‌பெற்ற நாடகங்கள் பற்றி என் எண்ணங்களைப் பகிர்ந்து‌கொள்கிறேன்

- அடிமைகள்
- வந்தவன்
- பாரதி இருந்த வீடு

'படிப்பது எப்படி' - சுஜாதா

படிக்கும் பழக்கம் எப்போதும் முக்கியம் என்பதை பலமுறை, பல கட்டுரைகளில், உரைகளில் அழுத்தமாகச் சொல்லியுள்ளார் சுஜாதா. நிறைய எழுத, நிறைய படிக்க வேண்டும் என்பது அவர் அடிக்கடி கூறுவது.

'படிப்பது எப்படி' என்ற கட்டுரையில் சுஜாதா சில யோசனைகள் சொல்கிறார்.

"தினம் படியுங்கள். ஐந்து நிமிடம், பத்து நிமிடம் அல்லது ஒரு மணி. தினம் என்பதுதான் இதில் அழுத்தமான வார்த்தை. நான் சுமார் 1,500 பக்கங்கள் கொண்ட Humourous Prose என்கிற புத்தகத்தை தினம் பாத்ரூமிலேயே கொஞ்சம் கொஞ்சமாகப் படித்து முடித்துவிட்டேன். பாத்ரூம் என்பதை உதாரணத்துக்குச் சொன்னேன். கிடைத்த நேரத்தில் எல்லாம் படிப்பதுதான் முக்கியம். அதற்காக சாலையைக் கடக்கும் போதோ பஸ்ஸில் தொங்கும் போதோ படிக்க முயற்சி செய்யாதீர்கள். படிக்க ஆசாமி உயிருடன் வேண்டும்.

ஒரே சமயத்தில் நான்கு அல்லது ஐந்து புத்தகங்கள் படிப்பதில் தவறில்லை. இதில் கொஞ்சம் அதில் கொஞ்சம் மேயலாம். துப்பறியும் கதைகளை இரண்டு முறை படிப்பது மகா பாவம். அதற்கு பதில் நகம் வெட்டுவது, முதுகுசொரிவது போன்ற காரியங்கள் உபயோகம்." இந்த ஸ்டைலில் படிப்பதைப் பற்றிச் சொல்லும் சுஜாதா பரிந்துரைக்கும் எழுத்தாளர்கள் எல்லாம் கிளாசிக் ரகம்.

என் கருத்து —

'80-களில் பள்ளியில் / கல்லூரியில் படிக்கும்போதே சுஜாதா கதை வந்த பத்திரிக்கைகளைக் காசு கொடுத்து வாங்கிப் படிக்க எனக்கு எந்தவித தடையும் போடாமல், என்னை ஊக்குவித்த என் தந்தைக்கு ஒரு பெரிய ஸலாம். நான் நூலகம் சென்று இது நாள் வரையில் சுஜாதா கதை- களைத் தேடிப் படித்ததேயில்லை. இதனால், நூலகத்தில் படிப்பது தவறு என்று கூறுவது என் நோக்கமல்ல.

சுஜாதா எனும் சகாப்தம்.....

கட்டுப்பெட்டியாக இருந்த தமிழ் நடை, சுஜாதாவின் வருகைக்குப் பின் சிலிர்த்துக்கொண்டு நவீனமானது, மாட்டு வண்டியிலும் குதிரையிலும் பயணித்துக்கொண்டு இருந்த தமிழ் உரைநடைக்கு மின்சாரம் பாய்ச்சி, அதை ராக்கெட்டில் சீறிப் பாயச் செய்தவர் சுஜாதா.

வாயிலேயே நுழையாத Erle Stanley Gardner, James Hadley Chase, Alistair Maclean என குறிப்பிட்ட சில ஆங்கில எழுத்தாளர்களின் பெயர்களைச் சொல்லி, அவர்களின் கதைகளை மட்டுமே படிப்பதாக ஜல்லியடித்துக்கொண்டு இருந்த, என்னைப் போன்ற, 80'களின் இளைஞர்களைத் தமது காந்த எழுத்தால் கட்டிப்போட்டு 'நான் சுஜாதாவின் வாசகன்' என்று பெருமையோடு சொல்லிக்கொள்ளச் செய்தவர் சுஜாதா.

சுஜாதாவின் பேனா தொடாத விஷயங்கள் உண்டா? சிறுகதை, நெடுங்கதை, சரித்திரக் கதை, ஆன்மிகம், நாவல், நாடகம், கட்டுரை, புதுக்கவிதை, ஹைக்கூ, வெண்பா, திரைக்கதை, வசனம்... எத்தனை எத்தனை!

நகரத்து இளைஞனுக்கும் கிராமியப் பாடல்களை அறிமுகப்படுத்தி, மண் வாசனையில் மயங்க வைத்த கரையெல்லாம் செண்பகப்பூ, கடினமான அறிவியல் விஷயங்களையும் எளிய தமிழில் சொன்ன அடுத்த நூற்றாண்டு, கி.பி.இரண்டாயிரத்துக்கு அப்பால், சிலிக்கன் சில்லுப் புரட்சி, செய்தி சொல்லும் செயற்கைக் கோள்கள், கணிப்பொறியின் கதை, தலைமைச் செயலகம்... தூண்டில் கதைகள், ஸ்ரீரங்கத்து தேவதைகள் என, ஜீனோமிலிருந்து ஜீனோ நாய்க்குட்டி வரை எல்லாத் தளங்களிலும் அவரது பேனா நாட்டியமாடியிருக்கிறது.

தான் பெற்ற கண் சிகிச்சை, பல் சிகிச்சை, ஹார்ட் ஆபரேஷன், டயலிஸிஸ் பற்றியெல்லாம் கூட விளக்கமாகவும், வாசகர்களை பயமுறுத்தாத விதத்தில் நகைச்சுவை

யோடும் எழுதி, விழிப்புணர்வு ஏற்படுத்தியவர் சுஜாதா.

ஆழ்வார்களைப் பற்றியும் எழுதுவார்... அணு ஆராய்ச்சி பற்றியும் எழுதுவார்; கும்பகோணம் கோயில்கள் பற்றியும் எழுதுவார்... குவாண்டம் தியரி பற்றியும் எழுது-வார்!

ஜூனியர் விகடனில் அவர் இரண்டு ஆண்டுகளுக்கும் மேலாகத் தொடர்ந்து எழுதிய "ஏன்? எதற்கு? எப்படி?" கேள்வி-பதில் பகுதி வாசகர்களின் அறிவியல் தாகத்துக்குத் தண்ணீர் வார்த்தது.

ஆனந்த விகடனில் அவர் தொடர்ந்து எழுதி வந்த கற்றதும்... பெற்றதும்... கட்டுரைகளில் அவர் வாசகருக்குச் சொல்லாத விஷயங்களை விரல் விட்டு எண்ணிவிடலாம்.

மனதைப் பாதிக்கும் சம்பவங்கள் எப்போது நடந்தாலும், அதுபோல ஒன்றை சுஜாதா முன்பே எழுதியிருப்பது நினை-வுக்கு வரும்.

சென்னையிலும், கொல்கத்தாவிலும் புத்தகக் கண்காட்-சியில் புத்தகங்கள் எரிந்து போனபோது, இவருடைய 'ஒரு லட்சம் புத்தகங்கள்' சிறுகதை ஞாபகத்துக்கு வந்தது.

கிரிக்கெட்டில் மாட்ச் ஃபிக்ஸிங் ஊழல் அமர்க்களப்பட்-டபோது, இவரின் 'கறுப்புக் குதிரை' கதை நினைவில் நிழ-வாடியது.

"கையில் இருக்கும் கையளவு சிறிய போன் (மொபைல்) மூலமே சினிமா, ரயில் டிக்கெட் புக் செய்யலாம்; கால் கடுக்க முதல் நாள் ராத்திரியே போய் க்யூவில் நிற்க வேண்-டாம்" என. நவீன தொழில்நுட்ப வளர்ச்சி குறித்து நாற்பது ஆண்டுகளுக்கு முன்பே எழுதியவர் சுஜாதா.

தன்னுடைய உடல் உபாதைகள், சிகிச்சைகள் குறித்தும், முதுமை, அதனால் ஏற்படும் மறதி, மரணம் போன்றவை குறித்தும் நிறைய கட்டுரைகள் எழுதியுள்ளார் சுஜாதா.

"எழுபது ஆண்டுகள் என்னுடன் வாழ்ந்த பல்லை ஏழே நிமிஷங்களில் நீக்கி, ட்ரேயில் 'ப்ளங்க்' என்று போட்-டபோது, அதை வாஞ்சையுடன் பார்த்து, "போய் வா,

நண்பா!' என்று விடைகொடுத்தேன்" என்று பல்லுக்கும் பிரி-
யாவிடை கொடுத்து எழுதிய சுஜாதா நம்மிடமிருந்து பிரிந்த-
போது, அவருக்கு அப்படிப் பிரியாவிடை கொடுத்து அனுப்ப
நம்மால் இயலவில்லை என்பதுதான் நிஜம்.

❧

சுஜாதாவுக்கு நன்றியுடன், சுவாரஸ்யமான பகிர்வுடன்,
புத்தகத்தின் உள்ளே நுழைய உங்களை அழைக்கிறேன்:

கணேஷ் - வசந்த் பற்றி சுஜாதா:

என் கதைகளில் அவ்வப்போது வரும் கணேஷ் -
வசந்த் பாத்திரங்கள் உண்மையானவர்களா, எப்போது முத-
லில் தோன்றினார்கள் என்று கேட்கிறார்கள்.

கணேஷதான் முதலில் வந்தான். 1968-ல் நான் எழுதிய
'நைலான் கயிறு' என்னும் தொடர்கதையில், பம்பாயில் ஒரு
லாயராகத் தோன்றினான். பாதிக் கதையில் விடைபெற்றான்.

அதன்பின் சில குறுநாவல்களில் தோற்றமளித்தான்.
அப்போது அவனுக்கு அசிஸ்டெண்டாக நீரஜா என்கிற
பெண் இருந்தாள். எனக்குக் கல்யாணமானதும் அவள்
மறைந்துபோனாள்.

வசந்த், கணேஷுடன் சேர்ந்து கொண்டது 'ப்ரியா' -
1973-ல் குமுதத்தில் எழுதிய தொடர்கதையில். அதன்பின்
இருவரும் பல நாவல்களில் ஒன்றாகத் தோன்ற ஆரம்பித்-
தார்கள்.

இன்றைக்கு அவர்கள் தோன்றி, முப்பத்தோரு வருடங்-
களாகியும் (சுஜாதா இதை எழுதியது 1999-ல்) அதே வயசு
கணேஷுக்கு! கல்யாணமாகவில்லை. அவன் புத்திசாலித்-
தனத்துக்கேற்ப பெண் கிடைக்கவில்லை. வசந்த் இன்னமும்
பெண் பார்த்துக் கொண்டிருக்கிறான்.

நான் பி.இ.எல்-லில் பணிபுரியும் போது, ஜலஹள்ளி
பிராஞ்ச் ஸ்டேட் பாங்க்கில் பர்சனல் பாங்கிங் மானேஜராக
ஒருவசீகரமான இளைஞர் இருந்தார். அவர் பெயர் வசந்த்.

அந்தப் பெயர் சட்டென்று ஞாபகம் வந்ததால், கணேஷின் உதவியாளனுக்குச் சூட்டினேன்.

கணேஷ், வசந்தைப் பற்றி ஒவ்வொரு வாசகர் மனதி-லும் ஒரு பிம்பம். அவர்களுடைய சுதந்திரத்தில் குறுக்கிடு-வதால்தான் அவர்களுக்குச் சலிப்பும் அதிருப்தியும் ஏற்படு-கிறது. இதுதான் எழுத்தைப் படமாக்குவதில் உள்ள முதன்-மையான ஆபத்து.

1

ஸ்ரீரங்கத்து தேவதைகள்:

"இந்தக் கதையின் நாயகன் நான் அல்ல. அந்தக் கால கட்டத்தில் வாழ்ந்த ஒரு சிறுவன். அவனுக்கு அப்போது பல விஷயங்கள் 'ஏன்' புரியவில்லை. அந்தப் புரியா ஆச்சரியத்தை முப்பது வருஷம் கடந்து எழுதும் போது அந்த வியப்பைப் பாதுகாக்க முயற்சித்திருக்கிறேன்" என்று முன்னுரையில் சுஜாதா குறிப்பிடுகிறார்.

'தேவதைகள்' என்று சுஜாதா இந்நூலில் குறிப்பிடும் ஒவ்வொருவரும் மனிதர்கள். அவர் வளர்ந்த வாழ்ந்த ஸ்ரீரங்கத்தில் அழியாச் சித்திரமாக மனத்தில் பதிந்து போனவர்கள். குண்டுரமணி, 'ஏறக்குறைய ஜீனியஸ்' — துரைசாமி, கடவுளுக்கு கடிதம் எழுதும் கோவிந்து, 'ராவிரா' எனப்-படும் ஆர்.விஜயராகவன்... என எல்லோருமே பிரமிக்க வைக்கும் கதாபாத்திரங்கள்.

கதை மாந்தர்கள், வெறும் பாத்திரங்களாக நமக்குத் தோன்றாமல், அவர்களோடு வாழ்ந்த ஓர் அனுபவத்தை ஏற்படுத்துவதுதான் சுஜாதா-வின் எழுத்திற்கான தனிச் சிறப்பு. அந்த நிறைவைத் தருகிறது 'ஸ்ரீரங்-கத்து தேவதைகள்.'

இதில் வரும் சிறுகதைகள் எல்லாம் சுஜாதாவின் சிறுவயதில் நடந்த சம்பவங்கள் மற்றும் அவர் பார்த்த கதாபாத்திரங்கள், சில உண்மையும் சில கற்பனையும் என தொடக்கத்திலேயே அவர் கூறியிருப்பார்,

ஒவ்வொரு சிறுகதையும் கதையினுள் கதாபாத்திரங்களாய் இல்லா-மல், கதாபாத்திரங்களின் கதையாக இருக்கும். 14 சிறுகதைகள் 14 கதாபாத்திரங்களாக சிறப்பிக்கும் அனுபவம் என்பது நாம் தேடி செல்வது தான் என இல்லாமல் நம்மை சுற்றி இருப்பவர்களை நாம் பார்த்தாலும் விவரம் இல்லாமல் நாம் கடந்து வந்ததை காலம் கடந்து நினைத்தாலும் கிடைக்கும் என உணர செய்கிறது,

ஒவ்வொரு கதாபாத்திரமும், கதையும் எப்படியாவது உங்களின் சிறு-வயது செயலை அப்படியே நினைவுக்கு கொண்டுவரும், அவர் பார்த்த ஆட்களை நாமும் பாத்திருப்போம், அவர் செய்ததை நாமும் செய்-திருப்போம், உதாரணத்திற்கு(பேப்பரில் பேர் கதையிலிருந்து) கிரிக்கெட் விளையாட 11 பேர் தேவை அதில் 9 பேர்க்கு தொடர்பு இருக்கும் இரு-வரை தவிர யார் அந்த இருவர்களாக இருப்பார்கள் என்றால் 'பாட்' கொண்டு வருபவனும் 'பால்' கொண்டுவருபவனும்.

இப்படி நிறைய நிகழ்வுகள் நம்மில் தொடர்பு படுத்தும், அதேபோல் ஒவ்வொரு கதாபாத்திரமும் மறக்கமுடியாமல் இருக்கும்.

சிறுவயது முதலே எனக்குப் புத்தகங்கள் மீது ஆர்வம் வருவதற்கு முதல் காரணம் என் தந்தை. பள்ளிப்படிப்பை மட்டுமே முடித்திருந்த அவர் — "நான் அந்தக் காலத்து இன்டர்மீடியட். நீ இந்தக் காலத்து எம் ஏ. இப்போஅளந்து பார்த்தா இரண்டும் ஒண்ணாவே இருக்கும்" - என் அப்பா அடிக்கடி என்னிடம் சொல்லி கிண்டல் செய்யும் வார்த்-தைகள் இவை.

பள்ளிப்பாட புத்தகங்கள் தவிர மற்றதும் படிக்க வேண்டும் என்ற ஆசை எனக்குள் துளிர்க்க என் தந்தை வைத்திருந்த சில ஆங்கிலப் புத்தகங்களே காரணம்.

இதன்பிறகு, இந்தப் பழக்கம் மேலும் நன்கு வளர முக்கியமான கார-ணம் சுஜாதாதான்.

அப்படி சுஜாதா படிக்க தொடங்கிய நாளிலிருந்து "ஸ்ரீரங்கத்து தேவ-தைகள்" புத்தகத்தை பரிந்துரை செய்யாத ஆளே இல்லை. வழக்க-மான சுஜாதாவின் சிறுகதை தொகுப்பிலிருந்து இது வேறுபட்ட படைப்பு. அவர் வளர்ந்த, வாழ்ந்த ஸ்ரீரங்கத்தில் அழியாச் சித்திரமாக மனத்தில் பதிந்து போன மனிதர்கள், சம்பவங்கள் தான் இந்த நூல்.

அவருக்கு மட்டும் இது "டௌன் தி மெமரி லேன்" அல்ல. வாசகர்-களுக்கும் நிறைய நிகழ்ச்சிகள் பள்ளிப்பருவ நாட்களையும், மக்களையும் நினைவு கூறும்.

கிருஷ்ணா கபே, ரங்கு கடை, டென் அனாஸ் அய்யங்கார், கோபாலன், அம்பி என பல கதாபாத்திரங்கள் இன்னும் நினைவுகளில் நிறைந்து இருக்கிறது.

"எட்டணா அப்போது எட்டாத அணா" "ஏறக்குறைய ஜீனியஸ்" "எனக்கு காலுக்கு கீழ் குறுகுறுத்தது. இதுதான் ஒருவேளை காதலோ என்று பார்த்ததில் கரப்பான்பூச்சி" என ஆங்காங்கே வரும் சுஜாதாவின் டச்!

கதையின் நாயகன் ரங்காவின் பாட்டி பாபநாசத்தில் இறந்து போன வரிகளை படித்த போது என்னையே அறியாமல் கண் கலங்கியிருந்தது.

எல்லா கதையும் எல்லா கதாபாத்திரங்களும் ஏதோ ஒரு கடந்த கால நினைவுகளை அல்லது உங்கள் தாத்தா அப்பா உங்களிடம் பகிர்ந்த அவர்களது கதைகளை கட்டாயம் உங்களுக்கு நினைவு படுத்தும்!

ஒவ்வொரு மனிதரும் ஒவ்வொரு சம்பவங்களும் நமக்கு ஏதோ ஒன்றை எப்போதும் கற்று கொடுத்து கொண்டே தான் இருக்கிறது. அதை இப்படி நமக்கு பிடித்த எழுத்தாளர் மூலம், மிக பிடித்த மொழி-யில் படிப்பது எல்லாம் வரம்

இந்நூலின் எளிமை வடிவம் ஒவ்வொரு கதையிலும் காட்சிப்-பட்டிருக்கும் பல்வேறுபட்ட கதாபாத்திரங்கள், அக்கதாபாத்திரங்களால் வெளிப்பட்டிருக்கும் வாழ்வியல் கருத்துக்கள் என்னை மிகவும் கவர்ந்தன.

கதைகள் மிக அழகாக வடிவமைக்கப்பட்டு, வாசகர்களை கதையில் ஒரு மறைமுக உறுப்பினராகப் பிணைத்து, மெல்ல மெல்ல கதையை நகர்த்திக் சென்று, பின் கதையின் உச்சகட்டத்தில் வாழ்வியல் கருத்துக்-களை நச்சென்று சொல்லி முடிக்கும் கட்டமைப்பு சுவாரசியம் மிகுந்த-தாக இருந்தன..

1.கடவுளுக்கு கடிதம்:

அனுப்புநர் முகவரி இல்லாமல் பெறுநர் முகவரியில் கடவுள் பெயரையும் வைகுண்டா என்ற அட்ரசையும் மட்டும் எழுதி அனுப்பும் அவனுடைய கடிதங்கள் மதிப்பிழந்து பலமுறை திரும்ப வந்துள்ளன. இருந்தாலும் கடி- தம் எழுதுவதை அவன் நிறுத்தவில்லை. அவனுடைய இந்த செயல் அம்மாவுக்கு வருத்தமளிக்க தம்பியோ அண்ணனை கிறுக்கு என்று அழைக்கிறான்.

கோவிந்துவை கீழ்ப்பாக்கம் அழைத்துச் சென்று வைத்தியம் பார்க்கி- றார்கள். மகனுக்கு கரன்ட் ஷாக் கொடுப்பதைபார்க்க முடியாத அம்மா அவனை வீட்டுக்கு அழைத்து வந்து பார்த்துக்கொள்கிறார்.

மகன் குணம் பெற வேண்டி ஸ்ரீரங்கம் கோயிலில் உள்ள சக்க- ரத்தாழ்வாருக்கு தினமும் நெய் விளக்கு ஏற்றுகிறாள் கோவிந்துவின் தாய். சில நாட்களில் கோவிந்துவின் நடவடிக்கைகளில் நல்ல மாற்றங்- கள் ஏற்பட அவன் புதுசட்டைகள் அணிந்துகொள்கிறான். கடவுளுக்கு கடிதம் எழுதுவதை நிறுத்திவிட்டு செய்திதாள்கள் படிக்க ஆரம்பிக்கி- றான்.

இதை கவனித்த டீக்கடை ரங்கு கோவிந்து சரியாகிவிட்டான் என்று சந்தோஷப்பட்டு அவன் கோவிந்துவின்அம்மாவுடன் சேர்ந்து கோவிந்- துவுக்கு பெண் பார்க்க ஆரம்பிக்கிறான். அதே ஊரில் உள்ள தமிழ் வாத்தியாரின் மகளை கட்டி வைக்க முடிவெடுக்கிறார்கள். வாத்தியாரின் மகளும் சம்மதம் தெரிவிக்க கோவிந்துவின் அம்மாவும் ரங்குவும் சேர்ந்து வீட்டுக்கு வரப்போற பெண்ணுக்கு மோதிரம் புதுப்புடவை எல்லாம் எடுத்து தருகிறார்கள்.

பிறகு வரும் சுவாரசிய திருப்பம் என்ன என்பதை சுஜாதா அவருக்கே உரிய லாவகத்துடன், நம் மனதை உருக்கும் வண்ணம் விவ- ரிக்கிறார்.

2. ராவிரா

ரா. விஜயராகவனான ராவிரா திருச்சி கல்லூரியில் கெமிஸ்ட்ரி வாத்- தியார். தமிழும் படித்தவர். இலக்கிய ஆர்வம் கொண்ட ராகவனை சுற்றி எந்நேரமும் இளைஞர் படை இருக்கும். ரங்கு கடை புகையிலை

போடும் பழக்கம் அவருக்குண்டு. அவரை அவருடைய மனைவிக்குப் பிடிக்காது.

தாஸ் என்ற பணக்காரனுடன் தன் மனைவி தவறான சிநேகம் கொண்டுள்ளாள் என்பது ராவிராவுக்குத் தெரிந்து தாஸ் மீது கோபம் கொண்ட ராவிரா ஒருநாள் நிலா வெளிச்சத்தில் "மெர்குரி குளோரைடு சாப்பிட்டா நொடியில உயிர்போயிடும்" என்று சொல்கிறார்.

பிறகு ஒரு ஆச்சரியம் தரும் திருப்பதுடன் கதை முடிகிறது.

3. குண்டு ரமணி

கோபால் தாஸ் வீட்டு திண்ணை குண்டு ரமணி ஒரு மனநலம் பிறழ்ந்த-வள். 30‾35 வயதுடையவள்! ஒற்றைக்கண் மொட்டைத் தலைக்காரி! அழுக்குப் பிடித்தவள்! ஜாக்கெட் அணியாத தனிக்கட்டை!

ஊரில் உள்ள அனைவர் வீட்டு திண்ணையிலும் வந்து அமர்ந்து-கொண்டு அதிகாரமாக சோறு வாங்கித் தின்பவள். அப்படி கட்டுப்பாடு இல்லாமல் சோறு வாங்கித் தின்று ஊளைச்சதை பெருத்து குண்டு ரமணி என பெயர் பெற்றாள்.

ஏன் குண்டு ரமணி இப்படி ஆனாள் என்று விசாரித்த பிறகு அவள் கணவனுடன் நன்றாக வாழ்ந்தவள் கணவன் இறந்தபிறகு சொந்தபந்தம் சொத்து எழுதி வாங்கி.........

இவ்வாறாக பயணித்து, மனத்தைக் கவ்வும் சோகத்துடன் கதையை முடித்திருப்பார் சுஜாதா. மிக அருமையான கதை. கதை முடிந்தவுடன் குண்டு ரமணியின் மீது நாமும் பெரிதும் அனுதாபம் கொள்வோம்...அது-தான் கதையின் /கதாசிரியரின் வெற்றி....!!

4. வி.ஜி.ஆர்

விஜிஆர் என்பவர் ஓய்வுபெற்ற கணித ஆசிரியர். வயது 104 ஆகிறது. கண்பார்வை மங்கல், காது கேளாமை, படுத்த படுக்கை என்று வயது மூப்புக்கே உண்டான தன்மையுடன் இருக்கிறார்.

என்னுடைய சாவு என்னுடைய சொந்த ஊரான ஸ்ரீரங்கத்திலயே இருக்க வேண்டும் என்பது அவருடைய பிடிவாதம். அருகில் வருபவரை நிழல் வைத்து கண்டுபிடித்து இன்னார் மகன் என விவரம் தெரிந்து

"உங்கப்பன் கணக்குல..." என்று பேசத் தொடங்கிவிடுவார்.

சுவாரஸ்யமான இன்னொரு கதாபாத்திரத்துடன் நடந்து நாமும் செல்வோம். அந்த வகையில் நம் உணர்வுகளை உயிர்ப்புடன் ஒன்றிப் போகச் செய்யும் மகத்தான எழுத்து சுஜாதாவுடையது.

5. திண்ணா

திருநாராயணா என்பதே திண்ணாவின் விளக்கம். வறுமை காரணமாக அவனை குசி தென்கலை (தென்கலைபிரிவில் உள்ள வசதியில்லா பிள்-ளைகளை படிக்க வைக்கும் வேத பாடசாலை) பாடசாலையில் இளம்-பாலகனாக இருக்கும்போது சேர்க்கப்படுகிறான்.

அந்த பாடசாலையில் உள்ள பாட்டிக்கு திண்ணாவை ரொம்ப பிடித்-துவிட்டது. ஈரானிய சிவப்புடன் குடுமித் தலை, நாமம், பூணூல் என்று பக்திமயத்துடன் பாடசாலையில் பாடம் படிக்கிறான். அவன் வேதம் பாடினால் கடவுளே வந்துபாடுவது போல் இருக்கும்.

இளம் வயதிலயே பெரிய சாமியார் போல உபன்யாசம் செய்ய, புரி-யயில்லை என்றாலும் அவனுடைய பேச்சு பலரைகவர்ந்தது.

இவ்வாறு இருக்கும் திண்ணாவின் வாழ்க்கை எப்படி மாறுகிறது என்பதை அழகுற விவரித்து "அவனுடைய மாற்றத்தை நான் 'வீழ்ச்சி' என குறிப்பிடமாட்டேன்" என கதையை முடிக்கிறார் சுஜாதா.

6. சின்ன 'ரா'

பாலாமணி என்ற பெண்ணின் அப்பா ஏழு பெண் குழந்தைகள் பெற்-றவன். இருந்தாலும் குடி, சூதாட்டம், பெண்டாட்டியை அடிப்பது என்று தறுதலையாக இருக்கிறான்.

இந்த சூழலில் வளர்ந்த பாலாமணி மீது இரக்கப்பட்டு அவளை தேற்றிவிடும் விதமாக அவளுக்கு இலவச டியூஷன்எடுக்கிறார் ஜேவி வாத்தியார். அந்த ஒரு பெண்ணுக்கு மட்டும் அவர் டியூஷன் எடுப்பதை கொச்சைப் படுத்தும் விதத்தில் பாலாமணியையும் ஆசிரியரையும் தவறாக இணைத்து யாரோ சுவரில் எழுதி வைக்கிறார்கள். இதை ஊரே பார்த்துவிடுகிறது. பாலாமணிக்கு டியூஷன் எடுக்கும் ஆசிரியரும் இதை

கவனிக்கிறார்.

யாரோ கொச்சையாக எழுதிய அந்த வாக்கியத்தில் "றா" என்றெ-ழுதுவதற்குப் பதில் "ரா" என எழுதியிருக்கிறது.

இது கண்டிப்பாக தன்னுடைய பள்ளிக்கூட ஆசிரிய விரோதியான சங்கர குரூப்பின் வேலையாகத் தான் இருக்கும்என யூகிக்கிறார் ஆசி-ரியர். இதைத் தொடர்ந்து பாலாமணியைப் பார்த்து நம்பிக்கை கூற அவளுடைய வீட்டுக்கு ஆசிரியர் செல்ல அங்கு பாலாமணியின் அப்பா அந்தப் பெண்ணை சாகச் சொல்லி திட்டுகிறான். "வாத்தியார் நீங்க எப்படி வேணாலும் நடந்துக்கலாம் இவளுக்கு எங்க போச்சு அறிவு?" என்று தன் மகளை கொச்சையாகத் திட்டுவது ஆசிரியருக்கு எரிச்சலை தருகிறது.

"சுவரில் எழுதியிருந்த எதுவுமே உண்மையில்லை பெண்ணுடைய அப்பாவாகிய நீங்களே இதை பெரிதுபடுத்தாதீர்கள் இதை எழுதிய சங்கர குரூப்பை இழுத்து மன்னிப்பு கேட்க வைக்கிறேன்" என்று சொல்-கிறார் ஆசிரியர்.

அடுத்தநாள் பாலாமணியின் வீட்டில் கூட்டம். நடுக்கூடத்தில் பாலா-மணி படுத்துக்கிடக்க, அவள் இறந்துவிட்டாள் என எண்ணி எல்லோ-ரும் ஒப்பாரி வைக்கிறார்கள்.

ஆசிரியர் உள்ளே நுழைந்து பாலாமணி கிணற்றில் விழுந்து சாகத் துணிந்த அளவுக்கு தற்கொலை உணர்வைத் தூண்டிய அவளுடைய அப்பாவை திட்டுகிறார். பாலாமணியின் உடலில் உயிர் இருப்பதை உணர்ந்து டாக்டரை வரவழைத்து அவளை காப்பாற்ற, அவளோ மயக்-கம் தெளிந்து எழுந்து "என் வாழ்க்கையே போச்சு" என்று கதறுகிறாள்.

"உனக்கு நான் வாழ்க்கை தரேன்" என்று பாலாமணியைத் திரும-ணம் செய்துகொள்கிறார் ஆசிரியர் ஜேவி.

பிறகு சுஜாதாவுக்கே உரித்தான அருமையான சொடுக்கு (ட்விஸ்ட்) ஒன்றுடன் கதை முடிகிறது.

7. பெண் வேஷம்

எந்த வேலைக்கும் போகாத, நிறைய சொத்துக்காரன் வரதன். அவனோடு சேர வேண்டாம் என்று தாய்மார்கள் கண்டித்து வைப்பதா-

லயே அந்த ஊர் சிறுவர்களுக்கு அவனை அதிகம் பிடிக்கும். அப்படித்-
தான் ரங்காவுக்கும் பாட்டியின் அதட்டலைத் தாண்டி வரதனை பிடிக்-
கும்.

வரதன் நல்ல அறிவாளி. அவனுடைய கதை கூட ஏதோ பத்தி-
ரிக்கையில் வெளியாகி இருக்கிறது. கலை ஆர்வம்மிக்க வரதன், வீர-
சிம்மன் என்ற நாடகம் போட திட்டம் போடுகிறான். நாடகத்துக்கான
டிக்கெட் விற்பனை நன்றாக நடக்க வேண்டும் என்பதற்காக டிக்கெட்
வாங்கியவருக்கு குலுக்கல் முறையில் பசு மாடு பரிசாகத் தரப்படும்
என்ற அறிவிப்பால் டிக்கெட் விற்பனை அமோகமாகப் போகிறது.

வரதனின் வீரசிம்மன் நாடகத்தில் வீரசிம்மன் என்ற ராஜாவுக்கு மயி-
லிறகால் காற்று வீசும் தோழி கதாபாத்திரத்தை ரங்கா செய்ய வேண்-
டும் என்பது வரதனின் ஆசை. ரங்காவுக்கு மேடை என்றாலே பயம்,
அதிலும் பெண் வேஷம் என்பதால் முடியவே முடியாது என்கிறான். "நீ
மட்டும் இத செஞ்சினா உனக்கு ஆங்கிலேயர்களுடைய செக்ஸ் புகைப்-
படங்களை காட்டுவேன்" என்கிறான் வரதன். ரங்காவும் சரியென ஒப்புக்
கொள்கிறான்.

நாடக தினம் வருகிறது. ஒரு பள்ளியில் நாடகம் நடக்க இருக்கிறது.
ரங்கா அழுதுகொண்டே பெண் வேஷத்தை ஏற்றுக்கொள்கிறான்.
மேடையில் சென்று தன்னுடைய வேலையான காற்று வீசும் பணியை
கூச்சத்துடன் தொடங்கிபிறகு தைரியமாக செய்கிறான். அப்போது
மேடைக்கு கீழே இருக்கும் ஒருவர் பெண் வேஷத்தில் இருக்கும் ரங்-
காவை பார்த்து கண்ணடிக்கிறார்.

நாடகத்தில் சின்ன சலசலப்பு. டிக்கெட்டுகளை குலுக்கி பசுமாட்டை
பரிசாக தரச்சொல்லி அந்த பெருங்கூட்டம் கத்துகிறது. வரதனும் ஒரு
சீட்டை எடுத்து நம்பரை அறிவித்து ஒருவருக்கு பசுமாட்டை பரிசாகத்
தருகிறான். பிறகுதான் தெரிகிறது அந்த பசுமாடும் பரிசு வாங்கிய
ஆளும் ஏற்கனவே செட்டப் செய்யப்பட்டவர்கள் என்று. கூட்டம்ஆவே-
சத்தில் கத்த, வரதன், ரங்கா உட்பட கலைஞர்கள் அனைவரையும் தப்-
பியோடுகிறார்கள்.

பிறகு நடக்கும் கூத்தை நகைச்சுவை இழைய எடுத்துக் கூறி நம்-
மைப் புன்னகைக்க வைத்து கதையை முடிக்கிறார் சுஜாதா.

8. ஏறக்குறைய ஜீனியஸ்

ரங்காவின் தெருவில் இருந்த பாப்பா (அம்மணி) என்ற பெண்மணியை திருமணம் செய்துகொண்டு காரில் வலம்வருகிறார் மாப்பிள்ளை ரங்-கநாத். டப்பாக்காராக இருந்தாலும், தன்னுடைய விஞ்ஞான மூளை-யைப் பயன்படுத்தி உதிரி பாகங்களை வாங்கிக் கோர்த்து காரை ஓட்டி வருகிறார். மாப்பிள்ளை துரைசாமியை செல்வாக்கான மாப்பிளை என நினைக்கும் ரங்காவின் அம்மா, ரங்காவுக்கு வேலை போட்டுத் தருமாறு கேட்க. மாப்பிள்ளை ரங்கநாத்தும் ஏற்றுக் கொள்கிறார்.

ரங்கநாத் அண்ட் கோ என்ற பெயரில் மாப்பிள்ளை தொடங்கிய கம்-பெனியில் ரங்கா சேல்ஸ் எக்ஸ்யூட்டிவாக சேர்கிறான்.

மாப்பிள்ளை வீட்டு முன்பு "ரங்கநாதன் & கோ"என்று பெயரிட்ட பலகை தொங்குகிறது. அந்தப் பலகையை பார்த்தபடி, மாப்பிள்ளை சொன்னபடி, கடைகளில் உள்ள அத்தனை மெழுகுவர்த்திகளையும் ரங்கா வாங்கிச் செல்ல, அதனை வைத்துத் தலைவலி மருந்து தயாரிக்-கிறார் மாப்பிள்ளை. அதை எடுத்துக்கொண்டு சேல்ஸ் டிரிப்புக்கு ரங்கா செல்ல, எதுவும் விற்பனை ஆகவில்லை. அதனால் ரங்காவுக்கு தலை-வலி உண்டாக, தைலத்தை தடவிக்கொள்ள நெற்றியில் எரிச்சல் ஏற்ப-டுகிறது.

இந்த முயற்சி தோல்வியில் முடிய தன்னுடைய கண்டுபிடிப்புகளை, எடுத்த பேட்டண்ட் முயற்சிகளை, அந்தக் கண்டுபிடிப்புகளுக்கான வெளிநாட்டு விஞ்ஞானிகளின் பாராட்டுக் கடிதங்கள் பற்றியெல்லாம் ரங்காவிடம் பேசுகிறார் மாப்பிள்ளை.

அடுத்ததாக சாக்பீஸ்களை எல்லாம் நுணுக்கி அதனுடன் சிவப்பு சாந்து சேர்த்து பல்பொடி தயாரிக்கிறார். அது உதட்டில் எரிச்சலை ஏற்ப-டுத்த அதுவும் தோல்வியில் முடிகிறது. இந்நிலையில் ரங்காவிற்கு முன்பு ஒருமுறை இண்டர்வியூ போய் வந்த அரசு உத்தியோகம் கிடைக்கிறது. மாப்பிள்ளையோ "அந்த வேலை வேண்டாம் சம்பளம் கம்மி நீ என்-னுடனே இருந்துக்கோ நான் அதிக சம்பளம் தரேன்" என்று ரங்கா (சுஜாதா)விடம் சொல்கிறார்.

மாப்பிள்ளையின் பேச்சை கேட்காமல், ரங்கா அரசு உத்தியோகத்தில் சேர, பிறகு நடக்கும் சம்பவங்களை சுவைபட விளக்கி, இவ்வளவு

கோணங்கித்தனங்கள் செய்தும் அடிப்படையாக அவரின் பரந்துபட்ட அறிவைப் பாராட்டும்விதமாக மாப்பிள்ளை ஆல்மோஸ்ட் ஜீனியஸ் என்று முடிகிறது கதை.

9. பேப்பரில் பேர்

வேலைக்கு அப்ளை செய்துவிட்டு சில மாதங்கள் ரங்கா (சுஜாதா) சும்மா இருந்த நாள்கள் அவை. எப்போதும் போல ரங்கு கடையில் அந்தத் தெரு இளைஞர்கள் கூட, அம்பி வருகிறான். தஞ்சாவூர் டீமுடன் நிஜ கிரிக்கெட் (நிஜ கிரிக்கெட் பந்தில் மேட்ச்) மேட்ச் அரேன்ஜ் பண்ணியிருப்பதாகவும் மேட்சில் ரங்காவை சேர்த்துக் கொண்டதாகவும் கேவி என்ற பிளேயர் டீமில் இருக்கிறான் என்றும் கூறுகிறான் அம்பி.

ரங்கா கல்லூரி நாட்களில் ஒரு ஒப்புக்கு கிரிக்கெட் மேட்சில் கலந்துள்ள பிறகு இப்போது விளையாட இருக்கிறான். விளையாட்டில் படு சுமார். எதாவது காரணம் சொல்லி ஜகா வாங்க முற்பட அவனைப் பயிற்சிக்கு அழைத்துச் செல்கிறான் அம்பி.

பயிற்சி முடிந்து விளையாட தயாராக வந்த தஞ்சாவூர் டீமை வரவேற்க ரயில் நிலையம் செல்ல, தஞ்சாவூர் டீம் பிளேயர்கள் ஒவ்வொருவரும் ஆஜானுபாகர்களாக இருக்கிறார்கள். அவர்களைப் பார்க்கவே ரங்காவுக்கு பயமாக இருக்கிறது.

"நீங்களெல்லாம் சிறிய பையன்களாக இருக்கிறீர்கள் அதனால் நாங்கள் உங்களுடன் விளையாட மாட்டோம்" என்று தஞ்சாவூர் அணியினர் சொல்ல,

கேவி "ஒருமுறை விளையாண்டுதான் பாருங்கள் எங்களுடைய விளையாட்டு நன்றாக இருக்கும்" என்று சொல்கிறான்.

மேட்ச் தொடங்குகிறது. தஞ்சாவூர் அணியினர் மிக மிக அலட்சியமாக விளையாட, கேவி, ரங்கா, வரதன் என்று தன்நண்பர்களை பயன்படுத்தி அதிக ரன்களை அடிக்கிறான். அதனால் தஞ்சாவூர் விளையாட்டு வீரர்கள் எரிச்சலடைகிறார்கள் அவர்களால் கேவி அணியை வெற்றி அடைய முடியவில்லை.

இந்த வெற்றியை நிருபர் ஒருவர் தன் பத்திரிகையில் சுஜாதாவின் பெயரையும், கேவியையும் குறிப்பிட்டு செய்தியாக வெளியிடுகிறார்.

அந்த செய்தி தான் சுஜாதாவிற்கு பத்திரிக்கையில் வந்த முதல் பெயர். அதை இன்று வரை நினைத்து சந்தோஷப்படுகிறார்.

பல வருடங்கள் கழித்து சுஜாதா கேவியை பார்க்க, கேவி இளமை மாறாமல் "என்ன, இன்னொரு மேட்ச் போடலாமா?" என்று கேட்பதுடன் முடிகிறது கதை.

10.பாம்பு

ரங்காவிற்கு பக்கத்து வீட்டில் விறகுகளை கொட்டி வைத்திருக்க, அதற்குள் எப்படியோ பாம்பு நுழைந்துவிடுகிறது. ஆனால் அது யாருக்கும் தெரிவதில்லை.

சிவராமன் என்பவன் ரங்காவின் தங்கை வத்சலாவை செட் அடிக்க சைக்கிளில் வருகிறான். அவனுடைய சைக்கிளில் பாம்பு சுற்றி இருக்க அதை ரங்கா, சிவராமன், வத்சலா மூவரும் பார்க்கிறார்கள். சிவராமன் வத்சலா முன்பு சீன்போட வேண்டும் என்பதற்காக அந்தப் பாம்பை அடிக்க ரங்காவை பேட் எடுத்து வர சொல்கிறான். வத்சலா அந்தப் பாம்பை அடிக்க வேண்டாம் என கெஞ்ச, பேட் வந்ததும் சிவராமன் சைக்கிளில் ஓங்கி அடிக்க, அது பாம்பு மேல்படாமல் சைக்கிள் சீட்டில் பட, பாம்பு தப்பித்து அருகே உள்ள சாக்கடைக்குள் ஒளிந்து கொள்கிறது.

வத்சலாவின் தாத்தா சரியாக பாம்பு ஒளிந்திருக்கும் சாக்கடையின் மேல் கட்டிலைப் போட்டு படுக்க வர தாத்தாவை கட்டிலோடு அலேக்காக தூக்கி வேறு இடத்தில் வைக்கிறார்கள். சாக்கடையை சுற்றி நின்று சிவராமன் விளக்குமாறு குச்சியால் பாம்பை தேட, பத்மநாம அய்யங்கார் என்ற பக்கத்து வீட்டுக்காரர் புகைபோட, கூட்டம்கூடுகிறது.

இதன் பிறகு அஞ்சாநெஞ்சன் கேவி (சுஜாதா வார்த்தைகளில்) அங்கே வந்து என்ன செய்கிறான் என்பதையும், ரங்காவிற்கு தன் தங்கை வத்சலா மீது இருக்கும் அபிப்பிராயம் மாறியதைப் பற்றியும் சுவையாக விளக்க, கதைமுடிகிறது.

ஸ்ரீரங்கத்தைப் பற்றி, தன் இளம் பிராயத்தைப் பற்றி, சுஜாதா கதை எழுதும்போதெல்லாம், தனக்கு ஒரு தங்கை இருப்பதாகக் கற்பனை செய்து, அந்தத் தங்கைக்கு வத்சலா என்று பெயரும் வைத்து எழுதியுள்ளார். உண்மையில் அவருடைய தங்கையாக பிறக்கும் பெண் குழந்தை

பிறந்த சில நாட்களிலேயே இறந்து விடுகிறது என்கிற சோகத்தையும் சில கட்டுரைகளில் அவர் சுவைபட விவரிக்கிறார்.

11. எதிர் வீடு

ரங்காவின் எதிர்வீடு பத்மநாப அய்யங்கார் எனும் டென் அணாஸ் வீடு. அவர் வீட்டிற்குள் சென்று அவருடைய விலை உயர்ந்த அறிவியல் உபகரணங்களை ரங்கா ஒருமுறை கூட பார்த்ததில்லை. அக்கம்பக்கத்-தினர் அப்படி இப்படி எனசொல்வதைக் கேட்டு அவர் வீட்டை பார்க்க வேண்டுமென்று ஆசை. ஆனால் பத்மநாபனின் ஸ்ட்ரிக்டான குணம் கண்முன் வரவே ரங்கா பயந்துகொள்வான். ஒருமுறை பத்மநாபனின் மகள் ஜம்பகாவின் நடுமார்பிலேயே பந்தை அடித்ததால் பல நாட்கள் அவளுடைய அப்பாவுக்குப் பயந்து பயந்து இருக்கிறான் ரங்கா.

ரங்காவின் தம்பிக்கு கிராமபோன் வாங்கி அதில் இந்திப் பாடல்களை கேட்க வேண்டுமென்று ஆசை. பெற்றோர்களிடம் அடம்பிடித்து அதை வாங்குகிறான். சில நாட்கள் மட்டுமே பாடல்களை ஒலிக்கவிட்ட அந்த கிராமபோன் பிறகு முற்றிலும் பழுதாகிறது. தம்பிக்கு எப்படியாவது இந்-திப் பாடல்களை கேட்க வேண்டுமெனஆசை.

பத்மநாபன் வீட்டில் ஒரு கிராமபோன் இருக்கிறது என்பது அவரு-டைய உறவினர் செல்லப்பா மூலம் தெரிய வர ரங்கா, ரங்காவின் தம்பி, செல்லப்பா மூவரும் பத்மநாபன் வீட்டிற்கு அவரும் அவருடைய குடும்-பத்தினரும் இல்லாத சமயத்தில் வீட்டிற்குச் செல்கிறார்கள்.

தம்பி தனக்குப் பிடித்த இந்திப் பாடலை கேட்கிறான். மீண்டும் ஒரு-முறை கேட்க வேண்டும் என்று தம்பி சொல்ல,தம்பிக்காக அந்த கிராம-போனின் சாவியை திருகுகிறான் ரங்கா. அடுத்த நொடி உள்ளே இருந்த ஸ்பிரிங் அறுந்துவிடுகிறது. தம்பியும் செல்லப்பாவும் பழியை ரங்கா மேல போட, ரங்கா பதற. தம்பி தனக்கு சம்பந்தமேஇல்லாதது போல் இருக்-கிறான்.

செல்லப்பா அந்த உடைந்துபோன துண்டுகளை எடுத்து ஒரு பையில் போட்டுக்கொண்டு ரிப்பேர் கடைக்குப் போக, ரங்காதான் அந்த ரிப்பே-ருக்கு காசு கொடுக்க வேண்டுமென சொல்கிறான் செல்லப்பா. ரங்கா காசுக்கு எங்கேபோவது என்று திகைக்க, எதிர்பாராத ஆச்சரியத்துடன் முடிகிறது இந்தக் கதை.

12. கிருஷ்ண லீலா

ரங்காவின் நண்பன் கிருஷ்ணமூர்த்தி. ஒருமுறை வகுப்பறையில் இருக்-கும்போது ரங்காவின் தொடையில் பின்னால் குத்தி ரத்தம் வர வைக்க, அதற்கு தலைமை ஆசிரியர் கிருஷ்ணமூர்த்தியை தண்டிக்காமல் ரங்கா-வின் கன்னத்தில் பளாரென அறைந்துவிடுகிறார்.

கிருஷ்ணமூர்த்தி கொஞ்சம் ஆணவம் பிடித்தவன். அவன் சொல்வது தான் நியாயம் அவன் விதிப்பது தான் ரூல்ஸ் என்பதுபோல நடந்து-கொள்பவன்.

வருடங்கள் பல கடந்தது. டெல்லியில் நல்ல பதவியில் இருக்கும் சுஜாதாவைப் பார்க்க வரும் வீரராகவனை வரவேற்று, பழையவற்றை மறந்து நட்புடன் பேசுகிறார்.

கிருஷ்ணமூர்த்தியோ சுஜாதாவிடம் வேலை கேட்டு சிபாரிசு கடிதத்-துடன் காத்திருக்கிறான் என கதை முடிகிறது.

13. காதல் கடிதம்

கிருஷ்ணய்யங்கார் என்பவரின் மகள் மல்லிகா. கறுப்பாக இருந்தாலும் களையானவள். முகத்தில் திட்டு திட்டாகப் பௌடர் பூசி சீன் போடுப-வள்.

அந்தத் தெருவில் இருக்கும் விடலைப் பையன்கள் அனைவரும் - ரங்கா உட்பட - மல்லிகாவைப் பார்த்து ஜொள்ளுவிடுகிறார்கள்.

ஒரு லெண்டிங் லைப்ரரி ஆரம்பித்து, வார / மாத இதழ்களை தெருவெங்கும் விநியோகம் செய்கிறார்கள் தெரு நண்பர்கள். அதில் கோபாலன் என்பவன் மல்லிகா வீட்டிற்கு பத்திரிக்கை செல்ல வேண்டிய தினத்தில் ரங்காவிடம் கல்கியை கொடுத்து, அதில் மல்லிகாவுக்கு காதல் கடிதம் ஒன்றை வைத்துவிட, ரங்கா இது தெரியாமல் மல்லிகாவிடம் கல்கியைக் கொடுத்துவிட்டு வந்து விடுகிறான்.

கடிதத்தை படித்து பார்த்த மல்லிகா ரங்காவைத் தவறாக நினைத்து தன் அப்பாவிடம் போட்டுக்கொடுக்கிறாள்.

ரங்கா உண்மையறிந்து, அன்றைய இரவில் வீட்டைவிட்டு ஓடிப்-போய்விடலாம் என நினைக்க. உறங்காத அந்த இரவு விடிகிறது.

மல்லிகாவின் அப்பா ரங்காவின் வீட்டுக்கு காதல் கடிதத்துடன் வந்து சத்தம் போடுகிறார். ரங்காவின் பாட்டியும் தங்கை வத்சலாவும் அந்த கடிதத்தை படித்துவிட்டு இது ரங்காவின் கையெழுத்து இல்லை கோபாலனின் கையெழுத்து என்று சொல்லி, அதைத் தவறாகப் புரிந்துகொண்டு நியாயம் கேட்க வந்த மல்லிகாவின் அப்பாவை விரட்டி அடிக்கிறார்கள்.

வருடங்கள் கடக்க, பிறகு நடக்கும் சம்பவத்தை சுவைபட சுஜாதா விவரிப்பதோடு கதை முடிகிறது.

14. மறு

ரங்கா கல்லூரி படித்துக்கொண்டிருந்த சமயம், வீட்டில் வேலைக்காரியாக இருந்தாள் செவளா. பாட்டி சொல்லும் எல்லா வேலையையும் தட்டாமல் செய்கிறாள் செவளா. அந்த சமயத்தில் ரங்காவிற்கு பாக்கெட்மணியாக நாலணாமட்டுமே தருவார் ரங்காவின் பாட்டி.

ஒருமுறை தான் வாங்கிய மாத சம்பளம் மூன்று ரூபாயை ரங்காவின் புத்தகத்திற்குள் பத்திரமாக இருக்கட்டும் என வைக்கிறாள் செவளா. அந்தப் புத்தகத்திற்குள் செவளாவின் பணம் இருப்பது தெரியாமல் புத்தகத்தை கல்லூரிக்கு எடுத்துச் செல்லும் ரங்கா, காசு இருப்பதை பார்த்ததும் அது செவளாவின் பணம் என தெரிந்தாலும், அந்த ஒரு மாத பணத்தை மூன்று மணிநேரத்துக்குள் நண்பர்களுடன் சேர்ந்து செலவழித்துவிட்டு வீடு திரும்புகிறான்.

பிறகு நடப்பவற்றை ஒரு தேர்ந்த சைக்காலஜிஸ்ட் போல விவரித்து, முடிவில் தன்னுடைய முத்திரையாக ஒரு அழகான ட்விஸ்ட்டும் வைக்கிறார் சுஜாதா.

மிகவும் சிறப்பான கதை. அறியாத வயதில் செய்யும் தவறுகள், பின்னர் எப்படி நம்மை பாதிக்கிறது என்பதை மிகுந்தபொறுப்புடன் விவரிக்கும் இந்தக் கதை, ஸ்ரீரங்கத்து தேவதைகள் தொகுப்பில் எனக்கு மிகவும் பிடித்த கதை.

நாவல் கட்டுரை சிறுகதை என பல்வேறு வடிவங்களில் சுஜாதா எழுதி இருந்தாலும், அவரது மிக சிறந்த எழுத்துக்கள் வெளிப்படுவது சிறுகதையில் தான் என பலரும் கருதுவது உண்டு.

சுஜாதாவின் மாஸ்டர் பீஸ்களில் ஒன்று ஸ்ரீரங்கத்து தேவதைகள். ஒவ்வொரு முறையும் புன்னகையையும், நம் இளமைகாலத்தையும் கண் முன் வர வைக்கும் அற்புத சிறுகதை தொகுப்பு இது.

சுஜாதா பாட்டி வீட்டில் வளர்ந்ததால், கதைகளில் பாட்டிக்கு முக்கிய இடம் இருக்கிறது. தனிமையில் சுஜாதாவை திட்டுபவராக, மற்றவர் முன் எப்போதும் விட்டுத் தராதவராக இருக்கிறார் பாட்டி.

ஒவ்வொரு கதையும் வாசித்து விட்டு, சற்று இடை வெளி விட்டு, அதை மனதிற்குள் அசை போட்டு விட்டுதான் அடுத்த கதை வாசிக்க வேண்டியிருக்கிறது.

தமிழில் வெளிவந்த மிக சிறந்த சிறுகதை தொகுப்புகளுள் ஒன்றான இந்த புத்தகத்தை வாசிக்க தவறாதீர்கள்

அந்த ஆத்மாவை பற்றி இன்னும் பேசிக்கொண்டு இருக்கிறோம் என்பதே அவரின் எழுத்து ஆழத்தின் மகிமை.இன்னும் அவரை பற்றி விமர்சனங்கள் கடைவிரித்துக்கொண்டு இருந்தாலும் அவரின் காலம் அந்த எழுத்து அப்போதய எழுத்துக்களின் நிலை எவ்வளவு முக்கியம் என்பதை மறந்து விடாதீர்கள்

2

ஸ்ரீரங்கத்து கதைகள்

ஸ்ரீரங்கத்து தேவதைகள் / ஸ்ரீரங்கத்துக் கதைகள்-கதையா? கற்பனையா? சுஜாதாவின் கட்டுரை

'சற்றே பெரிய சிறுகதைகள்' என்று வர்ணிக்கப்பட்ட (சிறுகதைகளுக்கு உச்சவரம்பு உண்டா என்ன?) ஸ்ரீரங்கத்து தேவதைகள் இரண்டாவது ஈடு சென்ற வாரம் முடிந்தது. இவற்றைப் படித்தவர்கள் பலர் என்னைத் திரும்பத் திரும்பக் கேட்ட கேள்வி — கதைகளில் எவ்வளவு கற்பனை, எவ்வளவு நிஜம்?

இந்தக் கேள்வியே ஒரு வகையில் எழுத்தின் வெற்றி என்று கொள்-கிறேன். முழுவதும் கற்பனைக் கதையை யாராலும் எழுத முடியாது. அதேபோல் டெலிபோன் டைரக்டரி, ரயில்வே டைம்டேபிள் தவிர, முழு-வதும் உண்மையும் சாத்தியமில்லை.

உண்மை, சொல்லும்போதே சற்றுப் பொய்யாகிவிடுகிறது என்பது என் அனுபவம். உண்மைக்கு மிக அருகில் எழுதினால், இலக்கியத்துக்கு வெளிப்பட்ட காரணங்களுக்காகக் கோபித்துக்கொள்ள பலர் காத்திருக்-கிறார்கள். ஒரு பள்ளியைப் பற்றிய ஒரு வரிக்காக, விகடன் ஆசிரியரே மன்னிப்புக் கேட்கும்படியான சூழ்நிலை ஏற்பட்டது.

'ஸ்ரீரங்கத்து தேவதைக'ளில் நிஜமானது ஸ்ரீரங்கம் மட்டும்தான். அது-வும் அம்பதுகளின், அறுபதுகளின் அரங்கம். இன்றைய ஸ்ரீரங்கம்,

திருச்சி கார்ப்பரேஷனின் ஓரங்கம். ஏ.டி.எம்-களும் தாறுமாறான கேபிள்-களும் அம்மா மண்டபத்திலிருந்து தொடர்ந்து நிற்கும் ஆம்னி பஸ்களும் பெண்கள் கல்லூரியும் புதிய பள்ளிகளும் என்னென்னவோ நகர்களும் மேம்பாலங்களும் என்னுடைய ஸ்ரீரங்கமல்ல!

ஸ்ரீரங்கத்தில் மாறாதது — ஸ்ரீரங்கநாதனின், ரங்கநாயகித் தாயாரின் விக்கிரகங்களும்.

கோயிலின் சில பகுதிகளையும். கோபுரங்களையும் அவசரப்பட்டு வானவில் வண்ண அக்ரிலிக் பெயிண்ட் அடித்துவிட்டார்கள்.

சாளுக்கியர், கிருஷ்ணதேவராயர், நாயக்கர் காலம் என்று மூன்று கால கட்டங்களைக் கடந்த மண்டபங்களும்,சிலைகளும் சிதிலமாகிக் கொண்டிருக்கின்றன. கிழக்குவாசல் தாண்டி பள்ளிக்குச் செல்லும் பாதையில் உள்ள கட்டை கோபுரத்தில், விறகுக் கடை சுவரில் சாணி-தட்டி காட்டுச்செடிகள் பீறிடுகின்றன. ஆறாம் நூற்றாண்டிலிருந்துதமிழ் இலக்கியங்களில் குறிப்பிடப்பட்ட கோயில், நம்மிடையே இருப்பதைப் பற்றிக் கவலை இல்லாத இன்றைய நகரம் 'மன்மதராசா'வையும் 'மாத்-தியோசி'யும் பாடிக்கொண்டிருக்கிறது.

பக்தர்களை அரைமணிக்கொரு முறை டீசல் புகையுடன் கொண்டு வந்து உதிர்க்கிறார்கள். அரங்கனின் சந்நிதிக்கு வரிசைகளை ஒழுங்கு-படுத்திக் கம்பி, சங்கிலித் தடுப்பு வைத்து டிக்கெட் வருமானம் அதிக-ரித்து... இன்றையஸ்ரீரங்கம் கடந்தகாலத் தொடர்புகள் பலவற்றை வேக-மாக இழந்துகொண்டிருக்கிறது.

அதனால், அதைப் பதிவுசெய்ய வேண்டியது எழுத்தாளன் என்கிற தகுதியில் எனக்குக் கட்டாயமாகிவிட்டது. அந்தநாட்களின் வார்த்தை-கள், பேச்சு வழக்குகள் எல்லாமே மாறிவிட்டன. எழுத்தில் நிரந்தரப்-டுத்துவது அவசியம் என்று உணர்ந்து இந்தக் கதைகளை எழுதினேன்.

இன்றைய ஸ்ரீரங்கம்?

சாஃப்ட்வேர் திறமையாளரும் என் கதை, கட்டுரைகள் அனைத்தை-யும் சேர்த்து வைத்து எது, எந்தப் பத்திரிகையில், எப்போது வந்தது என்-பதை நானே அவரைக் கேட்டுத் தெரிந்துகொள்ளும் அளவுக்கு ஒழுங்-காக ஒரு தகவல்தளம் அச்சு வடிவத்திலும் நெட்டிலும் வைத்திருக்கும் நண்பர் தேசிகன். போதாக்குறைக்கு ஒரு திறமை வாய்ந்த ஓவியர். அவரை ஸ்ரீரங்கத்துக்குச் சென்று, சில காட்சிகளை வரைந்து தருமாறு கேட்டுக்கொண்டேன்.

ஸ்ரீரங்கத்துக் கதைகள் அனைத்தும் புத்தகமாக வரும்போது இவையும் பயன்படும். பக்கக் கட்டுப்பாடு காரணமாகச் சுருக்கப்பட்ட 'மாஞ்சு' கடைசிச் சிறு கதையும் முழு வடிவத்தில் அந்தப் புத்தகத்தில் வரும். தேசிகன் ராஜகோபுரம் ராயகோபுரமாக, மொட்டைக்கோபுரமாக முற்றுப்பெறாமல் இருந்தபோது எப்படி இருந்தது என்பதை ஏ.கே.செட்டியாரின் பழைய புத்தகத்திலிருந்து பார்த்து வரைந்தார்.

மற்றவை நேரடியாக வரைந்தவை. நான் வளர்ந்த காலத்தில் கோபுரம் இப்படித்தான் இருந்தது. இப்போது இலங்கையை எட்டிப் பார்க்கிறது. கீழச்சித்திரை வீதி அதிகம் மாறவில்லை. வெள்ளை கோபுரம் ஒரு 'அல்பைனோ' (albino) போல உள்ளது. கம்பன் மண்டபம், சேஷ ராயர் மண்டபம், கிருஷ்ணன் கோட்டை வாசல், கொட்டாரம்,கருடமண்டபம் போன்றவை பாதிக்கப்படவில்லை. சித்திரை, உத்திரை வீதிகள் கொஞ்சம் பழசை ஞாபகப்படுத்துகின்றன. மற்றபடி, ஸ்ரீரங்கத்தின் வெளிநகரம் முழுவதும் அடையாளமிழந்துவிட்டது.

～

ஸ்ரீரங்கத்துக் கதைகள்:

சுஜாதா முதல் தவணையாக சில சிறுகதைகளை (கல்கி இதழில் என நினைக்கிறேன்) 1983ல் எழுதியுள்ளார். பிறகு, அடுத்த தவணையாக 2003ல் ஆனந்த விகடனில் படித்த நினைவு. நடுநடுவே வெவ்வேறு வருடங்களில் ஸ்ரீரங்கத்தை மையமாக வைத்து நிறைய எழுதியுள்ளார். ஸ்ரீரங்கத்தை மையமாக கொண்டதால், இது அந்த ஊரின் கதையல்ல. அம்மனிதர்கள் எந்த ஊரிலும் இருக்கலாம். அவரே சொல்வது போல "ஸ்ரீரங்கம் என்பது ஒரு மெட்டஃபர் (உருவகம்),ஒவ்வொருவருக்கும் அவர்களுக்கென்று ஒரு ஸ்ரீரங்கம் இருக்கும், அதை நினைவுபடுத்தவே இக்கதைகள்".

இந்தத் தொகுப்பில் உள்ள சில சிறுகதைகள் ஸ்ரீரங்கத்து தேவதைகள் தொகுப்பிலும், அதிலுள்ள சில இந்தத் தொகுப்பிலும் காணப்படுகின்றன.

ஸ்ரீரங்கத்தை மையமாகக் கொண்டு சுஜாதா பல்வேறு காலகட்டங்களில் எழுதிய கதைகளின் தொகுப்பு. இளமைக்காலத்தின் அழிக்க முடியாத நினைவுகளை மீட்டெடுக்கும் நெகிழ்ச்சியூட்டும் சித்திரங்கள்,

ஒரு காலம் கடந்துபோனதன் இழப்புகள், மாறுதல்களை எதிர்கொள்ள இயலாதவர்களின் சீரழிவுகள் என்பன இக்கதைகளின் பின்புலமாக இருக்கின்றன. இரண்டு உலகங்களுக்கிடையே அலைக்கழியும் ஒரு வாழ்க்கை முறையினை விவரிக்கும் ஸ்ரீரங்கத்துக் கதைகள் சுஜாதாவின் துல்லியமான சித்தரிப்பு முறையினால் நிகழ்காலத்தையும் கடந்த காலத்-தையும் உயிர்பெற்று எழச் செய்கின்றன.

சுஜாதா தன் இளமை பருவத்தில் தான் வாழ்ந்த ஊரில் தனக்கு கிடைத்த அனுபவங்களையும், மனதில் நிலைத்து நின்ற மனிதர்களை-யும், நெஞ்சில் நீங்கா இடம் பெற்ற நிகழ்ச்சிகளையும் தொகுத்து ஊரின் வர்ணணையுடன் எழுதிய சிறுகதைகள். பெரும்பாலான கதைகள் நாம் கடந்து வந்த பழைய நண்பர்களையும், பெயர் மட்டுமே தெரிந்த நல்ல, ஆனால், பழக்கமில்லா மனிதர்களையும், பாதித்த நிகழ்ச்சிகளையும், மற்றவர்கள் சொல்லிக் கேட்ட கதைகளையும் நினைவூட்டும். சமுதாயம் என்பது நல்ல, கெட்ட, ஏமாறும், ஏமாற்றும், பாவமான, பாவம் போல போன்ற பலகுணாதிசயங்கள் கொண்ட மனிதர்களால் ஆனது

கொஞ்சமும் யதார்த்தத்தை மீறாத தன்மை சுஜாதாவிடம் எனக்கு மிகவும் பிடித்தது. இந்தச் சிறுகதைத்தொகுப்பிலும் அதையே தொடர்கி-றார். சிறு வயதில் அவர் வாழ்ந்த ஸ்ரீரங்கமே கதைகளுக்கான களம். அவர் பார்த்துப் பழகிய மனிதர்களே கதாபாத்திரங்கள். அவரும் கூட....

கதைகளின் உண்மைத்தன்மையைப் பற்றிக் கூறுகிறார்.."இந்தக் கதைகள் முழுக்க உண்மை இல்லை. உண்மையோடு கொஞ்சம் கற்-பனை சேர்க்கப்பட்டு உருவானவை இவை.." என்று.

1971 லிருந்து, 2003 வரை பல்வேறு வருடங்களில், சிலவேறு பத்-திரிகைகளில் வெளியான சிறு கதைகளின்தொகுப்பு இந்த "ஸ்ரீரங்கத்துக் கதைகள்". இதிலிருந்து சில சிறுகதைகள் "ஸ்ரீரங்கத்து தேவதைகள்" என்ற பெயரில்தூர்தர்ஷனில் நாடகங்களாகவும் வெளிவந்தன.

இந்த 32 வருட கால இடைவெளியில் எழுத்தாளரின் பரிணாமம் வெகுவாகவே நிகழ்ந்திருக்கிறது. அவருடைய எழுத்துக்களிலேயே அந்த வித்தியாசத்தை உணர முடிகிறது. அவரே முன்னுரையில் "எழுத்து மீதான காலத்தின் ஆதிக்கத்தை உணர்த்தவே கதைகள் வெளியான வருடங்கள் குறிப்பிடப்பட்டுள்ளன" என்று சொல்கிறார்.

சின்ன வயது குறும்புகள், வயதுக்கு மீறிய ஆசைகள், தனக்கு மட்டுமே தெரிந்த ரகசியங்கள், வாழ்ந்து கெட்டமனிதர்கள், காலத்தின் வேகத்துக்கு ஈடு கொடுக்க முடியாமல் விழுந்தவர்கள் என்று பலதரப்-பட்ட உணர்வுகளும், மனிதர்களும் எல்லா இடங்களிலும் தெரிகிறார்கள்.

பல கதைகளில் வரும் ''ரங்கு'' என்ற கதாப்பாத்திரம்.... கடலை மிட்டாயும், பொரி உருண்டையும் விற்கும் தன் கடையைத் தவிர வேறேதும் தெரியாமல், தெரிந்து கொள்ள விரும்பாமல், வருவோர் போவோரைக் கிண்டல் செய்துகொண்டு வாழ்க்கையை ஓட்டும் ஒரு மனிதன்.......நாம் எல்லோருமே பார்த்திருக்கக்கூடிய ஒரு பாத்திரம். இதுபோன்ற பல பாத்திரங்கள்...

டென் அணாஸ் ஐயங்கார் எனப்படும் பத்மநாப ஐயங்கார், நாடகம் நடத்தும் வரதராஜன், கடவுளுக்குக் கடிதம்எழுதும் கோவிந்து, உபன்யா-சம் செய்து பின் சினிமாவில் தயாரிப்பு மேனேஜரான ஆன திண்ணா, ஃபுல் சூட் மாப்பிள்ளை துரைசாமி, கோபமே வராத வைத்தி மாமா, என்று பல பாத்திரங்கள்...நம் பார்த்திருக்கக் கூடியமனிதர்கள்....!

சுஜாதாவின் அந்த க்ளைமாக்ஸ் சொடுக்கு - பன்ச் சிறுகதைகளில் மிளிர்கிறது.

தன் கதாபாத்திரங்களின் மூலம் மெல்லிய உணர்வுகளையும் வெளி-யிடத் தவறவில்லை சுஜாதா. ''குடுமி''சிறுகதையின் நாயகன் ராகவன், நன்றாகப் படித்தும், அமெரிக்கா சென்று படிக்கக் கூடிய வாய்ப்பு கிடைத்தும், ''குடுமி'' வைத்திருந்த ஒரே காரணத்தால் விஸா மறுக்கப்-பட்டு இங்கேயே ஏதோவொரு அலுவலகத்தில் வேலைக்குச் சேருகிறான்.

''ரெண்டணா'' என்றொரு சிறுகதை இப்படிப் போகிறது. சின்ன வயதில் பாட்டி எண்ணெய் வாங்கி வரச்சொன்ன ரெண்டணாவை மோடி மஸ்தானுக்கு பயந்து அவன் தட்டில் போட்டு விட்டு, பின் ''பாட்டி அடிப்பாளே'' என்று அவனிடம் காசைக் கேட்க, அவன் தன்னோடு வந்து விடுமாறு ஆசை காட்டுகிறான். பயந்து ஓடிப்போய் தன் உண்-டியலை உடைத்து எண்ணெய் வாங்கி வருகிறான். இந்தக் கதை இப்-படி முடிகிறது.... ''நான் மட்டும் பாட்டிக்குப் பயந்து அவன் பின்-னால் போயிருந்தால் என்ன ஆகியிருக்கும்? தெருத் தெருவாகச் சுற்றிக் கொண்டு...எதுஎப்படியோ? இந்தக் கதையைக் கண்டிப்பாக எழுதியி-ருக்க மாட்டேன்''.

முக்கியமாக அவர் திருவெள்ளறையைப் பற்றிக் குறிப்பிடும்போது, அது திருச்சிக்குப் பக்கத்தில் இருக்கும் ஒரு கிராமம். 2000 வரு- டத்திற்கு முற்பட்ட கோயில் ஒன்று இருக்கிறது என்பது பல திருச்சி வாசிகளுக்கே தெரிந்திருக்காது. இன்றைய இந்துக் கோயில்களின் கட்- டிட அமைப்பிலிருந்து முற்றிலும் வேறுபட்ட இக்கோயில் கண்டிப்பாய்ப் போற்றிப் பாதுகாக்கப்பட வேண்டிய ஒரு பொக்கிஷம்!

ஒருமுறை சுஜாதாவிடம் கேட்கப்பட்ட கேள்வியும் அவரின் பதி- லும்...

"ஒரு சிறுகதை எப்போது தொடங்குகிறது?"

"முடிவதற்குச் சற்று முன்னால்..."

இந்த இலக்கணத்திலேயே பெரும்பாலும் இவரது சிறுகதைகள் அமைந்திருக்கின்றன. சிறுகதைகள் எழுதவிரும்புபவர்கள் கண்டிப்பாக படிக்க வேண்டிய ஒரு புத்தகம். கொஞ்ச நாட்கள், ஸ்ரீரங்கத்திலும் அந்த மக்களோடும் வாழ்ந்துவிட்டு வந்ததைப் போன்ற அனுபவம்!

சுஜாதா இளைய பிராயத்தில் பல்வேறு வயதில் அடைந்த அனுப- வங்கள். சிறுவர்களின் உலகம், சிறுவர்கள் பார்வையில் பெரியவர்களின் உலகம், சிறுவர்கள் பெரியவர்களாக மாறும் தருணம் என்று சிறுவர்கள் உலகத்தை அழகாக எழுதியுள்ளார்.

ஒன்றிரண்டு கதைகளை தவிர பெரும்பாலான கதைகள் தன்மை ஒருமையில் சொல்லப்படும் கதைகள். சுஜாதா(ரங்கராஜன்) தான் கதை- சொல்லி, ஒன்றிரண்டு கதைகளில் வேறு யாரோ.

கதைகள் சம்பவங்களைவிட மனிதர்களைப் பற்றியே அதிகம் பேசு- கின்றது. சுஜாதாவின் நடை நம்மை அங்கு அழைத்துச்செல்கின்றது.

அனைத்து கதைகளிலும் மெலிதான நகைச்சுவை விரவிக்கிடக்கின்- றது.

சிறுவயதில் அனைவரும் கடந்து வந்திருக்கும் பாதைகள். திருட்- டுத்தனமான முயற்சி, கூடப்படிப்பவர்களுடன்சண்டை, ரூ விடுதல், கட்சி மாறி சண்டை போடுதல், பப்பி லவ், வயதுக்கு மீறிய அனுபவங்கள், துரோகங்களை அறிதல் என் அனைத்தும் இதில அடங்கும். ஏதோ ஒரு கதை ஏதோ ஒரு சிறு வயது நினைவை தூண்டும். அப்படியே நடந்தி- ருக்க வேண்டியதில்லை ஒரு சின்ன லிங்க்.

பாதரசம் கதையை படித்த போது, கல்லூரியில் படித்தபோது எங்கள் கெமிஸ்ட்ரி லேபிலிருந்து சுட்ட பாதரசம்(Mercury) நினைவிற்கு வருகின்றது.

ஒரு சம்பவத்தை கதையாக மாற்றும் வித்தையை நன்றாக அறிந்தவர் சுஜாதா, "மறு" ஒரு சாதரண சம்பவம், அதன்கடைசி வரி அதை ஒரு நல்ல சிறுகதையாக மாற்றுகின்றது.

முக்கிய விஷயம், இதில் உள்ள ஓவியங்கள். சுஜாதா தேசிகன் வரைந்துள்ள அனைத்து ஓவியங்களும் அருமை.மாஞ்சுவில் உள்ள ஸ்ரீரங்கத்தின் பேர்ட்ஸ் ஐ வ்யூ. பிரமாதம். .

போகப்போக ரங்கு கடை, ஸ்ரீரங்கத்து தெருக்கள் எல்லாமே நமக்கு பழக்க பட்ட இடமாகி விடுகிறது. கே. வி,ரங்குடு, அம்பி ஆகிய பாத்திரங்கள் (நண்பர்கள்) பல கதைகளில் வருகிறார்கள்.

சுஜாதாவின் மென்மையான குரல் இந்தக் கதைகள் மூலம் இன்னமும் காதுகளில் ஒலிக்கிறது.

๑

தமிழ்ச் சிறுகதைகளின் வண்ணமும் வடிவமும் வாசனைகளும் பெரிதும் மாறி, ஒரு பக்கம் இரண்டு பேரா போஸ்ட்கார்ட் கதைகளும் இன்னொரு பக்கம் இலக்கிய போர்னோ (porno) கதைகளும் மலிந்துவிட்டிருக்கும் காலகட்டத்தில் சுஜாதாவின் ஸ்ரீரங்கத்துக் கதைகள் தொகுப்பு, கதை வாசிப்பு அளிக்க வேண்டிய நியாயமான சந்தோஷத்தையும் திருப்தியையும் தந்துவிடுவதை முதலில் சொல்லி விடுவதுதான் நல்லது.

ஸ்ரீரங்கம், சுஜாதாவின் பால்யப் பொழுதுகள் கழிந்த இடம். ஆகவே அது குறித்த ஞாபகங்களைத் தேடித் தொகுக்கவேண்டிய அவசியம் அவருக்கு இல்லை. ஜன்னலைத் திறந்ததும் நிறையும் வெளிச்சம் போல் மனத்தின் அத்தனைமூலைகளிலும் ஜீவத் துடிதுடிப்புடன் நிறைந்து கிடக்கும் அந்த மண்ணும் மனிதர்களும் அவருக்குத் தேவைப்படும்போதெல்லாம் அவரது கதைகளுக்குள் தாமாகவே வந்து பொருந்திக்கொண்டு விடக்கூடிய மிகப்பெரிய சௌகரியம் அவருக்கு சித்தித்திருக்கிறது. அதனால்தான் 1983-லிருந்து 2004 வரை வேறு வேறு காலகட்டங்களில்,வேறு வேறு சந்தர்ப்பங்களில் இந்தக் கதைகளை அடுத்

தடுத்தும் விட்டுவிட்டும் எழுத நேர்ந்தாலும் ஒரே சுருதியில்அவரால் அநாயசமாக சஞ்சாரம் செய்ய முடிகிறது.

இதே காரணத்தினால்தான் இக்கதைகள் ஒரு தோற்றத்தில் ஒரு நாவலின் வேறு வேறு அத்தியாயங்கள் போலவும் காட்சியளிக்கின்றன. தமிழில் இத்தகைய சாத்தியங்கள் மிக அபூர்வமாகவே இதுகாறும் கிடைத்திருக்கின்றன.

ஒரே கதைக்களம், ஒரே மனிதர்கள் பல கதைகளில் பல்வேறு வடிவங்களில் வந்துபோவது என்கிற காரணங்களால்மட்டும் இதனைச் சொல்லவில்லை. இக்கதைகளில் சுஜாதா காட்டும் ஸ்ரீரங்கத்தை மறந்து-விட்டு வாசித்தாலும் அந்த மக்களை நம்மால் சுலபமாக அடையாளம் கண்டுகொள்ள முடியும். நமது அக்கம்பக்கத்து வீடுகளில்பார்த்திருக்க-லாம். நமது வீடுகளிலேயே கூடப் பார்த்திருக்கலாம். நிலைக்கண்ணாடி-களில் கூட.

ஒரு குறிப்பிட்ட காலகட்டத்தில், குறிப்பிட்ட இடத்தில், குறிப்பிட்ட சில மனிதர்களின் வாழ்வில் நடைபெறும் சம்பவங்களேயானாலும் எந்தக் காலகட்டத்தில் வாழும் யாராலும் அடையாளம் காணமுடியுமென்கிற காரணத்தினாலேயே இக்கதைகள் முக்கியத்துவம் வாய்ந்தவையா-கின்றன. ஓர் இலக்கியப்படைப்பின் ஆகச்சிறந்த இயல்புகளில் ஒன்று இது; நிரந்தரத்தன்மை.

இத்தொகுப்பில் உள்ள 'காணிக்கை' என்கிற முதல் சிறுகதையும் 'மாஞ்சு' என்கிற கடைசிச் சிறுகதையும் மொத்தத்தொகுப்புக்கும் தனி-யொரு விசேஷம் அளிப்பவை. மனிதர்களை மிகையின்றி, அவர்களின் அசலான முகத்துடனும் அகத்துடனும் காட்சிப்படுத்துவதென்பது எழுது-பவனுக்கு இருக்கக்கூடிய மிகப்பெரிய சவால். தனியொரு கதாபாத்தி-ரத்தைச் சுற்றி நகரும் கதை என்றால், சம்பந்தப்பட்ட பாத்திரம் நம்மை பாதிக்கிற அளவைப் பொறுத்து அதன் மீது விருப்போ, வெறுப்போ ஏற்-பட்டு அது எழுத்திலும் ஒரெல்லை வரை பிரதிபலித்தே தீரும்.

இந்த இரண்டு சிறுகதைகளில் இவ்விஷயம் முற்றிலுமாக விலக்-கப்பட்டிருப்பதைத் தனித்துக் குறிப்பிடத்தோன்றுகிறது. காரணம், 'காணிக்கை'யில் வரும் சீமாச்சுவும் சரி, 'மாஞ்சு'வில் வரும் மாஞ்சுவின் அம்மாவும் சரி.சற்று ஏமாந்தாலும் உணர்ச்சிக் கொந்தளிப்பு ஏற்படுத்தி-விடக் கூடியவர்கள். எழுத்துத் தொழில்நுட்பத்தில் மிகுந்த",தேர்ச்சி பெற்-றவர்கள் கூட இக்கதைகளை இத்தனை இயல்புடன் எழுதியிருக்கவே

முடியாது.

சுஜாதா பெரிதும் ஒரு தொழில்நுட்பவாதியாகவே அடையாளம் காணப்பட்டிருப்பினும் இந்தக் கதைகளில் அவர் வெளிப்படுத்தியிருக்கும் கலைத்தேர்ச்சி, இவற்றை சர்வதேசத் தரத்தில் கொண்டு நிறுத்துகின்றன. இதனாலேயேஇவ்விரு கதைகளும் திரும்பத்திரும்ப வாசித்து மகிழத்தக்க கதைகளாக விளங்குகின்றன.

இன்றைக்குச் சுமார் 60 — 70 வருடங்களுக்கு முன்பு வாழ்ந்த மனிதர்களாகவே அவர்கள் இருக்கிறார்கள். பெரிதும்மத்தியதர, கீழ் மத்-தியதர பிராமணக் குடும்பங்களைச் சேர்ந்த இந்த மனிதர்கள் அத்தனை பேரும் கடவுளுக்கு ஏதோ ஒரு வகையில் பயப்படுபவர்களாக இருக்கி-றார்கள்.

வெளிப்படையாக இல்லாவிட்டாலும் மனத்துக்குள்ளாவது. கடவு-ளுக்கு இல்லாவிட்டாலும் மனச்சாட்சிக்காவது அப்பாவித்தனம், வெகு-ளித்தனம், விடலைத்தனம், சவடால்தனம், தகிக்கும் யதார்த்தத்தை எதிர்கொள்ள நேர்கையில் வெளிப்படும் இயல்பான தயக்க சுபாவம் என்று இந்தப் பாத்திரங்களின் சித்திரிப்புப் போக்கில்சுஜாதாவை ஓர் அக்கறை மிக்க இருப்பியல்வாதியாக அடையாளம் காண முடிகிறது.

அவரது பிரசித்தி பெற்ற நடை ஜாலங்களோ, திடுக்கிடச் செய்யும் கடைசி வரித் திருப்பங்களோ இத்தொகுப்பில்உள்ள எந்த ஒரு கதையி-லும் அத்தனை முதன்மையாக இல்லை. ஒவ்வொரு கதையும் தன்னள-வில் ஒரு பரிபூரணமானவாசிப்பு அனுபவத்தைத் தருகின்றன. வாசித்து முடித்ததும் சில நிமிடங்களுக்காவது நிதானமாக யோசித்துஅசைபோடச் சொல்லுகின்றன.

நெகிழ்ச்சியூட்டும் கதைகளின் தொகுப்பாக வந்திருக்கும் இந்நூல், தமிழின் முக்கிய சிறுகதைத் தொகுப்புகளில் ஒன்று என்று தயங்காமல் கூறிவிட முடியும்.

இக்கதைகள் ஒவ்வொன்றுக்கும் தேசிகன் வரைந்திருக்கும் அரு-மையான கோட்டுச் சித்திரங்கள், ஸ்ரீரங்கத்தின்சந்து பொந்துகளையெல்-லாம் அறிந்தவர்களுக்கு அவற்றிற்குள் தேசிகன் ஒளித்து வைத்திருக்கும் பல நுட்பங்கள்கண்டிப்பாக வியப்பளிக்கும். ஒவ்வொரு காட்சியும் அச்சு அசலாகக் கண்முன்னால் அந்தக் காலத்து ஸ்ரீரங்கத்தைக் கொண்டுவ-ருகின்றன.

மறக்கமுடியாத வாசிப்பு அனுபவம் தரும் நூல் இது.

3

செப்டம்பர் பலி

எழுபது-எண்பதுகளில் வலம்புரி ஜான் அவர்கள் ஆசிரியராகப் பணி புரிந்த தாய் வாரப் பத்திரிகையில் தொடர்கதையாக வந்தது. இன்று முழுமையாகப் படிக்கும்போதும் சீராகச் செல்வது தெரிகிறது. சினிமாத்-தனமான நிகழ்ச்சிகளிலும் நம்பகத்தன்மை இருக்கிறது. அங்கங்கே சுஜா-தாவின் டச் தெரிகிறது.

பெங்களூர். எளிய மனிதன் தங்கசாமி மீது கொலைக்குற்றம் ஜோடிக்கப்படுகிறது. மூன்று வருஷம் சிறை. பணக்காரப் பெண் வினோ-தினியோடு தற்செயலாக பழக்கம். சிறையிலிருந்து வெளியே வந்த பிறகு நிழலானமுதலாளியைத் தேடுகிறான். வினோதினி உதவுகிறாள். காதல். அவளது அப்பாவும் சம்மதிக்கிறார். முடிவில் வழக்கமாக தமிழ்ப்படங்-களில் வருவது போல வில்லன் யார் என்று ஒரு திடுக்கிடும் திருப்-பம். தங்கசாமியால் ஒன்றும் செய்யமுடியாது. வில்லன் கோஷ்டியோடு கைகோர்ப்போம், செப்டம்பருக்குள் அவர்களை பலி கொடுப்போம் என்று வினோதினி அவனுக்கு தைரியம் தருகிறாள்.

முதலாளியைத் தேடும் தங்கசாமி தனக்குத் தெரிந்த சின்ன லெவல் வில்லன் கோஷ்டி ஆசாமிகள் — பட்டர், வக்கீல் — மூலம் அடுத்த நிலை வில்லன்கள் பக்கம் போக முயற்சியே எடுப்பதில்லை.

சுஜாதாவின் டச் சில இடங்களில் தெரிகிறது. பெண் பாத்திரங்கள் — வினோதினி, கிருஷ்ணவேணி — நன்றாக வந்திருக்கின்றன. நடைமுறையில் நடக்காதுதான், ஆனாலும் வினோதினி-தங்கசாமி ஈர்ப்பு இயல்பாக இருக்கிறது. சிறையில் அத்துமீறல்களைக் கண்டுகொள்ளாத

அதிகாரி, போலீஸ் விசாரணைகள் இயல்பாக இருக்கின்றன(ர்).

நல்ல மூலக்கதை. விஜய் சேதுபதி போன்றவர்களை நாயகனாக வைத்து மாஸ் திரைப்படமாக எடுக்கலாம். அல்லதுதனுஷ் போன்றவர்-களை நாயகனாகப் போட்டு நடிக்கவும் வைக்கலாம். யாராவது உதவி இயக்குனர்கள் இந்தப்பக்கம் வந்தால் யோசிங்கப்பா!

4

நிலா நிழல்

தினமணி கதிர் வார இதழில் தொடராக வந்த நினைவு. அந்தத் தொட-ருக்காக வாரம் முழுவதும் ஒரு எதிர்பார்ப்புடன் காத்திருக்கச் செய்து ஆர்வமாக படிக்கச் செய்தது சுஜாதாவின் மகத்தான எழுத்து ஜாலம்!!

கதையின் நாயகன் போல எனக்கு கிரிக்கெட் மீது வெறி என்று சொல்ல முடியாவிட்டாலும் ஆர்வம் நிறையவே இருந்தது. கிரிக்கெட் ஆட்டங்களை தமிழில் ஒரு நாவலில் இவ்வளவு சுவாரஸ்யமாய் யாரும் தந்ததே இல்லை.அதுதான் இந்த நாவல் இன்று வரை பலராலும் நினைவு கூறப்பட காரணம்! கதையின் முதல் வரியும் பாராவும் இன்னும் கூட எனக்கு அப்படியே நினைவு இருக்கிறது

அதிகாலை முகுந்தன் கனவு காண்கிறான். இன்னும் ஒரு ஓவர் இருக்கிறது. 18 ரன் அடிக்க வேண்டும். இம்ரான் கான்பந்து வீச வரு-கிறார்.

"அதெப்படி ஸ்ரீரங்கம் மேட்சில் இம்ரான்கான் பந்து வீசலாம்?" என முகுந்தன் கேட்க,

"கடைசி ஓவர் யார் வேணும்னா போடலாம்னு இப்போ ரூல் வந்தி-டுச்சு என்கிறார்கள்.

முதல் மூன்று பந்து முகுந்தால் தொட முடியலை. மூணு பந்து. 18 ரன். நான்காவது மற்றும் ஐந்தாவது பந்தை முகுந்த் சிக்சர் அடிக்கி-றான். ஆறாவது பந்தை வீச இம்ரான் ஓடிவரும்போது வேலைக்காரி-யால் தூக்கத்தில் இருந்து எழுப்பபடுகிறான் முகுந்தன். முதல் வரியிலே கனவு என்று சொல்லப்பட்ட போதும், அந்த கடைசி பந்து முடியாமல்

கனவுகலைந்ததே என நாமும் வருந்துகிறோம்.

இங்கு துவங்கிறது முகுந்துடன் சேர்ந்த நம் பயணம்.

பதின்ம வயது பையனுக்கு இருக்கும் அதே ஆர்வங்கள், பிரச்-சனைகள் முகுந்தனுக்கும் உண்டு. அவன் கிரிக்கெட்,கிரிக்கெட் என சுற்றுகிறானே என திட்டுகிறார் அப்பா. (எந்த அப்பாவுக்கு தான் மகன் கிரிக்கெட் விளையாடுவதுபிடித்திருக்கிறது?) அப்பாவை ஏமாற்றி விட்டு மாநில அளவில் கிரிக்கெட் ஆட பம்பாய் பயணமாகிறான் முகுந்த்.துவக்கத்தில் டிம் பாலிடிக்சால் அணியில் இடம் கிடைக்கா விட்-டாலும், ஒரு முறை சப்ஸ்ட்யூட் ஆக இறங்கிஃபீல்டிங்கில் கலக்குகிறான். பின் தொடர்ந்து ஆட ஆரம்பிக்கிறான். அதன் பின் அவனது ஆட்-டம் அசத்துகிறது.தனது ஆட்டத்தால் அந்த டோர்னமெண்டை கலக்கி விட்டு ஸ்ரீரங்கம் வருகிறான் முகுந்த். அப்பாவுக்கு இவன்ஏமாற்றி விட்டு பம்பாய் போனது தெரிந்து விடுகிறது. அவர் என்ன செய்தார், முகுந்த் இறுதியில் என்னமுடிவெடுக்கிறான் என்பதே கதையின் இறுதி பகுதி!

சுஜாதா இந்த புத்தகத்திற்கு எழுதிய முன்னுரையின் ஒரு பகுதி:

"உன்னிப்பாகப் படித்தால், இந்தக் கதையின் மையக் கருத்து கிரிக்-கெட் அல்ல என்பது தெரியும். நாம் எல்லோருமே வாழ்வில் பட்டென்று ஒரு கணத்தில் அறியாமை என்பது முடிந்து போய் ஒருவித அதிர்ச்சியு-டன் பெரியவர்கள் உலகுக்குள் உதிர்க்கப்படுகிறோம். அந்தக் கணம் எப்-போது வரும் என்பது சொல்ல இயலாது. இந்தக் கதையில் முகுந்தனின் அந்தக் கணம் என்ன என்பதை வாசகர்கள் யோசித்துப் பார்க்கலாம். அதைச் சிலர் தரிசனம் என்பார்கள், நிதரிசனம் என்பர், ஒரு விதமான அனுபவம் என்பர். ஏதாயினும் நான் முன்பு சொன்ன 'இழப்பு' எப்படியும் இருந்தே தீரும். உங்கள் வாழ்க்கையையே யோசித்துப்பாருங்கள்.

எப்பொழுது நீங்கள் அறியாமையை இழந்தீர்கள், எப்போது நிஜமெ-னும் பூதத்தைச் சந்து மூலையில் சந்தித்தீர்கள், எப்போது கவிதைக-ளும், சினிமாப் பாடல்களும் அர்த்தமற்றுப் போய் போஸ்டல் ஆர்ட-ரும், ஜெராக்ஸ் பிரதிகளும் முக்கியமாய்ப் போயின? எப்போது உறவுகள் கொச்சைப்படுத்தப்பட்டு, வியர்வை வீச்சமும், பொதுக்கழிப்பிடங்களையும் ஒப்புக் கொள்ளத் துவங்கினீர்கள்? எப்போது பொய், துரோகம், அன்பி-ழப்பு, பிறர் வாய்ப்பைப் பறித்தல் போன்ற அத்தியாவசியப் பாவங்களில் ஒன்றை முதலில் செய்தீர்கள்?

முகுந்தனுக்கு லவ் இண்டெரெஸ்ட் ஆக லல்லி என ஒரு சொந்தக்கார பெண்ணும் உண்டு!

டீன் ஏஜில் வரும் காதல், மற்றும் தடுமாற்றம் இந்த பாத்திரம் ஊடாக வெளிப்படும்.

முதலிலேயே சொன்ன மாதிரி இந்த அளவு கிரிக்கெட் மேட்சை விரிவாய் சொன்ன நாவல் இதுவரை கிடையாது.

மேட்சில் முகுந்தின் ஒரு ஓவரை சுஜாதாவின் வரிகளில் படியுங்கள்

"புது பாட்ஸ்மன் கார்டு வாங்கிக்கொண்டு இங்குமங்கும் பார்த்துவிட்டு முகுந்தன் போட்ட நான்காவது பந்தை லெக்சைடில் ஹூக் பண்ண எண்ணிக் கோட்டை விட, செட்ரிக் ஓரத்தில் டைவ் அடித்து பை போகாமல் பிடித்தான். முகுந்த் நம்பிக்கையில்லாமல் ஸ்டெப் எடுத்து கர்ச்சீப்பை அடையாளம் வைத்து ஓடிவந்து கொஞ்சம் பேசை அடக்கிப் போட்டுப்பார்த்தான். உடனே லெங்த் கிடைத்து முதல் பந்து அரைக்கால் இன்ச்சில் ஆப் ஸ்டம்பை தொடாமல் விட்டது. இரண்டாவது ஷார்ட் பிட்சாகி விட அதை உடனே அந்த பாட்ஸ்மேன் விளிம்புக்கு வெளியே அனுப்பிவிட்டான். அடுத்தது லெக் அண்ட் மிடிலில் பிட்சி ஆகி வில்-லாக வளைந்து மட்டை விளிம்பைச் சந்தேகத்துக்கு இடமின்றித் தொட்-டுவிட்டு முதல் ஸ்லிப்பில் ஷாவின் பத்திரமான கைகளுக்குப் போய்ச் சேர்ந்தது.

அப்பப்பா!

நம்மை அந்த கிரௌன்டுக்கே அழைத்து போய் விடுகிறார்! என்ன ஒரு டிடைலிங்!

கிரிக்கெட் பற்றி மட்டுமல்ல, மும்பையின் பரபர வாழ்க்கை, அங்-குள்ள பயணம் எல்லாமே இந்த நாவலில் மிகஅழகாய் சொல்லப்பட்டி-ருக்கும்! மிக சிறந்த நாவல்களில் ஒன்றான இந்த புத்தகத்தை அவசியம் வாசியுங்கள்...குறிப்பாய் கிரிக்கெட் மீது ஈடுபாடு கொண்டோருக்கு இந்த நாவல் மிக இனிக்கும்!

இந்த நாவல் சுஜாதாவால் எழுதப்படவே இல்லை. வேறு ஒரு எழுத்தாளர் எழுதி, சுஜாதாவின் பெயர் போடப்பட்டதுஎன்று ஒருவர் சொல்லி பரபரப்பு ஏற்றியது வேறு கதை. சந்தேகமில்லாமல் இது சுஜா-தாவால் எழுதப்பட்டது தான் என்பதை நாவல் முழுவதும் இருக்கும்

பிசிரில்லாத அந்த நளின நடை நிரூபிக்கும்.

இது மாதிரி எழுதுவதை / எழுதுபவர்களை கோஸ்ட் ரைட்டிங் / கோஸ்ட் ரைட்டர்ஸ் என்பார்கள். இந்த கான்ஸெப்ட்டை ஒட்டி தற்போது அமெரிக்காவில் ஜேம்ஸ் பேட்டர்ஸன் போன்ற புகழ்பெற்ற எழுத்தாளர்கள் முழுநேர தொழிலாகவே செய்து வருகிறார்கள். புத்தகங்களை எழுதிக் குவிக்கிறார்கள். இதில் ஜேம்ஸ் பேட்டர்ஸன் ஒரு எழுத்துத் தொழிற்சாலை என்றே சொல்லலாம். அவ்வளவு புத்தகங்கள்.

சிறுவர் இலக்கியங்களையும் அவர் விட்டுவைக்கவில்லை. அமெரிக்காவில் இயற்கையிலேயே நன்றாகக் கதை (ஃபிக்ஷன்) எழுதும் திறமை உள்ள பல இளம் எழுத்தாளர்களைத் தேர்வு செய்து, அவர்களைக் கதை எழுத வைத்து, அட்டையில் பெரிய எழுத்தில் பேட்டர்ஸன் பெயரும், சிறிய எழுத்தில் உண்மையான கதாசிரியர் பெயரும் வரும். இப்படி செய்தால் கூட பரவாயில்லை, ஒரு நான்கைந்து புத்தகங்களுக்குப் பிறகு நாம் தனியாக எழுதலாம் என்று நிறைய இளம் எழுத்தாளர்கள் அங்கு தயாராக இருப்பதால் ஜேம்ஸ் பேட்டர்ஸன் போன்ற எழுத்தாளர்களுக்கு வருடம் முழுவதும் "பெஸ்ட் செல்லர்ஸ்" என்று வகைப்படுத்தப்படும் புத்தகங்களை ரிலீஸ் செய்துகொண்டே இருக்கலாம். கவலை இல்லை.

நம் இந்தியாவில் இப்போது இந்த கான்ஸெப்ட் புகழ்பெற்ற இந்திய ஆங்கில எழுத்தாளர்களான அமிஷ் த்ரிபாதி /அஷ்வின் ஸாங்கி போன்றவர்கள் இதைச் சற்றே மாற்றி கதைக்குத் தேவையான களத்தை கொடுத்துவிட, அதற்குத்தேவையான பின்புல தகவலைச் சேகரிக்க, எழுத்தில் ஆர்வம் உள்ள இளைஞர் பட்டாளம் ஒன்றை வேலைக்குவைத்துக் கொண்டு, கதைகளை அருமையாக பட்டைதீட்டி எழுதி வெற்றி பெறுகிறார்கள்..

இதைத் தவிர ஜேம்ஸ் பேட்டர்ஸன் இன்னொரு தில்லாலங்கடி வேலையும் செய்கிறார். அமெரிக்காவின் முன்னாள் ஜனாதிபதியான பில் கிளிண்டனில் ஆரம்பித்து பல பிரபலங்களுடன் இணைந்து நாவல்கள் எழுதுகிறார். அவர்களும் தங்கள் பெயருக்கு / புகழுக்கு ஏற்றபடி கணிசமான ஒரு தொகையைப் பெற்றுக்கொண்டு இதற்கு சம்மதம் தெரிவித்து விடுகிறார்கள். இதெல்லாம் அமெரிக்காவில் மட்டுமே சாத்தியம்!!

சுஜாதா எப்போதுமே மிகைப்படுத்தலின்றி, அதீத உணர்ச்சிவசப்படாமல் எழுதக்கூடியவர் என்பது நமக்குத் தெரியும்.

சுஜாதா "நிலா நிழல்" தினமணிக் கதிரில் தொடர்கதையாக 1988-ல் எழுதுகிறார். அந்த சமயத்தில் ஏதோ காரணங்களுக்காக அதில் ஒரு அத்தியாயம் வெளியாகாமல் விடுபட்டுபோகிறது. அதை சுஜாதா உட்பட யாரும் கவனிக்கவேயில்லை. அந்தக் கதையை மனுஷ்யபுத்திரன் உயிர்மையில் இரண்டாம் பதிப்பாக வெளியிடும்போது கவனித்து சுஜாதாவிடம் சொல்ல. அதை சிலாகித்து எழுதிய சுஜாதாவின் முன்னுரையின் ஒரு பகுதி இங்கே.

"உலகத்தில் ஒரு அத்தியாயத்தை மட்டும் பதினான்கு வருஷம் கழித்து எழுதப்பட்ட நாவல் இது என்று நினைக்கிறேன். எழுதும்போது மனதின் அடித்தளத்தில் தேங்கியிருந்த கதைக்கருவின் வடிவம் மறு உயிர் பெற்றது. எழுத்து பிசினஸ்ஸில் உள்ள விந்தைகளில் ஒன்று. "

ஒரு அத்தியாயம் தொலைந்தது கதையில் பெரிய மாற்றத்தை ஏற்படுத்தவில்லை என்பதை இங்கே சொல்லவேண்டும். இந்த நிகழ்வு 14 வருட அதிசயம் என்று பாராட்ட மனமில்லை என்றாலும், 14 வருட இடைவெளிக்குப்பிறகு விட்டுப்போன அந்த அத்தியாயத்தை சுஜாதா எழுதியது ஒரு ஆச்சரியம்தான்.

5

மத்யமர் கதைகள்

நடுத்தர வர்க்கம் - மிடில் க்ளாஸ் - என்றாலே பிரச்சினை தான். ஒன்-றுமே இல்லாதவன், எதையும் எதிர்பார்க்காமல் அன்றைக்கு சாப்பாடு கிடைத்தால் போதும் என்று சாப்பிட்டுவிட்டு, தெரு ஓரமாக தன்னி-டம் இருக்கும் கிழிந்த பாயை விரித்து, துண்டுதுண்டாகப் போயிருக்கும் போர்வையைப் போர்த்திக்கொண்டு படுத்து உறங்கிவிடுவான். அவனைப் பொறுத்தவரை நாளை என்பது மற்றொரு நாளே!!

மிகுந்த செல்வந்தன், நோய் மிகுதியில் எதையும் அனுபவித்துச் சாப்-பிட முடியாது ஒரு கஞ்சியைக் குடித்து விட்டு ஏஸி அறையில் தூக்-கம் வராமல் புரண்டு கொண்டிருப்பான். இன்னொரு பக்கம், சாப்பிட ஸ்காட்ச் தந்த போதையில்தூங்கும் செல்வந்தர்களும் உண்டு.

இந்த இரண்டு எக்ஸ்ட்ரீம்களுக்கும் நடுவே இருக்கும் நடுத்தர வர்க்-கம் படும்பாடு சொல்லி மாளாது. இவர்களுக்குசுஜாதா இட்ட மறக்க முடியாத பெயர் "மத்யமர்."

இனி சுஜாதாவின் வரிகள்:

இங்கேயும் இல்லாமல், அங்கேயும் செல்ல முடியாமல் ஒரு வர்க்கமே இருக்கிறது. அவர்கள் ஏறக்குறைய நல்லவர்கள்; பெரும்பாலும் கோழை-கள். பணக்கார சௌகரியங்களுக்குத் தொட்டும் தொடாத அருகாமை-யில்இருப்பவர்கள்.

பக்தி, காதல், பரிவு, பாசம், தியாகம், நேர்மை போன்ற குணங்க-ளைத் தேவைக்கும் அவசரத்துக்கும் ஏற்பச் சற்றுமாற்றிக்கொள்பவர்கள். சமூகம் வாசல் கதவைத் தட்டுவதைக் கேட்காதவர்கள்... இந்த மௌனப் பெரும்பான்மையினருக்கு ஒரு பெயர் உண்டு: மத்யமர்.

மத்யமர் கதைகள் என்று கல்கி இதழில் சுஜாதா எழுதிய கதைக-ளின் சுருக்கத்தை முதலில் பார்க்கலாம்:

ஒரு கல்யாண ஏற்பாடு:

அமெரிக்காவில் வேலை பார்க்கும் ஐயங்கார் பையனுக்கு அவனுடைய பெற்றோர் சென்னையில் பெண் பார்த்துப் பேசி முடிப்பதுதான் கதை. 'மணமகள் தேவை' விளம்பரத்தின் மூலம் அதே சாதியில் ஒரு பெண்-ணைத் தேர்ந்தெடுத்து அந்தப் பெண்ணின் வீட்டுக்குப் பெண் பார்க்கப் போகின்றனர் பையனின் பெற்றோர். பரஸ்பர பேச்சுவார்த்தைகளில் மத்-யமர்களுக்கே உரித்தான போலித்தனம் பொங்கி வழிகிறது. வரதட்சி-ணையும் இன்னபிறவும் மிகவும் நாசூக்காகப் பேசி முடிக்கப்படுகின்றன. பெண் பார்க்கும் படலத்திற்கு புடவை கட்டிவந்த பெண் பையனின் பெற்-றோர் கிளம்பும் போது சட்டை பாண்ட் போட்டிருக்கிறாள்.

பெண் பார்க்கும் படலம் முடிந்து வீட்டிற்குத் திரும்பும் சுரேஷின் பெற்றோர்களும், பெண்ணின் பெற்றோர்களும் தனித்தனியே உரையாடிக்-கொள்ளும் உரையாடல்களுடன் கதை முடிகிறது. அப்படி என்ன உரை-யாடுகிறார்கள் என்பதே சுஜாதாவின் எழுத்து ஜாலம்.

புது மோதிரம்

நவ நாகரீகத்தின் வாசனைகளுடன் வளர்க்கப்பட்டு அடுப்படி வாசனைக்கு வாழ்க்கைப்பட்ட ஒரு மத்யமர் குடும்பப்பெண் பத்மா தன் மகளை சினிமா நடிகையாக்க முயற்சிப்பது கதை. கணவனும் மனை-வியும் மகளுடன் சினிமா இயக்குனரை அவரது நட்சத்திர ஓட்டல் அறையில் சந்திக்கிறார்கள். மகளுக்கு இணையாகத் தாயும் இளமையாக இருப்பதை பேச்சுவாக்கில் கொஞ்சம் அழுத்தமாகவே குறிப்பிடுகிறார் இயக்குனர். மகளை எப்படியாவது நடிகையாக்கிப் பார்க்க அவளுக்-குள்ள வெறியை மனதில் குறித்துக் கொள்கிறார்.

பிறகு மத்யமர்களுக்கு மட்டுமே உரித்தான ஒரு சமரசத்துடன் கதை சுஜாதா ஸ்டைலில் முடிகிறது.

புதுமைப்பித்தனின் "பொன்னகரம்" சிறுகதையில் கணவனின் நல்-வாழ்வுக்காக சோரம் போவாள் மனைவி. இங்கேமகளின் கனவு (உண்-மையில் அது தாயின் கனவு — ஆசை — இலட்சியம்) நிறை-வேறுவதற்காக சோரம் போகிறாள்தாய். இரண்டிற்கும் உள்ள நுண்ணிய முரண் தான் இந்தச் சிறுகதை.

தர்ட்டி ஃபார்ட்டி

நஞ்சுண்டராவ் ஒரு பெங்களூர்வாசி. பெங்களூர் நகர வளர்ச்சிக் குழு-மத்திலிருந்து மனை ஒதுக்கித் தருவதாக அழைப்பு வருகிறது. வரிசைப்-படி மனை கிடைக்க பல வருடம் ஆகுமென்றும வேறு ஒரு பார்ட்-டியிடமிருந்து குறைந்தவிலையில் மனை ஒன்று வாங்கித் தருவதாகவும் ஆசை காட்டுகிறான் வளர்ச்சி குழும குமாஸ்தா சிவண்ணா மனையை-யும் காட்டுகிறான்.

ஃப்ராவிடண்டு ஃபண்டு லோன் வாங்கி, மனைவியின் நகையை அடகு வைத்து, பெண் கல்யாணத்துக்கு சேமித்த தொகையையும் சேர்த்து அறுபதாயிரம் ரூபாயை சிவண்ணாவிடம் கொடுத்து பத்திரத்தை வாங்கிக் கொண்டு மனைக்குப் போனால் அங்கே வேறொருவர் வேலி கட்டிக் கொண்டு இருக்கிறார்.

மறுபடியும் அதே மத்யமர் மனப்பாங்கில் என்ன நடக்கிறது என்பதை, நாம் எதிர்பாராத சம்பவத்துடன் கூறி, கதையை முடிக்கிறார் சுஜாதா.

அறிவுரை

லஞ்சம் கதவைத் தட்டுகிறது பஞ்சம் 'கதவைத் திற' என்று கிசுகிசுக்கி-றது. நெஞ்சம் தடுமாறுகிறது. தயக்கத்துடன்கதவைத் திறக்கிறது கதை.

ஒரு பைசா லஞ்சம் வாங்காமல், ஆபீஸ் ஜீப்பை வீட்டு வேலைக்குப் பயன்படுத்தாமல், கஷ்டப்பட்டும் நேர்மையாக வாழ்ந்த தந்தையின் மகன் என்ற முறையில் தீயாய் இருக்கிறான் ராமலிங்கம். அவன் மனைவி ராமலிங்கத்தையும் லஞ்சம் வாங்கச் சொல்கிறாள்.

ராமலிங்கத்திற்கு மனப்போராட்டம், அப்பாவை சந்திக்கச் செல்கிறான்.

அவனுடைய அப்பா நேர்மையாக மட்டுமே வாழ்க்கையின் பெரும்பகுதியை நகர்த்தியதால் ஏற்பட்ட சிக்கலை மகனுக்கு எடுத்துக் கூறி புத்திசாலித்தனமாக, நம்மை அதிர்ச்சியுறச் செய்யும் வகையில், ஒரு அறிவுரை கூறுவதோடுமுடிகிறது கதை.

ஜாதி இரண்டொழிய:

பொதுத்துறை நிறுவனம் ஒன்றின் அதிகாரி நரசிம்மன் உண்மையாக தகுதி வாய்ந்தவர்களுக்கு வேலை தரமுடியாமல், தகுதி இல்லாதவர்களுக்கு வேலை தரவேண்டிய சூழ்நிலையையும் எண்ணிப் பொருமுவதுதான் கதை.

அந்த நேர்முகத் தேர்வுக்கு வந்திருந்தவர்களில் ரமேஷ் எல்லாவற்றிலும் உயர் மதிப்பெண்கள் பெற்றிருந்தும் பல நேர்முகத் தேர்வுகளைச் சந்தித்திருந்தும் வேலை கிடைக்காத, ஒரு மகன்; நான்கு சகோதரிகளுக்குத் திருமணம்செய்து தரவேண்டிய பொறுப்பில் உள்ளவன். எல்லாவிதமான தகுதிகள் இருந்தும் ஒதுக்கப்பட்ட இடங்களிலிருந்து ஒன்றை அவனுக்கு ஒதுக்கி வேலை தர அரசு விதியும், தேர்வுக்குழுவில் ஜாதி பார்க்கும் அதிகாரியும் தடையாய் இருக்கிறார்கள்.

அடுத்து வந்த ஷீலாவிடம் பெயருக்கு சில கேள்விகள் கேட்கப்படுகின்றன. நாகரிக மிதப்பும், பணிவின்மையும், தகுதியின்மையும் காரணமாக அவளுக்கு வேலை தர வேண்டாமென்று நினைக்கிறார் நரசிம்மன்.

இந்தக் கதையை மறுக்க முடியாத ஒரு உண்மையைக் கூறி முடிக்கிறார் சுஜாதா

இந்தச் சிறுகதை வெளிவந்தபோது ஏகப்பட்ட எதிர்ப்புகள். "பார்ப்பன" சுஜாதாவை பெரும்பாலானவர்கள் திட்டித்தீர்த்தார்கள். இவர்கள் இந்தக் கதையின் அடிநாதத்தை புரிந்துகொள்ளவில்லை / அல்லது புரிந்துகொண்டே கலாட்டா செய்தவர்களாகவும் இருக்கலாம். சுஜாதா சொன்னது ஒன்றே; தகுதியைப் பார்த்து வேலை கொடுக்க வேண்டும். ஜாதியைப் பார்த்து அல்ல என்பதே அது.

இதையே உல்டாவாக மாற்றி வேறு இலக்கியவாதிகள் கதை படைத்திருந்தால் அது ஏராளமாக புகழப்பட்டிருக்கும். எழுதிய சுஜாதா, கண்

டனம் தெரிவிக்கப்பட வேண்டிய பிராமண ஜாதியை சேர்ந்தவர் என்ப-
தால் அதை விமர்சித்து கண்டனம் தெரிவித்தே ஆகவேண்டும் என்பது
எழுதப்படாத விதி. அதுதான் நடந்தது.

சாட்சி:

மளிகைக் கடைக்கும், கோயிலுக்கும் போவதைத் தவிர வேறு எந்தவி-
தத்திலும் சமூகத் தொடர்பு இல்லாத சரளாஎன்ற இளம் மனைவி ஒரு
நாள் மளிகைக்கடைக்கு கடுகு வாங்கப் போகும்போது கண்ணெதிரே
இரண்டு ரௌடிகள் பெட்டிக் கடைக்காரரைக் கொல்வதைப் பார்த்து
விடுகிறாள். பீதியடைந்து வீட்டுக்கு ஓடுகிறாள். மாமியார், மாமனார்,
கணவன், மைத்துனன் அனைவரும் கூடி யோசனை செய்கிறார்கள்.
போலீஸ் வரும்போது என்ன பதில் சொல்வது என்பதே பிரச்சினை.

வீட்டோர் சொன்ன யோசனைகள் தவிடுபொடியாக சரளா தான்
பார்த்ததைப் பார்த்தபடியே விளக்குகிறாள். மத்யமர்களுக்கு உரித்தான
தைரியத்தை, இந்தச் சிறுகதையில் தெளிவாகக் காட்டுகிறார் சுஜாதா.

நீலப்புடவை, ரோஜாப்பூ:

மோகனரங்கம்-பத்மாவின் 18 வருட மணவாழ்க்கையில் சிறிது சிறிதாக
இடைவெளி விழுந்து கடைசியில் அவர்கள் அன்றாடம் பேசிக் கொள்-
வதே எண்ணி சில வார்த்தைகள்தான் என்று ஆகிவிட்டது. சண்-
டையோ, விரோதமோ இல்லை. மெதுவாக அதிகரித்துவிட்ட இடை-
வெளி. இப்படிப்பட்டவர்களின் மன இறுக்கத்தைத் தளர்த்த பேனா
நண்பர்களை அறிமும் செய்யும் ஒரு அமைப்பை மோகனரங்கத்துக்கு
சிபாரிசு செய்கிறான் அவன் நண்பன் சுதர்சன்.

பேனா நண்பராகக் கிடைத்த ஒரு பெண்ணும் மோகனரங்கமும் தங்-
கள் பிரச்சினைகளை, விருப்பு வெறுப்புகளை கடிதம் மூலம் பரிமாறிக்
கொள்கிறார்கள். பேனா நண்பர்கள் சந்திக்கக் கூடாது என்ற விதியை
மீறி சந்திக்க முடிவுசெய்கிறார்கள். இவன் நீலச்சட்டையிலும் அவள்
நீலப்புடவையிலும் கையில் ரோஜாவுடன் பூங்காவில் சந்திக்கஏற்பாடு.

இங்கு நம் சமுதாயத்தில் நடந்தாலும், யாரும் மனம் திறந்து ஒப்புக்-
கொள்ளாத, சற்றே ஆங்கில சிறுகதைகளின் மேம்போக்குச் சிந்தனையு-

டன் கூடிய களத்தின் பின்னணியாகக் கதையை முடித்திருப்பார் சுஜாதா.

மற்றொருத்தி:

தன் கணவன் சின்னவீடு வைத்திருப்பதாக தம்பி சுப்புராஜூ சொல்-
லும்போது சாரதாவுக்கு அதிர்ச்சிக்குப் பதில் வருத்தமே மேடுலிகிறது.
ஆனால் என்ன செய்வது என்ற கேள்விதான் அவளை அலைக்கழிக்-
கிறது. "தனியாக வாழமுடியுமா என்னால்?" —தன் மாமனார் மாமி-
யாரிடம் சென்று முறையிட முடிவு செய்கிறாள். மாமனார் பக்கவாதம்
வந்து படுத்த படுக்கையில். மாமியாரிடம் சுமையை இறக்கி, "எனக்கு
ஒரு வழி சொல்லுங்க" என்று கேட்கிறாள்.

மாமியாரோ "எல்லா ஆண்களும் ஆடி அடங்கிச் சாயும் போது
தான் மனைவிக்கு விசுவாசமாக இருப்பார்களென்றும் தன்னுடைய
அனுபவமும் அதுதான்" என்று புத்திமதி சொல்லி, மாமனாரின் அப்-
போதைய நிலமையைக் காட்டி மருமகளை சமாதானம் செய்து அனுப்-
புகிறாள்.

இந்தச் சிறுகதையின் முடிவை என்னால் ஏற்றுக் கொள்ள முடிய-
வில்லை. நன்றாக இருக்கும் போதெல்லாம் வேறு ஒரு பெண்ணுடன்
ஆடிவிட்டு, பிறகு பக்கவாதம் வந்து படுக்கையில் வீழ்ந்தாலும்,
அவனுக்கு அப்போதும் மனைவிதான் பணிவிடை செய்து, அவனுடைய
கழிவுகளைக் கூட அகற்றி அவனைப் பராமரிக்கவேண்டும் என்பது
அந்த பாதிக்கப்பட்ட பெண்ணுக்குத்தான் தண்டனையே தவிர
கணவனுக்கு எப்படி அதுதண்டனை ஆகும்?

பரிசு

இந்த தொகுப்பின் மிகச் சிறந்த சிறுகதை. ஏதோ பரிசு விழ, எங்கே
டூர் போகலாம் என்று திட்டம் போடும் குடும்பம், கடைசியில் பணத்தை
வாங்கிக்கொண்டு அதை வேறு செலவுகளுக்கு பயன்படுத்துவதும், டூர்
போவதை மிகவும் எதிர்பார்த்து கடைசியில் போக முடியாமல் ஏமாந்து
போவதை "பரவாயில்லை. அடுத்த முறை பார்த்துக்கொள்ளலாம்" என்று
சமாளிக்கும் ஒரு மத்யமர் மனைவி மிக அருமையான படைப்பு.

தாய்-1, திருமணத்துக்கு முன்பே கர்ப்பமாகி இருக்கும் பெண்ணுக்கு அபார்ஷன் செய்ய கல்யாணத்துக்கு சேர்த்து வைத்த பணத்தை செலவழிக்கும் தாயை காட்டுகிறது.

தாய்-2, கூட்டுக் குடும்பங்களின் சிதைவை, அம்மாவை எந்தப் பையன் வைத்துக் கொள்வது என்பது அம்மாவுக்கு இருக்கும் சொத்தை வைத்து என்று ஆகிக் கொண்டிருக்கும் சோகத்தை காட்டுகிறது.

தியாகம் இன்றைய பெண்கள் குடும்பத்தில் அதிகமாக சுமப்பவர்கள் என்பதை காட்டுகிறது. வேலைக்கும்போய்க்கொண்டு, வீட்டு வேலையையும் பார்த்துக்கொண்டு, குழந்தைகளை வளர்ப்பதில் பெரும்பங்குஎற்றுக்கொண்டு அல்லாடும் பெண்களுக்கு ஒரு சலாம் வைக்கலாம்.

=========================

"விஷயம் தெரியாதவன் முட்டாள்: தெரிந்தும் மௌனமாக இருப்பவன் கிரிமினல்" என்றார் பெர்டோல்ட் பிரெக்ட்(Bertolt Brecht) என்ற ஜெர்மன் நாடகாசிரியர்.

நாஜிகள் தோற்கடிக்கப்பட்ட பின் நடைபெற்ற நூரம்பர்க் (Nuremberg) விசாரணையில் ஹிட்லர் அரசில் ஊழியர்களாகவும் அதிகாரிகளாகவும் இருந்து லட்சக்கணக்கான யூதர்களையும், ஜனநாயகவாதிகளையும் படுகொலை செய்தவர்கள் விசாரிக்கப்பட்ட போது "நாங்கள் அரசு உத்தரவை நிறைவேற்றினோம் தவிர இந்தக் கொலைகளில் எங்களுக்கு நேரடிப் பங்கு இல்லை; நாங்கள் நாஜிகளும் இல்லை" என்று வாதிட்டார்கள்.

தங்கள் தோலைக் காப்பாற்றிக் கொள்வதற்காக அன்று அவர்கள் சாதித்த மௌனம் மன்னிக்கப்படவில்லை.

நம் நாட்டில் தினசரி நடக்கும் இது போன்ற விஷயங்களைப் பற்றி பேசுவது அரசியல் என்பதால் நான் இத்தோடுஅதை நிறுத்திக் கொள்கிறேன்.

இந்த நடுத்தர வர்க்கத்தைத்தான் 'மௌனப் பெரும்பான்மை' என்று குறிப்பிடுகிறார் சுஜாதா.

நடுத்தர வர்க்கம் நிரந்தரமாக ஏணிப்படிகளில் முண்டியடித்துக் கொண்டிருந்தாலும், தரை சமீபத்தில் இருந்தாலும்அதன் சிந்தனை, ஏணியின் உச்சிப்படியில் தான் இருக்கும். மேலே ஏறும் மோதலில் தள்ளிவிடப்படுவர்களையும் தடுமாறி விழுபவர்களையும் பற்றி அவர்கள்

என்றுமே கவலைப்பட்டதில்லை.

இந்தக் கசப்பான உண்மையின் காரணமாகத்தான் தங்களால் ஏற்றிப் போற்றிக் கூறப்பட்ட ஒழுக்க நெறிகளைசிறிதும் கூச்சமின்றி அவர்கள் உதறுகிறார்கள். சக மனிதனை மனிதனாகக் கருதாமல் பயன்படுத்திவிட்-டுத் தூரஎறியக்கூடிய பொருளாக நினைக்கிறார்கள். தங்களது இந்தச் சரிவிற்கும் / மேலே இருப்பதற்கும் நியாயம்கற்பிக்கிறார்கள்.

மத்யமரின் பலவீனங்களை எழுதப் புகுந்த சுஜாதாவின் நேர்மையைப் பாராட்டியே ஆகவேண்டும். சுஜாதாமத்யமர்களைக் கேலி செய்கிறார். கேலி செய்வதின் மூலம் அதில் உள்ள சுடுகின்ற உண்மையையும் எடுத்-துக்காட்டுகிறார். இப்படிச் செய்வத்தின் மூலம் இந்த மத்யமர்களின் சீரழிவைப் பிரதிபலிக்கிறார் .

பெரும்பாலான வாசகர்கள் சுஜாதாவைப் புகழ்ந்து தள்ளுவதும், இந்த மத்யமர் கதைகளில் சறுக்கி விழும் ஒவ்வொருபாத்திரமும் அவ்வாறு விழ நேர்ந்ததற்கான காரணங்களை தத்தம் போக்கில் விமர்சனம் செய்-வதும். மற்றப்படிவாழ்க்கை சீராக, அமைதியாகச் செல்வது குறித்து மகிழ்ந்து சொல்வதும் தான் சுஜாதா எதிர்ப்பாளர்கள் என்ற பெயரில் இருக்கும் பிராமண எதிர்ப்பாளர்களால் தாங்கிக் கொள்ள முடியாத விஷயமாக இன்னமும் இருக்கிறது.

முடிவுரையில் சுஜாதா விமர்சன கடிதங்கள் பற்றி குறிப்பிட்டு மிக நிறைய அவற்றை பாராட்டி ”விமர்சனம் எழுதியவர்கள் நிறைய யோசிக்கிறார்கள். இவ்வளவு சாத்தியக்கூறு எழுதும் போது நான் யோசிப்பதில்லை”என்கிறார்.

கதைகளில் பலரும் பிராமணர்களாக இருப்பது ஏன் என பலரும் கேட்டதாகவும், தனக்கு பரிச்சயமுள்ள மொழிஎன்பதால் அதை தேர்ந்-தெடுத்ததாகவும், ஆனால் இதே பிரச்சனைகள் எந்த சமூகத்துக்கும் வரலாம் என்கிறார். சுஜாதா சொல்லாமல் விட்ட / ஆனால் கொஞ்சம் பொது அறிவு இருந்தாலும் புரிந்து கொள்ள வேண்டிய இன்னொருவி-ஷயம், வேறு எந்த ஜாதியைப் பற்றி சுஜாதா எழுதியிருந்தாலும் அது பெரிய பிரச்சினைக்கு வழி வகுத்திருக்கும்.

சுஜாதா தனது பெரும்பாலான சிறு கதைகளில் நிறைய பொடி வைத்து எழுதியிருப்பார். ஆனால் அது பரவலாக கவனிக்கப்பட்டதே-யில்லை. குறிப்பாக பல சிறுகதைகளில் கதைமாந்தர்களின் இரட்டை

வாழ்க்கையை — அவர்கள் போடும் வேஷங்களை — சமூக நியதிக-ளுக்குக் கவலைப்படாமல் வாழ்வதை — அங்கங்கே தொட்டுச் சென்-றிருப்பார். படிக்கும் சராசரி வாசகர்களுக்குப் பெரும்பாலும் இது புரியா-மலேயே போய்விடும் என்பது மறுக்க முடியாத உண்மை.

மொத்தத்தில்:

சிறுகதைகள் சுஜாதாவுக்கு மிக பிடித்த களம் - மனிதர் பிய்த்து உதறி இருக்கிறார். அவசியம் படிக்க வேண்டிய தொகுப்பு!

மிகவும் சிறந்த கதைகள். ஒவ்வொரு கதையிலும் சோகம், ஆச்சரி-யம், சந்தோஷம், ஊக்கம் என மாறிமாறி வருகின்ற இந்தத் தொகுப்பை இன்னும் எத்தனை வருடம் கழித்து படித்தாலும் அது நம் இந்திய மத்யமர்களின் வாழ்க்கைக்கு ஒத்துப் போவதாகவே அமையும் என்பது உண்மை. தொகுப்பில் உள்ள பல கதைகளை படிக்கையில் சுவாரசிய-மாகவும், முடிவுகளுக்கான காரணங்களை நம்மை யோசிக்க வைப்பதி-லும் சுஜாதா வெற்றிபெற்று விடுகிறார்.

இது 1990-ல் கல்கியில் தொடராக எழுதப்பட்டாலும், கிட்டத்தட்ட 32 வருடங்களுக்கப்புறமும் நடுத்தரவர்க்கத்துக்கு பொருத்தமாகவே உள்-ளது. இரண்டாங்கெட்டானாக தவிக்கும் இந்த 'மத்திய' வர்க்கத்தைபின்-புலமாக சோகம், துரோகம், தைரியம் என பலதரப்பட்ட 'ரச'ங்களை கொண்டு எழுதப்பட்டது இந்தக் கதைகளை மேலும் சுவாரசியப்படுத்து-கிறது.

6

ஏன்? எதற்கு? எப்படி?

விகடன் ஆசிரியர் (காலஞ்சென்ற) திரு எஸ் எஸ் பாலன்:

ஒரு நாள் சுஜாதாவுடன் பேசிக்கொண்டிருந்தபோது, ஜூனி.வி_யில் அவர் எழுத்து இன்னமும் இடம் பெறாதது பற்றிப்பேச்சு திரும்பியது. "ஜூனி.வி_யில் தொடர்கதைகள் வெளியிடுவதில்லை என்பதால், வேறு மாதிரி சிந்தித்துச் செயல்படலாம். எனக்கும் புது அனுபவமாக இருக்கும்" என்றார் சுஜாதா.

பிறகு பல ஐடியாக்கள் பற்றிப் பேசியதில் விஞ்ஞானம் பற்றி ஒரு தொடர் ஆரம்பிக்கலாம் என்று முடிவானது. அதுவே கேள்வி / பதிலாக உருவெடுத்தது! வாசகர்களின் விஞ்ஞானக் கேள்விகளுக்கு இரண்டு ஆண்டுகள் தொடர்ந்து பதில் அளித்தார் சுஜாதா. ஜூனி.வி_க்கு பிரத்தி-யேக அணிகலனாக விளங்கியது இந்தப் பகுதி.

"ஒவ்வொரு வாரமும் இந்தப் பகுதிக்காக குறித்த நேரத்தை ஒதுக்கி எத்தனையோ புத்தகங்களைப் படிக்க நேர்ந்தது!லைப்ரரிக்குப் பல முறை செல்ல வேண்டி வந்தது. சம்பந்தப்பட்ட அறிஞர்களைச் சந்திக்க வேண்-டியிருந்தது" என்று சுஜாதாவின் தனி 'டச்', நுட்பமான விஷயங்களை எளிதில் புரியவைத்த எழுத்துத் திறமை ஆகியவையும் சேர்ந்துகொண்-

டதால் ஜி.வி.யின் பல லட்சக்கணக்கான வாசகர்களும் ஆர்வத்தோடு இந்தப் பகுதியைப் படித்து ரசித்தார்கள்.

இந்தக் கேள்வி _ பதில் பகுதியைத் தொகுத்து ஆங்கில புத்தகங்-களுக்கு இணையாக மிகச் சிறப்பான முறையில் புத்தகமாகக் கொண்டு வர வேண்டும் என்ற என் எண்ணத்துக்கு வண்ணம் கொடுத்து விசே-ஷமான விளக்கப்படங்களைத் தேடித் தேடி எடுத்து இந்தப் புத்தகத்துக்கு உருவம் கொடுத்த அசகாய சாதனையைச் செய்தவர் என் மதிப்புக்குரிய மதன். அவருக்கும் புத்தகத்துக்குக் கம்பீரமான அமைப்பை ஏற்படுத்தித் தந்த மணியம் செல்வனுக்கும் என் தனிப் பாராட்டுகள்!

தமிழ் வாசகர்கள் மத்தியில் பெரும் வரவேற்பு பெற்ற இந்தப் புத்த-கத்தின் ஐந்தாவது பதிப்பில், 'ஜூனியர் போஸ்ட்'பத்திரிகையில் சுஜாதா எழுதிய 'அதிசய உலகம்' கேள்வி / பதில்களையும் தேர்ந்தெடுத்து இணைத்து புதிய பொலிவுடன் சமர்ப்பிப்பதில் பெருமைப்படுகிறேன்.

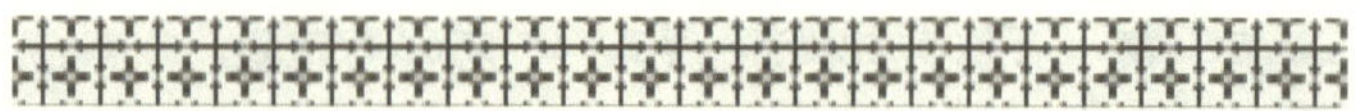

இந்தக் கேள்வி - பதில்கள் பகுதி வந்த சமயத்தில் இப்போது இருப்-பது போல கூகிள் இல்லை. எனவே ஒவ்வொரு கேள்விக்கும் சிறப்பான / சரியான பதிலை, அதற்குத் தேவையான தகவலுடன் தர சுஜாதா நிறையவே மெனக்கெட்டிருப்பது புத்தகத்தைப் படிக்கும் அனைவருக்-கும் புரியும். மிகவும் சுவாரசியமாக / ஆர்வத்துடன் கேட்கப்பட்ட பல்-வேறு கேள்விகளுக்கு சுவையான தகவல்களுடன் சுஜாதா அட்டகாச-மாக பதில் தந்திருந்தார்.

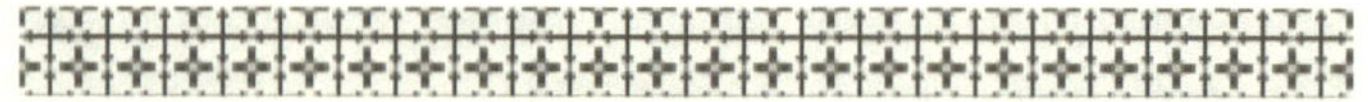

சுஜாதா - முன்னுரை

ஏன்? எதற்கு? எப்படி? முதலில் ஜூனியர் விகடனில் வாரா வாரம் வந்தபோதும் பின்னர் விகடன் வெளியீடாக நான்கு பதிப்புகளும் திருமகள் நிலையத்தின் விசா வெளியீடாக ஒரு பதிப்பும் வந்து விற்பனையில் நிறைவளித்த போதும் எனக்கு ஒரு எண்ணம் மட்டும்தான். தமிழ் வாசகர்களுக்கு அறிவியலை சுவாரஸ்யமாக நல்ல படங்களுடன் கொஞ்சம் நகைச்சுவை கலந்து கொடுத்தால் நிச்சயம் வாங்கிப் படிப்பார்கள் என்பதே.

அறிவியலை எழுதும்போது சில எச்சரிக்கைகள் தேவைப்படுகின்றன. அறிவியலின் வியப்பை வாசகருடன் பங்கிட்டுக்கொள்வதே அதன் குறிக்கோளாக இருக்க வேண்டும். ஓரளவுக்கு மேல் எளிமைப்படுத்தக் கூடாது மர்மமும் கலந்த இந்த அபார இயலின் ஆச்சரியங்களைச் சொல்வதில் நாங்கள் வெற்றி பெற்றிருப்பதற்கு புத்தகம் ஐந்தாம் புதிய பதிப்பாக விகடன் நிறுவனத்தினரிடமிருந்தே வருவது சாட்சி. புதிய பதிப்பில் 'ஏன் எதற்கு எப்படி' கேள்விகளுடன் 'ஜூனியர் போஸ்ட்' பத்திரிகையில் வெளிவந்த 'அதிசய உலகம்' கேள்வி - பதில்களையும் தேர்ந்தெடுத்துச் சேர்த்திருக்கிறோம். வாசகர்கள் இதையும் முன்போல் வரவேற்பார்கள் என்று நம்புகிறேன். இந்தப் புத்தகத்தின் வெற்றிக்கு விகடன் ஆசிரியர் எஸ்.பாலசுப்ரமணியன் அவர்களும் பொருத்தமான படங்கள் கார்ட்டூன்களும் சேர்த்தளித்த மதன் அவர்களும் காரணம். விகடன் நிர்வாகத்தைச் சேர்ந்த பலர் இதற்கு உதவியிருக்கிறார்கள். குறிப்பாக, இளம் இணை மேலாண் இயக்குநர் ஸ்ரீனிவாசன் இந்தப் புதிய பதிப்பைக் கொண்டுவருவதில் அக்கறை காட்டி இருக்கிறார்

அன்புடன்

சுஜாதா

சென்னை –

மார்ச் 1999

❧

இந்தப் புத்தகத்தின் முதல் பாகத்தின் முதல் கேள்வி ஒரு மிகச் சாதாரணமான கேள்வி. விசேஷம் என்னவென்றால் அதற்கு சுஜாதா பதிலளித்த விதம்......

எல்லாக் கேள்விகளுக்குமே உங்களால் பதில் சொல்ல முடியுமா?

சுஜாதா பதில்:- யாராலும் முடியாது. உங்கள் கேள்விகளால் தூண்டப்பட்டு உங்களுடன் சேர்ந்து அறிவியல் உலகில் நுழைந்து பார்த்து நானும் வியக்கத்தான் முடியும். விஞ்ஞானம் என்பது முழுமையான ஞானம் அல்ல ஒருவிதமான சிந்திக்கும் முறை. அதன் சாகசம் எல்லாவற்றையும் பற்றிச் சிந்தித்துப் பார்ப்பதே. மேகங்களைப் பற்றி, மழைபொழிவதைப் பற்றி, தொல்காப்பியத்தின் காலத்தைப் பற்றி, குழந்தை பிறப்பதைப் பற்றி, நேற்று சாப்பிட்ட சோறு இன்று எப்படித் தண்ணீர் குழாய் அடிக்கத் தெம்பாக மாறுகிறது என்பது பற்றியெல்லாம் சிந்திக்க வைத்து, பரிசோதனைகள் மூலம் பதில் கண்டுபிடிப்பதுதான் அதன் குறிக்கோள். விஞ்ஞானம் பல 'ஏன்'களுக்குப் பதில்சொன்னாலும் சில 'ஏன்' களுக்கு அதனிடம் பதில் இல்லை . உதாரணம் - சூரியன் ஏன் வட்ட வடிவில் இருக்கிறது; ஏன் முக்கோண வடிவத்தில் இருக்கக் கூடாது?

'எப்படி' என்று கண்டுபிடிப்பதில்தான் விஞ்ஞானத்துக்கு ஆதாரமான பூரிப்பு ஏற்படுகிறது.

ஆகவே, நம்மால் எல்லாவற்றையும் தெரிந்து கொள்ளவே முடியாது. பால்வீதி (Milkv Wav) என்று அழைக்கப்படும் நம்முடைய கேலக்ஸியில் மட்டுமே கோடிக்கணக்கில் நட்சத்திரங்களும் கிரகங்களும் இருக்கின்றன இப்படிக்கோடிக்கணக்கான கேலக்ஸிகள் இருக்கின்றன. அவையெல்லாவற்றையும் அறிவது மனிதனின் நேற்றைய - இன்றைய - நாளைய சரித்திர காலத்தில்கூடச் சாத்தியமில்லை. பிரபஞ்சத்தின் வடிவத்துக்கு ஏன் போக வேண்டும்? ஒரு கல் உப்பு - ஸோடியம் குளோரைடு - அதில் எத்தனை அணுக்கள் இருக்கின்றன தெரியுமா? நூறு கோடி! பொழுது போகவில்லையெனில் ஒன்று என்று எண்ணிக்கையிட்டு அருகே பதினாறு சைபர் போட்டுக் கொள்ளுங்கள். நம் மூளைக்குள் இருக்கும் நியூரான்களின் எண்ணிக்கை அத்தனையும் கணக்கிட்டால்கூட ஒரே ஒரு கல் உப்பை முழுமையாக அறிவதற்குப் போதாது.

ஐஸ்க் நியூட்டன் (17ம் நூற்றாண்டு) கால்குலஸின் அடிப்படையைக் கண்டுபிடித்தவர், (மனித சரித்திரத்திலேயே மிகப்பெரிய விஞ்ஞானி என்று கருதப்படுபவர்) தன் அந்திமக் காலத்தில் சொன்னார்:

"நான் கடற்கரையில் விளையாடும் ஒரு சிறுவன். இங்கே ஒரு கூழாங்கல், அங்கே ஒரு அழகான சங்கு என்று கண்டுபிடித்துப் பெருமிதப்பட்டுக் கொண்டிருக்கையில் எதிரே உண்மை என்ற மாபெரும் சமுத்-

திரம் இன்னும் கண்டறியப்படாமல் பரவிக் கிடக்கிறது."

சின்ன அணுத் துகள் தொடங்கி பெரிய அண்ட வெளி வரை ...நமக்கு புரியாத நாம் அறிந்து கொள்ள துடிக்கிற விஷயங்களை யாரிடம் கேட்டு தெரிந்து கொள்வது..?

எந்த சந்தேகம் என்றாலும் இணையதளத்தை தட்டிப் பார்க்கும் பழக்கம் வளராத கால கட்டத்தில் கேட்கிறேன்....

அந்த நேரத்தில் பல பேருக்கு அருமருந்தாக அமைந்த புத்தகம் தான் சுஜாதாவின்"ஏன்? எதற்கு? எப்படி?"

ஜூனியர் விகடனில் தொடராக வந்து பின் புத்தகமாக வெளிவந்த போது அறிவியல் காதலர்களாக இருக்கும் பல பேர் இதயங்களை இந்த புத்தகம் கொள்ளை கொண்டது..

சின்ன வயதில் நான் மிக மிக ரசித்து படித்த புத்தகங்களில் இவரது ஏன் எதற்கு எப்படியும் ஒன்று...

இதில் இரண்டு பார்ட் உண்டு. இரண்டையுமே வாங்கி பைண்ட் செய்து வைத்து கொண்டேன். இன்றளவும் என்னிடம் பத்திரமாக உள்ளது.

என் புத்தக அலமாரியில் இருக்கும் புத்தகங்களில்" ஏன் எதற்கு எப்படி" புத்தகத்திற்கு தனி நட்சத்திர அந்தஸ்து உள்ளது. அந்த புத்தகத்தில் அப்படி என்ன இருக்கிறது..? அதில் எல்லாமே இருக்கிறது.

அணுவிலிருந்து அண்டம் வரை..கடவுள் முதல் கம்ப்யூட்டர் வரை உலகத்தின் பல மூலைகளிலிருந்து அறிவு தேடலும்அறிந்து கொள்ளும் ஆர்வமும் கொண்ட பல வாசகர்களால் கேட்கப்பட்ட கேள்விக்கு பதில் அளிக்கப்பட்டிருக்கிறது வண்ணப் படங்கள் கொண்ட பெரிய சைஸ் புத்தகம் அது.

ஏன் எதற்கு எப்படி வெற்றிக்கு அப்போது ஆனந்த விகடனில் பணிபுரிந்த பிரபல கார்ட்டூனிஸ்ட் மதனும் ஒரு முக்கியக்காரணம் என்பதை சுஜாதாவே ஒரு கட்டுரையில் அழுத்தமாகக் கூறியுள்ளார். அப்போது, கூகிள் போன்ற வசதிகள் இல்லாததால், சிக்கலான கேள்விகளுக்கு

மதனும், சுஜாதாவுடன் பல்வேறு புத்தகங்களில் தேடி பதில் கிடைக்க உதவி புரிந்துள்ளார் என்பது தெரிகிறது.

இதைக் குறிப்பிடும்போது, 2008-ல் சுஜாதா மறைந்தவுடன் மதன் ஆனந்த விகடனில் எழுதிய ஒரு கட்டுரை வாசகர்கள் படித்து மகிழ கீழே உள்ளது.

சுஜாதா - கார்ட்டூனிஸ்ட் மதன்

(நன்றி - ஆனந்த விகடன் 08-03-2008)

சுமார் 25 வருடங்களுக்கு முன் சுஜாதாவை முதன்முதலாக நேரில் பார்த்தேன்.

அப்போது ஆசிரியர் பாலசுப்ரமணியன், "சுஜாதா வந்திருக்கிறார். உங்களைப் பார்க்கணுமாம்" என்றார் போனில். மனசுக்குள் ஜிலீர் என்-றது. உடனே ஆசிரியரின் அறைக்குள் சென்றேன்.

நான் நுழையும்போதே திரும்பிப் பார்த்து, 'வாங்க மதன்!' என்றார் சுஜாதா. முகத்தில் நிறையச் சிரிப்பு. ஆசிரியரும் அவரும் கார்ட்டூன்கள் பற்றித்தான் பேசிக்கொண்டு இருந்தார்கள்.

சுஜாதா வரும்போதெல்லாம் ஆசிரியரின் முகம் மலர்ச்சியாக, மகிழ்ச்சியாக இருக்கும். வசீகரமான சுஜாதாவின் முகம், அகில உலக ரீதியில் கார்ட்டூன்களைப் பற்றி விவாதித்தபோது மேலும் வசீகரமாக மாறியது. நகைச்சுவை அவருக்குஅவ்வளவு பிடிக்கும்.

ஜூனியர் விகடன் ஆரம்பித்தபோது, 'ஜூ.வி-யில் கற்பனை விஷ-யங்களே வேண்டாம். எல்லாமே உண்மையாக இருக்கவேண்டும். சிறுக-தைகள், தொடர்கதைகள் கூடத் தேவையில்லை' என்று முடிவு செய்-தோம்.

புதிய முயற்சி எதுவானாலும், சுஜாதா உடனே விகடன் ஆபீசுக்கு வந்து தம் கருத்துக்களைப் பகிர்ந்துகொள்வார். சுஜாதாவின் 'ஏன், எதற்கு, எப்படி?' பொது அறிவுக் கேள்வி-பதில் பகுதி ஜூ.வி-யில் துவங்கியது. வாசகர்களின் பெரும் வரவேற்பைப் பெற்ற பகுதி அது!

கதை, தொடர்கதை, கவிதைகள், நாடகம், ஆசிரியர் பொறுப்பு, ஆன்மிகம், விஞ்ஞானம், சினிமா... எல்லாவற்றிலும்சுஜாதா தன்னை ஈடுபடுத்திக்கொண்டதற்குக் காரணம் நிறையச் சம்பாதிக்க வேண்டும் என்பதல்ல. அவருக்கு இருந்த மகத்தான திறமைக்கு அப்படி ஒன்றும் பிரமாதமாக அவர் சம்பாதிக்கவும் இல்லை!

"எழுத்தாளன் இரண்டு ஆளாக இருக்கவேண்டும் (Dichotomy). முதலில் எழுத்தாளனாக; பிறகு, தான் எழுதியதைத்தானே படித்துப் பார்க்கும் போது வாசகனாக! உன் எழுத்து உனக்கே போரடித்தால் வாசகன் எப்படி அதை ரசிப்பான்?! அந்த awareness ரொம்ப முக்கியம்!" என்றார் சுஜாதா, ஒருமுறை என்னிடம்.

அவரைப் பொறுத்தமட்டில் அதையெல்லாம் கடந்து சென்று, ஒரே சுஜாதாவாகத்தான் இருந்தார்! எழுதும்போதே, அதை வாசகர்கள் ரசிப்பார்களா என்பது துல்லியமாக அவருக்குத் தெரியும்.

என்னைப் பார்த்தவுடன், "மதன்... சயின்ஸ், ஹிஸ்டரியெல்லாம் விட்டுடாதே! அப்பப்ப டச் பண்ணிக்கிட்டே இரு. அப்புறம், யு மஸ்ட் ரைட் அபௌட்..." என்று பரபரப்பாகப் பேச ஆரம்பிக்கும் சுஜாதா... இப்போது இல்லை என்று நம்ப முடியவில்லை.

7

உன்னைக் கண்ட நேரமெல்லாம்:

குமுதத்தில் வந்த "ப்ரியா" தொடர்ச்சியாக (அதை இரண்டாவது பாகம் என்று சொல்வதில் சற்று தயக்கம் உள்ளது) - மேகலா (மாத இதழ்) வெளியீடாக "உன்னைக் கண்ட நேரமெல்லாம்" என்று ஒரு குறுநாவல் எழுதியிருந்தார் சுஜாதா.

குறுநாவலில் கணேஷ் — வஸந்த் வருகையின் ஆரம்பம் இப்படி இருக்கும்:

வஸந்த் அதிகக் கோபத்தில் மேலும் கீழும் நடந்து கொண்டிருந்தான்.

ஏராளமான காகிதங்களின் மத்தியில் 77 கோலா உறிஞ்சிக்கொண்டிருந்த கணேஷ் அவனை நிமிர்ந்து பார்த்து. "எதுக்காக இப்படி வெட்டியா நடக்கிறே? என்ன ஆச்சு வஸந்த்?"

"அந்த ஆள் மேல கேஸ் போடணும் பாஸ்""

"எந்த ஆள்? எந்த கேஸ்?

""எழுத்தாளர் சுஜாதா! இந்த மாதிரி நம்ம ரெண்டு பேரையும் கேலிக்கிடமா படம் எடுக்க அனுமதிச்சதுக்கு.""

"என்ன படம்?"

"ப்ரியா.""

"எழுத்தாளர் என்ன செய்வார்? அவர் புஸ்தகத்தில சரியாத்தானே எழுதியிருந்தார்.''''

"படம் எடுத்தவர்கள் பேரில போடலாம்னு பாக்கிறேன்.''''

"அவங்க என்ன செய்வாங்க? புஸ்தகத்தில இருந்த மாதிரி படம் எடுத்தா படம் போண்டி ஆயிடும். பாதில ஹீரோயின் காணாமப் போயி-டறா. எவ்வளவு நாழிதான் ஒரு லாயரையும் போலீஸ்காரங்களையும் காண்பிக்க முடியும்? இதபார் வசந்த்! சினிமாங்கறதே வியாபாரம். அதன் விதிகள், இயக்கங்கள் எல்லாம் வேற. அந்த கணேஷ்-வசந்த் இரண்டுபேரும் நாம் இல்லை. வேற ஆசாமிகள். அவங்களுக்கு பத்து நிமிஷத்தில குங்ஃகூ போடத் தெரியணும். பாடத்தெரியணும். ஓடத் தெரியணும். இதுக்கெல்லாம் கோவிச்சுண்டா என்ன ஆறது ? விட்டுத் தள்ளு. படம் ஓடறது பாரு. கிளி, டால்ஃபின்னு என்னவோ கலந்து கட்டி இருக்காங்களாமே?'' கணேஷ் வாய் விட்டுச் சிரித்தான்.

"என்ன இருந்தாலும் எனக்கு சமாதானமாகல பாஸ். நீங்க அந்தப் படத்தைப் பார்த்தீங்கன்னா...."

''''முதல்ல ஒண்ணு தெரிஞ்சுக்க. ஒரு லாயர் கேஸ் போடவே கூடாது. கேஸ் போட வைக்கணும்.''

===============================

கதையில் நடிகை ப்ரியாவிடமிருந்து கணேஷுக்கு ஒரு போன் வரும். அவளுடைய தீவிர ரசிகன் ஒருவன், ப்ரியாநடித்த படம் நடந்து கொண்-டிருக்கும் ஒரு தியேட்டரில் ஒருவனைக் கொன்று விட்டான். அது என்ன என்று விசாரிக்கவேண்டும் என்று.

பிறகு கணேஷ் - வசந்த் என்ன செய்கிறார்கள் என்பதே கதை.

எப்போதும் போல சுறுசுறுப்பான நடை, விறுவிறுப்பான கதை, வசந்தின் குறும்பு கொப்பளிக்கும் வசனங்கள் என்று கதையைத் தடா-லடியாக கொண்டு செல்வார் சுஜாதா. முடிவு பிரமாதம் என்று சொல்ல முடியாவிட்டாலும் திருப்திகரமாக இருக்கும்.

சுஜாதாவின் குறுநாவல்கள் என்று "உயிர்மை வெளியிட்ட புத்தகம் ஒன்றில் இந்தக் கதையை பார்த்த நினைவுள்ளது.

8

காந்தளூர் வசந்தகுமாரன் கதை

சுஜாதா அவர்கள் எழுதிய இரண்டாவது மற்றும் கடைசி சரித்திர நாவல்.

முதல் பதிப்பின் முன்னுரை — சுஜாதா (22-12-95)

தமிழில் சரித்திர நாவல்களுக்கு உண்டான சம்பிரதாயத்தை வகுத்தவர்-கள் கல்கியும், சாண்டில்யனும். தற்போது எழுதப்படும் சரித்திர நாவல்கள் அனைத்தும் இவ்விருவர் பாணியில்தான் எழுதப்படுகின்றன. லேசான சரித்திர ஆதாரங்கள்; நிறைய சரடு; நீண்ட வாக்கியங்கள் — இவை-களின் உள்ளே ஒரு நவீனக் கதைதான் மறைந்திருக்கும்.

குஞ்சரமல்லர்கள், கத்திச் சண்டைகள், சல்லாத் துணித் திரைக-ளுக்குப் பின் கரிய கண்கள் கொண்ட பெண்கள் — இவைகள் எல்-லாம் சரித்திர நாவலுக்கு உண்டான 'பார்முலா'க்களாக இன்றும் இருக்-கின்றன. இவைகளிலிருந்து விலகிச் செல்லும் ஆசையுடன் 'கருப்பு, வெளுப்பு, சிவப்பு' என்னும் நாவலை குமுதத்தில் துவங்கினேன். சாதிக்-கலவரம் எழுந்து அதை நிறுத்த வேண்டியிருந்தது.

ஒரு விதத்தில் சமரசம் பண்ணிக்கொண்டு, அதை 'ரத்தம் ஒரே நிறம்' என்று சில தினங்கள் விட்டு துவங்கி முடிக்கமுடிந்தது.

'காந்தளூர் வசந்தகுமாரன் கதை' நான் எழுதும் இரண்டாவது சரித்திர நாவல். வழக்கம்போல் ராஜராஜ சோழனின் காலக்கட்டத்தில் கதையை எடுத்துக் கொண்டாலும், கதை மாந்தர்களை 'கட் அவுட்' பாத்திரங்களாக அமைக்காமல் சற்றே நம்பக்கூடிய பாத்திரங்களாகப் படைக்க முயற்சி செய்துள்ளேன்; இதில் தெரியும் சரித்திர சம்பவங்கள் அனைத்தும் ஆதாரமுள்ளவை.

நீலகண்ட சாஸ்திரி, பர்ட்டன் ஸ்டைன், சதாசிவப்பண்டாரத்தார் போன்றவர்கள் விஸ்தாரமாக எழுதியிருக்கும் சரித்திரக் குறிப்புகளை ஆதரித்தவை. எந்தக் காலக் கட்டத்திலும் முதிர்ந்த அனுபவமுள்ள ஒருவரும், விளையாட்டுப்போக்கான ஒரு இளைஞனும் இருப்பார்கள். எந்தக் காலத்திலும் பொறாமை, சதி, அரசியல் ஆதாயங்களுக்காகத் திருமணங்கள் எல்லாம் இருக்கும்.

இந்த நாவலில் கணேசபட்டர் என்னும் பிரம்மதேயக்காரரும், வசந்தகுமாரன் என்னும் இளைஞனும், அந்தப் பெயரில் இல்லாவிட்டாலும் வேறு பெயரில் வாழ்ந்திருக்கலாம். அது போலத்தான் அபிமதி. அரசவையில் எத்தனையோ ராணிகளில் ஒருத்தியின் மகளாக இருந்திருக்கலாம். 'காந்தளூர்ச்சாலை' என்னும் இடத்தில சோழர்களுக்கும் சேர——பாண்டிய மன்னர்களுக்கும் நடந்த நில —— கடல் போரின் ஆதாரக் காரணம் தூதனை அவமதித்தது என்பதில் கருத்து வேறுபாடில்லை. அதனால் வசந்தகுமாரன் சோழ நாட்டுத் தூதுவனாகச் சென்றிருக்க முடியும்.

இந்தக் கதையின் தொடர்ச்சியாக, காந்தளூர்ச் சாலையில் நடந்த போரின் விவரங்களைக் கொஞ்சம் படித்து ஆராய்ந்துவிட்டு எழுத உத்தேசித்திருக்கிறேன்.

இக்கதைக்குப் பல புத்தகங்கள் எனக்குப் பயன்பட்டன. புரவலர் பொன். முகிலன் அவர்கள் எனக்குச் சில சோழர்காலத்துச் சொற்களைக் குறிப்பிட்டு தொடர்ந்து கடிதம் எழுதிக் கொண்டிருந்தார். அவருக்கு நன்றி. அந்தக் காலத்து நிகண்டுகளும் பயன்பட்டன.

பக்கம் பக்கமாக வர்ணித்து எழுதப்பட்ட ஒரு காட்சி, நாடகத்தன-மான வசனங்கள் என்றே சரித்திர நாவல்களைப் படித்தவர்களுக்கு சுஜா-தாவின் கூர்மையான வசனங்களும், எளிய கதையோட்டமும் வித்தியா-சமான விருந்தாக இருக்கும்.

கதையின் நாயகன் ஒழுக்க சீலனாக இல்லாமல், சூப்பர் ஹீரோ போல் காட்டாமல் மிகச் சாதாரணமாகக் காட்டியிருந்தார். சரித்திரப்படி, மிகத் துல்லிய தகவல்களை தர மிகவும் மெனக்கெட்டு இருக்கிறார். அங்கங்கே சுஜாதா டச். முதல் பாகத்திலேயே மசாலா மேட்டரை ஆரம்-பித்திருந்தார் சுஜாதா.

இந்த நாவலைப் படிக்கும் போது மனதில் ஒரு பெரிய பிரம்மாண்-டமான திரைப்படம் ஓடியது. இந்த நாவலின் இன்னொரு பாகம் ஏன் வெளிவரவில்லை என்ற ஏக்கம்தான், ஏனோ ஜீரணிக்க முடியாததாக இருக்கிறது.

சுஜாதா பதில்கள் — பாகம் 1 (உயிர்மை பதிப்பகம்)

செ. செல்லமுத்து, நத்தக்காடையூர்.

காந்தளூர் வசந்தகுமாரன் கதையின் இரண்டாம் பாகம் என்னவா-யிற்று?

சுஜாதா பதில்:

எனக்கு வேளையும், 'மூடு' ம் வரக் காத்திருக்கிறது.

சிவக்குமார், அரக்கோணம்.

முன்பு போல் சரித்திர நாவல்கள் இப்போது எழுதப்படுவதில்லையே ஏன்? எழுத்தாளர்கள் இல்லையா அல்லது ரசிகர்கள் குறைந்து விட்-டார்களா?

சுஜாதா பதில்:

சரித்திரச் சம்பவங்கள் குறைந்து விட்டன. இனி, சரித்திர நாவல்கள் அடுத்த நூற்றாண்டில்தான் சாத்தியம்.

9

என்றாவது ஒரு நாள்

எண்பதுகளின் ஆரம்பத்தில் சுஜாதா எழுதிய ஒரு மிக சுவாரசியமான சின்ன நாவல்.

நாராயணன் என்று ஊர் உலகுக்குத் தன்னை சொல்லிக் கொள்ளும் புண்ணியக்கோடி ஒரு லோக்கல் கிரிமினல். சின்னத் திருட்டு, பெரிய கொள்ளை, கிட்டத்தட்ட கொலை என்று செய்தவன். இந்தக் கதையின் நாயகன். ஜெயிலுக்குப் போய் அங்கிருந்து தப்பி வந்தவன். விதி-வசத்தால் துரத்தப்பட்ட, துணையற்ற திலகம் அவனுக்கு அறிமுகம் ஆகிறாள். இவளுக்குத் துணையாய் அவனும், அவனுக்கு ஆதரவாய் அவளும் என நாட்கள் நகர்கின்றன.

எல்லா ஜில்லாக்களிலும், மாநிலங்களிலும் தேடப்படுபவன். சிறை தப்பியவனைத் தேடும் உள்ளூர் இன்ஸ்பெக்டராக தர்மலிங்கம் வருகிறார். நாராயணன் தப்பியோடும் தடங்களைத் தொடர்ந்து அவனை நெருங்கி நெருங்கிவருகிறார். கட்டிட வேலை, தச்சு வேலை, எனத் தப்பியோட-லில் பிழைப்பை மாற்றிப் பிழைத்துக்கொண்டிருக்கிறான் நாராயணன்.

திலகத்தின் வருகை அவனது ஓட்டம் கொண்ட வாழ்க்கையை சுவா-ரசியமாக்குகிறது. அவன் வீட்டில், தினப்படிசெயல்களில் நேர்த்திகளைக் கொண்டு வருகிறாள் அவள். தன் வாழ்க்கையின் தப்பியோடும் ஓட்-டத்தை ஒருபுறம்நிறுத்திவிட்டு அவளுக்காக உலகின் ஏதோ மூலை ஒன்றில் வாழ்ந்துவிட விழைகிறது அவன் மனம்.

திலகத்தின் வாழ்க்கைப் புதிரின் முடிச்சுகளை அவன் அவிழ்க்கை-யில் அது ஒரு சுவாரசிய முடிவை நோக்கிஅவனைக் கொண்டு செல்கி-றது. கதை நிறைகிறது. கதை நிறைகையில் ஒரு நல்ல த்ரில்லர் சினிமா பார்த்தஅனுபவத்தைத் தருகிறார் சுஜாதா.

கதையின் அந்த அழகான முடிவு இன்றைக்கு நிறைய சினிமாக்க-ளுக்கு குறும்படங்களுக்கு இன்ஸ்பிரேஷனாகக் கூடும்.

குற்றவாளிகள் எப்படி உருவாகிறார்கள், குற்றங்கள் நடப்பதன் பின்-னணி என்ன, குற்றங்களை எப்படித் தடுக்கவேண்டும் என்ற வியாக்கி-யான ஜல்லியடிகள் கதையில் இருந்தாலும், அவற்றையெல்லாம் ஓங்கி-யொலிக்கும் குரலாய்த் தனியே தராமல் கதையின் போக்கில் சாமர்த்தி-யமாய்ச் சொல்கிறார் ஆசிரியர்.

தொடக்கம் முதல் இறுதிவரை நாராயணனோடே பயணிக்கிறது கதை. முதலாளி தன் மீது கொள்ளும் நம்பிக்கையில் அவன் பெறும் சந்தோஷம், திலகம் அவன் மேல் காட்டும் பிரத்யேகக் கரிசனத்தின் பேரானந்தம், அவனது தப்பியோடல்கள், வேலை செய்யும் இடத்தில் தன் அடையாளம் மறைக்கும் சாமர்த்தியம், திலகத்தைக் கத்தி வீசிக்காப்-பாற்றுவது என்று கதை பயணிக்க ஒரு கட்டத்தில் அந்தக் கதையின் பயணத்தில் நாமே நாராயணன் ஆகிவிடுகிறோம்.

தர்மலிங்கம் நாராயணனை நெருங்க நெருங்க நாம் கொள்ளும் பதைபதைப்பும், எழுத்தில் வாழும் அந்தத் திலகத்தின் வசீகரத் தோற்றம் நமக்குத் தரும் கிளர்ச்சியும், நாராயணனுக்குத் திலகம் கிடைத்துவிட வேண்டும் என்ற நம் அவாவும் ஆசிரியரின் எழுத்து சாமர்த்தியம்.

கதையின் ஆரம்பத்தில் தர்மராஜனாக அறிமுகமாகும் இன்ஸ்பெக்டர் ஆசிரியரின் / (நான் வாசித்த 2008 பதிப்பின்) ப்ரூஃப் ரீடர்களின் கவனமின்மையால் கதையின் போக்கில் தர்மலிங்கமாக மாறிவிடுவது நல்ல வேடிக்கை.

திலகத்தை விரட்டும் உள்ளூர் ரௌடிகள் பகுதியின் லேசான சினி-மாத் தன்மையும், அவளது ஃப்ளாஷ்பேக் பகுதியின் அதீத சினிமாத் தன்மையும் தவிர்த்துப் பார்த்தால்,

"என்றாவது ஒருநாள்" மிக, மிக சுவாரசியமான ஒரு நாவல்.

10

அனிதா - இளம் மனைவி

குமுதத்தில் வந்த நைலான் கயிறு சுஜாதாவின் முதல் தொடர்கதை. சுஜாதா எழுதிய அடுத்த தொடர்கதை அனிதா. அன்றிருந்த எஸ்.ஏ பி குமுதம் அனிதா என்ற பெயரை "அனிதா - இளம் மனைவி" எனப் பெயரிட்டு வெளியிட்டது. கொலை - கொலையாளி யார்? இதுதான் கதைக்கரு. தமிழில் இதைப் போன்ற கதைகளை இறுதிவரை சுவைகு- றையாமலும், சஸ்பென்ஸுடனும் எழுதுவதில் சுஜாதாவுக்கு நிகர் எவரு- மில்லை என நினைக்கிறேன்.

- ஷர்மா - கொலை செய்யப்பட்டவர் - கடுமையான உழைப்பாளி.- ஏகப்பட்ட சொத்து.
- அனிதா - ஷர்மாவின் 29 வயதான இளம் இரண்டாவது மனைவி.
- மோனிக்கா - ஷர்மாவின் ஒரே மகள் - தன் அம்மாவை குழந்தைப் பருவத்தில் இழந்தவள் - ஹாஸ்டலில் வளர்ந்து அமெரிக்காவுக்குப் படிக்கச் செல்கிறாள்.
- பாஸ்கர் - ஷர்மாவின் செக்ரடரி
- கோவிந்த் - விசுவாசமான வேலையாள்
- வசந்த் இல்லாத கணேஷ் - வக்கீல்
- ராஜேஷ் - அவ்வப்போது வந்து போகும் இன்ஸ்பெக்டர்

காரில் கோவிந்துடன் 14 ஆயிரம் (அந்த காலகட்டத்தில் பெரிய பணம்) எடுத்துக் கொண்டு செல்லும்போது வழியில் ஏற்படும் விபத்தில் ஷர்மா இறந்து போகிறார். இறந்த உடலில் சாட்டையால் அடித்த குறிகள் இருக்கின்றன. இறந்தது ஷர்மாதான் என அவரது இளம் மனைவி அனிதா அடையாளம் காட்டுகிறாள். கோவிந்தின் உடல் சம்பவ இடத்தில் இல்லை, அவன் காணாமலும் போய் விடுகிறான். எனவே அவன்தான் கொலை செய்துவிட்டுத லைமறைவாக இருக்கிறான் என எல்லோரும் கருதுகிறார்கள். ஆம், அது விபத்தல்ல கொலையாகவே இருக்கும், என போலீஸுக்கும் சந்தேகம். இன்ஸ்பெக்டர் ராஜேஷ்தான் இந்தக் கேஸை எடுத்து நடத்துகிறார்.

Anita: A Trophy Wife என்ற பெயரில் ஆங்கிலத்தில் மீரா ரவிசங்கர் என்கிற பெண்மணி மூலம் மொழிபெயர்க்கப்பட்டது. இந்தப் பெண்மணிக்கு தமிழ் படிக்கத் தெரியாதாம். அதனால் தமிழ் தெரிந்த வேறு ஒருவர் படித்துக் காண்பிக்க, இவர் ஆங்கிலத்தில் அதை மொழி பெயர்த்தாராம். எனவே இது என்ன லட்சணமாக இருந்திருக்கும் என்று ஊகித்துக் கொள்ளலாம்.

அனிதா - இளம் மனைவி மிகுந்த பாராட்டுகளை பெற்று வாசகர்களால் மிக விரும்பிப் படிக்கப்பட்ட வசீகரக் கதை. ஒரு பெரும் பணக்காரரின் இளம் வயது மனைவியைச் சுற்றி நடக்கும் இனம் புரியாத திகிலூட்டும் சம்பவங்களின் தொடர்ச்சி, லாயர் கணேஷை களத்தில் இறக்குகிறது. வசந்த் உருவாகாத, கணேஷுடன் இணைந்திராத காலகட்டத்தில், ஒரு தனி ஹீரோவாக கணேஷைச் சந்திப்பது திரில்லான அனுபவம்தான். 'இது எப்படி இருக்கு' என்கிற பெயரில் இந்த இளம் மனைவி திரைப்படமாகவும் வடிவெடுத்தாள்.

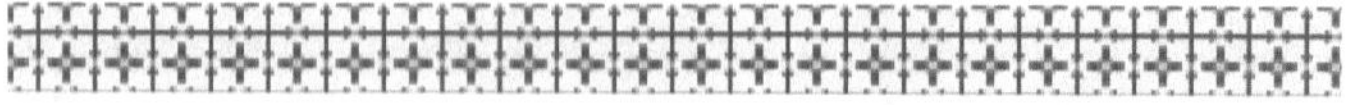

சுஜாதாவின் அதே துள்ளல் நடை. கணேஷ் முதன் முதலாக அனிதாவைச் சந்திக்கும் கணம். ஒரு விசித்திரமான மௌன இடைவெளியை சொல்லாலேயே உருவாக்கி '.இவ்வளவு அழகான பெண்ணா?' என்ற வரி வழியாகவே வர்ணித்து முடித்திருப்பார். அதில் மோனிகா அறிமுக-

மாகும் காட்சியில் அவளுடைய குணச்சித்திரம் ஏழெட்டு வரிகளுக்குள்-
ளாகவே உருவாகி வரும் மாயம்.!

'இது எப்படி இருக்கு' என்று பெயர் வைத்ததற்கு பதிலாக 'அனிதா
— இளம் மனைவி' என்ற பெயரிலேயே எடுத்திருந்தால் படம் இன்னும்
கொஞ்சம் கூடுதலான நாட்கள் ஓடியிருக்கும். குறைந்தபட்சம், இளை-
ஞர்கள், கல்லூரி மாணவர்களையாவது டைட்டில் இழுத்திருக்கும்.
ஆனால் அந்த நேரத்தில் சற்று அதிகமாகவே 'ரஜினி, இளையராஜா'
பித்துப்பிடித்து அலைந்தார் பஞ்சு அருணாச்சலம் என்பது உண்மை.

"இது எப்படி இருக்கு?" 16 வயதினிலே படத்தில் ரஜினிகாந்தினால்
புகழ் பெற்று விட்ட இந்த வசனம், படத்தின்பெயர் ஆகிவிட்டது.
ஜெய்ஷங்கர் கணேஷாக, ஒய் விஜயா அனிதாவாக, ஸ்ரீதேவி மோனி-
காவாக நடித்தார்ர்கள். இந்தப் படத்தை பஞ்சு அருணாசலத்தின் சொந்-
தக் கம்பெனியான விஜயமீனா பிலிம்சார் தயாரித்தார்கள். இயக்கம்:
பட்டு என்கிற பட்டாபிராமன்.

"இது எப்படி இருக்கு?" படத்திற்கும் (பழைய) பார்த்திபன் கனவு
படத்திற்கும் ஒரு ஒற்றுமையைக் கஷ்டப்பட்டு பார்க்கலாம். பார்த்திபன்
கனவு வெளியான போது அது தோல்வியடைந்ததற்கு ஒரு காரணம்
சொல்லப்பட்டது. கல்கி எழுதி தொடராக வந்தபோது பல்லவர்களின்
எதிரியான சோழமன்னனின் மகனுக்கு ஒரு சாமியார் கதை முழுக்க
உதவி செய்வார்.

சாமியார் ஒரிஜினல் சாமியார் அல்ல என்பது வாசகர்களுக்குத் தெரி-
யும்.

ஆனால் அவர் யார் என்பது சஸ்பென்ஸ். இந்த சஸ்பென்ஸ் கதை
முடியும் போதுதான் உடையும். திரைப் படத்தில் இந்தப் பூடகம் முத-
லிலேயே கிழிந்து போய்விடும். பல்லவ மன்னராக வரும் ரங்காராவ்
சாமியார் வேடத்தில் வந்த உடனேயே ரசிகர்களுக்குத் தெரிந்துவிடும்.
அதாவது படத்தின் கிளைமாக்ஸ் காலி! நாவலின் முக்கிய நீரோட்டமே
படத்தில் காலி! எனவே படமும் காலி!

இதே போல் இது எப்படி இருக்கு படத்திலும் நடந்தது. இளம்
மனைவியின் வயதான கணவரான தொழிலதிபர் கொலை செய்யப்ப-
டுகிறார். அவரைக் கொலை செய்தது யார் என்பதுதான் சஸ்பென்ஸ்.
கடைசியில் கிளைமாக்ஸில்தான் கொலையுண்டது தொழில் அதிபரின்

வேலைக்காரன் அவரைக் கொலை செய்ததே தொழிலதிபர்தான் என்ற உண்மை தெரியவரும். படத்தில் தொழில் அதிபரான மேஜர் உயிரோடு இருப்பது ரசிகர்களுக்குத் தெரிந்து தேமே என்றே படம் பார்த்தார்கள். படத்தின் கிளைமாக்ஸ் முன்னமே உடைந்து படம் ஒரு பிடிப்பே இல்லாமல் ஊறும்.

இதுதான் படத்தின் தோல்விக்கு காரணம் என்று அப்போது யாரும் சொன்னதாகத் தெரியவில்லை.

இந்தப் படத்திற்கு குமுதத்தில் விமர்சனம் வந்தது. அதில் ஒரு வரி என்னால் மறக்கமுடியாது. 'லாயர் கணேஷாக நடிக்கும் ஜெய்சங்கர் எடுத்ததெற்கெல்லாம் எல்லோரையும் புரட்டி அடிக்கிறார். சுஜாதாவின் கணேஷ் லாயரா இல்லை குஸ்தி பயில்வானா?'

சுஜாதாவின் எழுத்திலிருந்து சில வரிகள்:

"அனிதா அந்த அறையில் பாடிக் கொண்டிருந்தாள். சந்தன மணமும் ஷவரிலிருந்து பெருகும் இதமான வென்னீரும் மிக மென்மையான பதிந்த கற்களும், மிக மெதுவாக அவள் தன உடலைத் திரும்பித் திரும்பிச் சுடுநீரின் தொடுகையில் ஓர் அரை மயக்கத்தில் பாடிக் கொண்டிருந்தாள்.

தண்ணீர் துளிகள் அவள் உடம்பின் வளைவுகளில் சரிந்தன நேர்பட்டன தழைந்தன சொட்டின."

சுஜாதாவின் இந்த வர்ணனைக்கு ஜெ. படம் வரைந்தால் எப்படியிருக்கும் என்பதை நீங்களே கற்பனை செய்துகொள்ளுங்கள்!

அவரது நடை நம்மைப் படிக்கத் தூண்டுகிறது. விஷவல் ரைட்டிங்கை மிகச் சரளமாகக் கையாள்பவர் சுஜாதா. டெல்லியைப் பின்புலமாக வைத்து எழுதப்பட்ட கதை.

அனிதா இளம் மனைவி பற்றி சுஜாதா:

குமுதம் இதழில் நான் எழுதிய முதல் தொடர்கதை 'நைலான் கயிறு'. 'அனிதா இளம் மனைவி' இரண்டாவது. 1971-ல் எழுதியது என்று ஞாபகம்.

நான் இதற்கு வைத்த தலைப்பு 'அனிதா' மட்டுமே. குமுதம் எடிட்டோரியல் அதை 'அனிதா - இளம் மனைவி' என்றுமாற்றினார்கள். இதனால் கதையின்மேல் ஆர்வம் கூடுகிறது என்று அவர்கள் எண்ணி-

யிருக்கலாம்.

இதனிடையே தினமணி இதழில் 'காயத்ரி' குறுநாவல் வெளிவந்தது. அதை திரு. பஞ்சு அருணாசலம் திரைப்படமாக எடுக்க அனுமதி கேட்-டிருந்தார்.

அப்போது 'அனிதா இளம் மனைவி'யும் தொடர்கதையாக வந்தது. பஞ்சு அருணாசலம் அதைப் படித்துவிட்டு உடனே இதையும் சினிமா எடுக்கலாம் என்றார். 'காயத்ரி' வெளிவந்து வெற்றி பெற்றது.

அந்த சமயத்தில் பாரதிராஜாவின் 'பதினாறு வயதினிலே'யும் வெளி-வந்து தமிழ் சினிமாவில் ஒரு புதிய சகாப்தத்தை தொடங்கியது. அதில் ரஜினிகாந்த் அடிக்கடி 'இது எப்படி இருக்கு? என்று கேட்பார். அந்தச் சொற்றொடர் பிரபலமானது.

பஞ்சு அருணாசலம் நிறைய செண்டிமெண்ட் பார்ப்பவர். 'அனி-தாவை திரைப்படம் ஆக்குகையில் அதன் பெயரை"இது எப்படி இருக்கு?" என்று மாற்றினார்.

இதில் நடித்த காலஞ்சென்ற மேஜர் சுந்தர்ராஜனை பல நாள் கழித்து ஒரு நிகழ்ச்சியில் சந்தித்தபோது, இதைப்பற்றிப் பேசிக் கொண்டிருந்-தோம். 'நீங்கதான் எழுதினீங்களா? என்ன கதை என்று தெரியாமலேயே நடித்தேன். அதில் நான் யாரு?' என்று கேட்டார்.

'உண்மையா சொன்னா நீங்கள் அதில் ஒரு டெட் பாடி' என்றேன்.

'இது எப்படி இருக்கு?' '16 வயதினிலே' என்ற புயலில் காணாமற் போயிற்று. படம் ஓடவில்லை. அது எடுக்கப்பட்டவிதத்தில், எந்தப் பெயரிலும் ஓடியிருக்காது. பஞ்சு அருணாசலம் கவலைப்படவில்லை. 'ப்ரியா'வில் எடுத்துரலாம்ங்க' என்றார்.

அடுத்து 'ப்ரியா' எடுத்தார். அதன் திரைவடிவிலும் எனக்கு திருப்தி இல்லை. இருந்தும் சிங்கப்பூர், டால்பின் ஷோ, இளையராஜாவின் இன்-றும் இனிக்கும் பாடல்களுக்காக அது வெற்றி பெற்றது.

எனக்கும் படத்தின் வெற்றி விழாவில் ஷீல்டு வழங்கினார்கள். படத்தை சிலாகித்து ரஜினி ரசிகர்கள் "என்னா படம்சார், என்னா டயலாக் சார்" என்று புகழ்ந்தபோது எனக்கு எங்கேயோ உதைத்தது.

பின்னர் பஞ்சு அருணாசலம் என் நாவல்களை விட்டுவிட்டார்.

11

பூக்குட்டி

புனைவு, கணினி, வரலாறு, மருத்துவம், அறிவியல், இலக்கியம் என்று சுஜாதா கால்தடம் பதிக்காத (கைத்தடம்என்றும் சொல்லலாம்) துறையே இல்லை எனலாம். பூக்குட்டி சிறுவர் இலக்கியத்தில் சேர்த்தி. குழந்தை-களுக்காக இங்கே நிறைய புத்தகங்கள் வருகின்றன. ஆனால் அவை நிஜத்தில் குழந்தைகளோடு குழந்தை மனதில் பேசுகிறதா என்பது பெரிய கேள்விதான்.

சுஜாதா ஒரு சிறுமியின் பார்வையில் எழுதியது இந்தப் பூக்குட்டி. இந்தப் புத்தகத்தைப் படிக்க ஒன்று குழந்தை மனம் இருக்க வேண்டும் அல்லது குழந்தையின் மனதை வெகுவாகப் புரிந்து வைத்திருக்க வேண்-டும். கதை படிக்கும்போதே ஒரு சின்னக் குறும்படம் பார்ப்பது போன்ற உணர்வு. குழந்தையின் குரல், அதன் கூடப் பேசும் பொம்மை, அந்தப் பூக்குட்டி என்று கதை என்னும் கேமிரா ஒவ்வொரு ஆங்கிளாகச் செல்-கின்றது. புத்தகம் எடுத்ததும் முடிக்கும் வரை கீழே வைக்கவே இல்லை. இரண்டு சின்னஞ்சிறு சிறுமிகளுக்கிடையேயான பூச்சில்லாத இயல்பான நட்பு. அதைப் பெரியவர்கள் பார்க்கின்ற பார்வை, அந்தக் குழந்தை-களின் உலகம் என்று வெகு இயல்பாக சொல்லியிருக்கிறார் சுஜாதா. எவருக்கும் தெரியாத புரியாத இலக்கிய வார்த்தைகள் எல்லாம் இல்லா-மல் எளிய தமிழில். அட்டைப்படம் வெகு பொருத்தம் கதைக்கு.

சுஜாதா பற்றி ஓவியர் மணியம் செல்வன்...

"

சுஜாதா ஒரு அற்புதமான மனிதர். ஓவியத்திற்காக நிறைய ரெஃ-பரன்ஸ் அனுப்புவார். தான் படித்த, சேகரித்த விஷயங்களை நமக்கும் அனுப்பி வைப்பார். அவருடைய 'பூக்குட்டி' தொடருக்கு வாட்டர் கலரில் வரைந்தது மறக்கமுடியாதது.

ஹரன் பிரசன்னா பூக்குட்டிக்குக் கொடுக்கும் அறிமுகம்:

"குழந்தைகளுக்காகத் தமிழில் தரமான அழகான புத்தகங்கள் இல்-லையே என்கிற குறையை நீக்க இந்தப் புத்தகம் தயாரிப்பிலும் வடி-வமைப்பிலும் உள்ளடக்கத்திலும் உன்னதமாக அமைக்கப்பட்டுள்ளது. எளிய நடையில் குழந்தைகளுக்கு சுலபமாக படித்துக் காட்டவும் தமிழ் கற்றுத் தரவும் உதவக்கூடிய கதைப் புத்தகம் இது. சுஜாதா குழந்தை-களுக்காக எழுதிய கதை. சிறுமிகள் விம்மு, வேலாயி, அவர்கள் நாய் பூக்குட்டி மூணு பேருக்கும் என்ன நிகழ்கிறது என்பதை கலர் கலராகச் சொல்லும் கதை.

வடிவமைப்பின் நேர்த்தியும் வழுவழுப்பான பக்கங்களும் அவற்றில் நிறைந்திருக்கும் வண்ணங்களும் குழந்தைகளின் மனதை வசீகரிக்க வல்-லவை.

பூக்குட்டி ஆனந்தவிகடனில் தொடராக வந்தபோது ஓவியர் மணியம் செல்வன் வரைந்த ஓவியங்கள் புத்தகத்தின் எல்லாப் பக்கங்களிலும் நிறைந்திருக்கின்றன. கதையை வாசிக்கும் குழந்தைகள் அவ்வோவியங்-களை உள்வாங்கிக் கதையோடு ஒன்றிப்போவார்கள் என்பது நிச்சயம்.

கதையின் முடிவில் படித்தவர்கள் மனதில் நிழலாடும் விம்முவும் வேலாயியும் பூக்குட்டியும், இக்கதை குழந்தைகளுக்கானது என்பதை மீறிய அனுபவத்தை உருவாக்கிவிடுகின்றனர்.

பூக்குட்டி பதிப்பகத்தின் முதல் பதிப்பாக வந்திருக்கும் இப்புத்தகம் குழந்தைகளின் புதிய உலகை மிகுந்த நம்பிக்கையோடு திறந்து வைக்கி-றது."

கற்றதும் பெற்றதுமில் சுஜாதா எழுதியது....

'தமிழில் குழந்தைகளுக்காக ஆங்கிலப் புத்தகங்களின் வடிவமைப்புத் தரத்தில் புத்தகங்கள் இல்லை' என்று குறைசொல்வதைப் பலரிடம் அடிக்கடி கேட்டபின், குழந்தைகளுக்காக அவ்வகையில் ஒரு புத்தகம் நானே சொந்தமாகப் போடுவது என்று தீர்மானித்தேன்.

சர்வதேசக் குழந்தைகள் ஆண்டு கொண்டாடினார்களே... அப்போது 'பூக்குட்டி' என்ற தொடர்கதை விகடனில் வந்தது. அதற்கு மணியம் செல்வன் அழகழகான சித்திரங்கள் வரைந்திருந்தார்.

ஒவ்வொரு வாரமும் ஒவ்வொரு குழந்தையை விட்டு டைட்டில் எழுதச் சொல்லி, அந்தக் குழந்தையின் பெயரையும்போட்டு, அட்டகாசமாக வெளியிட்டார்கள். பிறகு, அது புத்தக வடிவிலும் வந்தது. ஆனால், உலகத் தரத்தில் அல்ல!

தற்போது புத்தக வடிவமைப்பிலும் அச்சு நேர்த்தியிலும் காகிதத் தரத்திலும் தமிழகத்தில் மேல்நாட்டுத் தரத்தை எட்டிவிட்டார்கள். பதிப்புத் திறமைகள் பன்மடங்கு அதிகரித்து விட்ட நிலையில், 'லேடி பேர்ட்' புத்தகங்களைப்போல ஒல்லியாக, கெட்டி அட்டையுடன், நல்ல காகிதத்தில் பெரிதாக அச்சிட்டு, 'பூக்குட்டி'யைச் சற்று சுருக்கி,எளிமைப்படுத்தி வெளியிடத் தீர்மானித்தேன். மணியம் செல்வனைக் கேட்டதில், நல்லவேளை... அவர் தன் பழைய சித்திரங்களைப் பத்திரமாக வைத்திருந்தார்.

விம்மு, வேலாயி, நாய்க்குட்டி, பூக்குட்டி மூவரும் மறுபடி பளிச்சென்று இம்மாதம் வெளிவருகிறார்கள். இதற்காக என் கைக்காசை செலவழிப்பதில் எனக்குத் தயக்கமே இல்லை... சந்தோஷம்தான்!

'பூக்குட்டி பதிப்பக'த்தில் மேலும் சில புத்தகங்கள்... பறவைகள், மிருகங்கள், கிரகங்கள், நட்சத்திரங்கள், குட்டிக்கதைகள், பக்கத்துக்குப் பக்கம் சித்திரம், பெரிய எழுத்து, எளிய நடையில் கொண்டு வர ஆசை.

பின்னட்டையில்....

குழந்தைகளுக்காக தமிழில் தரமான அழகான புத்தகங்கள் இல்லையே என்ற குறையை நீக்க இந்தப் புத்தகம்தயாரிப்பிலும் வடிவமைப்பிலும் உள்ளடக்கத்திலும் உன்னதமாக அமைக்கப்பட்டுள்ளது.

எளிய நடையில் குழந்தைகளுக்கு சுலபமாக படித்துக் காட்டவும் தமிழ் கற்றுத் தரவும் உதவக்கூடிய கதைப் புத்தகம்இது.

சுஜாதா குழந்தைகளுக்காக எழுதிய கதை. சிறுமிகள் விம்மு, வேலாயி, அவர்கள் நாய் பூக்குட்டி மூணு பேருக்கும்என்ன நிகழ்கிறது என்பதை கலர் கலராக சொல்லும் கதை.

பூக்குட்டி — The story about a rich girl, who is lonely in this world. She befriends a slum boy living in the adjacent quarters and learns to love and be loved, which the adult world cannot relate to. The adult world crushes their tender love and eliminates the boy from her life.

ஹரன் பிரசன்னா:

ஒரு சமயம், AnyIndian.com-ல் அவரது பூக்குட்டி புத்தகத்தை விற்பது தொடர்பாகப் பேச அவர் அழைத்தார். மிக அழகாக வடி-வமைக்கப்பட்ட புத்தகத்தின் விலையை, விற்பனையாளர்களுக்குத் தரவேண்டிய கழிவு பற்றிய எண்ணமில்லாமல் வைத்துவிட்டதாகச் சொன்னார்.

இத்தனை நாள் எழுத்துலகில் இருக்கும் சுஜாதாவிற்கு இதுபோன்ற விஷயங்கள் புரியவே இல்லை என்பது ஆச்சரியமாக இருந்தது. கிட்டத்-தட்ட ஐம்பது நிமிடங்கள் நீடித்த அந்த சந்திப்பில் அவர் AnyIndian செயல்பாடுகளைக் கேட்டுக்கொண்டார். தமிழில் எல்லாப் புத்தகங்களை-யும் ஓரிடத்தில் தேடலாம் என்கிற எண்ணமே அவருக்கு நிறைய மகிழ்ச்-சியைத் தந்தது. எங்களது கஸ்டமர் சர்வீஸ் பற்றிச் சொன்னபோது, அது ரொம்பழுக்கியம் என்றார்.

பின்னர் பூக்குட்டி புத்தகம் பற்றி பேச்சு வந்தபோது, எப்படியாது தள்-ளிடணும் என்றார். உண்மையில் வயது முதிர்ந்த குழந்தையுடன் பேசு-வது போன்ற சித்திரத்தைத்தான் என்னால் யோசிக்க முடிந்தது.

அதற்குப் பின்பு வந்த புத்தகக் காட்சிகளில் சுஜாதாவை சந்திப்பேன். ஜஸ்ட் ஒரு ஹலோ மட்டுமே. அவரும் ஹலோ ஹரன் என்பார். மீண்டும் ஒருமுறை அவரை சந்தித்தபோது, பூக்குட்டியை எப்படியாவது வித்தி-டணும் என்றார். கூடவே அது மாதிரி இன்னொரு புத்தகம் போடப் போறேன் என்றார். பல விஷயங்களைப் பற்றிப் பேசினார்.

சுஜாதாவுடன் பணிபுரிந்து பற்றி ஓவியர் மணியம் செல்வன் (ம.செ)

கல்லூரியில் படிக்கும்போது சுஜாதாவின் 'பதினாலு நாட்கள்' தொடருக்கு ஓவியம் வரைந்தேன். ஒரு ஜனரஞ்சக இதழில், பிரபல எழுத்தாளரின் தொடருக்கு நான் முதன்முதலில் வரைந்த படம் என்றால் அது 'பதினாலுநாட்கள்'தான்.

'ரத்தம் ஒரே நிறம்' குமுதத்தில் ஆரம்பத்தில் கறுப்பு-சிவப்பு-வெளுப்பு என்று மூன்று இதழ் மட்டும் தொடராக வெளிவந்தது. பின் நின்று விட்டது. நான் அப்போதுதான் என் கேரியரில் காலூன்றிக் கொண்டிருந்த நேரம். தொடர் நின்றுபோனதும் எனக்கு மிகவும் வருத்தமாகி விட்டது. அப்புறம் மீண்டும் சுஜாதா 'ரத்தம் ஒரே நிறம்' என்று அதை எழுதியபோது என்னையே ஓவியம் வரையச் சொன்னார்.

அந்தத் தொடருக்காக நான் வரைந்த ஓவியங்கள் எனக்கு மிகமிகப் பிடித்தமானவை. அதுவும் யானையால் தலைஇடறப்பட்டு, ரத்தம் சிந்தும் காட்சியை மிகச் சிரமப்பட்டு வரைந்தேன். யானைப்பாகன், பாதிரியார், நீதிபதி, அந்தக்காட்சியைக் காண விரும்பாமல் முகத்தைத் திருப்பிக் கொள்ளும் பெண்மணி என ஒவ்வொன்றையும் கேரக்டர்அனாலிஸிஸ் செய்து வரைந்தேன். சுஜாதா அதை வெகுவாகப் பாராட்டினார்....

சுஜாதா ஒரு அற்புதமான மனிதர். என்னை 'பாண்டவாஸ்' 3D அனிமேஷன் படத்திற்காகக் கட்டாயப்படுத்தி, அழைத்துச் சென்று பயன்படுத்திக் கொண்டார். அவருடைய 'பூக்குட்டி' தொடருக்கு வாட்டர்கலரில் வரைந்தது மறக்க முடியாதது.

12

ஐந்தாவது அத்தியாயம் ' -
கணேஷ் - வஸந்த்
தோன்றும் கதை.
குமுதத்தில்
2000-ல்வெளியானது.

சுஜாதாவின் கதைகளில் எப்போதுமே பளிச்சென்று தெரியும் ஒரு விஷ-யம் — அட்டகாசம் / ஆச்சரியம். இது எப்படி என்று வியக்க வைக்-கும் முடிச்சு. சில சமயம் அந்த மர்மம் ஜூஜுபியாக அவிழ்ந்தாலும் அதுவே அவருக்கு நம்மைப்போல பெரிய வாசகர் வட்டத்தை சேர்த்தது.

இந்த குறுநாவலும் அப்படித்தான். அபூர்வாவின் வாழ்க்கை விவரங்-களை அப்படியே எடுத்து ஒரு தொடர்கதை வெளிவருகிறது. தொடர்-கதையின் ஐந்தாவது அத்தியாயம் வெளிவருவதற்குள் அபூர்வா கொல்-லப்படுவாள் என்று முதல் நான்கு அத்தியாயங்களில் மீண்டும் மீண்டும் அழுத்திச் சொல்லப்படுகிறது.

யார் எழுதுவது என்று வெளியிடும் பத்திரிகைக்கே தெரியாது, ஈமெயில் மூலம் அத்தியாயங்கள் வருகின்றன. அபூர்வா கணேஷ்- வசந்தை அணுக, அவர்களுக்கு டாக்டர் கணவன் மீது கொஞ்சம் சந்தேகம் ஏற்படுகிறது.

அதற்குள் அபூர்வாவே கணேஷ் - வசந்தை அழைத்து கணவன் தன்னைக் கொல்ல வந்ததாகவும், கைகலப்பில் தற்செயலாகக் கணவனைக் கொன்றுவிட்டதாகவும் அழுகிறாள். அபூர்வா மீது கேஸ் நிற்காது என்ற நிலையில் கணேஷுக்கு இந்தத் தொடர்கதை எல்லாம் அபூர்வாவின் செட்டப்பாக இருக்குமோ என்ற சந்தேகம் ஏற்படுகிறது.ஒரு திகைக்க வைக்கும் கிளைமாக்ஸுடன் கதை சுஜாதாவுக்கே உரித்தான லாவகத்துடன் முடியும்.

Frank Stockton என்பவர் எழுதிய Lady, or the Tiger? என்று ஒரு அற்புதமான சிறுகதை உண்டு. அந்த டெக்னிக்கைப் பயன்படுத்திப் பார்ப்போமே என்றுதான் சுஜாதா இதை எழுதி இருக்கிறார் என்றே தோன்றுகிறது.

෨

அந்த இரண்டு கதவுகள் - சுஜாதா கட்டுரை

சென்ற நூற்றாண்டின் ஆரம்பத்தில் ப்ராங்க் ஸ்டாக்டன் (FRANK STOCKTON) என்கிற சிறுகதை எழுத்தாளர் எழுதிய The Lady or the Tiger ? என்கிற ஒரே ஒரு கதை இன்னும் பேசப்படுகிறது.

ஸ்டாக்டன் இந்தக் கதையை 1882-ல் எழுதினார். அதன் பிரபலமும், அது தந்த ஏமாற்றமும் ஆயிரக்கணக்கான கடிதங்களை தூண்டின. இன்று வரை இந்தக் கதை, உலகிலேயே மிக பிரபலமான சஸ்பென்ஸ் கதையாகப் பேசப்படுகிறது. நூறு வருஷம் கழித்துக்கூட இதன் முடிவை விவாதிப்பவர்கள் இருக்கிறார்கள். கதை என்னவென்று சொல்கிறேன்...

"ரொம்ப நாள் முன்னால் ஒரு ராஜா இருந்தான். அவனுடைய தலைநகரில் ஒரு பெரிய ஸ்டேடியத்திலேயேதான் பொதுஜன கேளிக்கைகளும் தண்டனைகளும் நடக்கும். எல்லோரும் பார்த்து மகிழ்வார்கள்.

ராஜாவின் கவனத்தைக் கவரும் வகையில் ஒரு குற்றம் நிகழ்ந்து விட்டால், குற்றவாளியை ஸ்டேடியம் நடுவில் கொண்டு வந்து விடுவார்கள். எல்லாருக்கும் தகவல் சொல்லி ஜனங்கள் சூழ்ந்திருக்க, குற்றவாளிக்குத் தண்டனைஅளிக்கப்படும். தண்டனை என்ன? ராஜா சைகை காட்ட, குற்றவாளிக்கு எதிரே அருகருகே இரண்டு கதவுகள்இருக்கும்... இரண்டும் ஒரே மாதிரி தோற்றம் கொண்டவை... அதில் ஒன்றைக் குற்றவாளி தன் இச்சைப்படிதேர்ந்தெடுத்துத் திறக்க வேண்டும். ஒரு கதவைத் திறந்தால், அதன் உள்ளிருக்கும் பசித்த புலி வெளி வந்து அவன்மேல் பாய்ந்து குத்திக் குதறித் தின்றுவிடும். மற்றொரு கதவைத் திறந்தால்... அவன் வயசுக்கும் தகுதிக்கும் ஏற்ப ஒருபெண் — ராஜாவால் தேர்ந்தெடுக்கப்பட்ட அழகான பெண் — காத்திருப்பாள். அவளைக் குற்றவாளி உடனே கல்யாணம் செய்துகொள்ள வேண்டும். ராஜா காட்டும் நியாயம் இதுதான்!

ராஜாவுக்கு ஓர் அழகான பெண் இருந்தாள். அவள் (எப்போதும் போல!) அழகான ஏழை இளைஞனைக் காதலித்தாள். இந்தக் காதல் ராஜாவுக்குத் தெரிய வந்தது. உடனுக்குடன் அந்த இளைஞன் கைது செய்யப்பட்டான். தண்டனை?வழக்கம் போலத்தான்! இரண்டு கதவு — புலி அல்லது பெண். இந்த ஸ்பெஷல் கேஸுக்காக ராஜா பிரத்யேகமாக ஒரு புலியைத் தயார் செய்தார் — கோபம் அதிகமான, பசி அதிக-மான புலி! அதே போல் பெண் விஷயத்திலும். பேட்டையிலேயே பெரிய அழகியைத் தேர்ந்தெடுத்தான் ராஜா. அதில் எல்லாம் பாரபட்சம் இல்-லாதவன்.

தண்டனை நாள் வந்தது. காதலன் கொண்டு வரப்பட்டு நடுவே விடுவிக்கப்பட்டான். இரண்டு கதவில் ஒன்றைத் திறப்பதற்கு முன் ராஜாவுக்குத் தலைவணங்கிவிட்டு அருகில் உட்கார்ந்திருந்த ராஜகுமா-ரியைப் பரிதாபமாகப்பார்த்தான். ராஜகுமாரிக்கு மட்டும் எந்தக் கதவுக்-குப் பின்னால் புலி, எதில் பெண் என்பது முன்பே தெரிந்திருந்தது. (ஒரு பெண்ணின் வைராக்கியமும் காவலர்களின் பொன் ஆசையும் அவளுக்கு அந்தத் தகவலைக் கொடுத்திருந்தன.)

ராஜகுமாரியைப் பரிதாபத்துடன் பார்த்த காதலன் கண்ணாலேயே 'எந்தக் கதவு?' என்று கேட்டான். அதற்கு அவள் உடனே வலது கையைச் சற்றே உயர்த்தி வலது பக்கக் கதவைக் காட்டினாள். அது அவள் காதலனுக்கு மட்டும்தான்தெரிந்தது.

காதலன் உடனே விறுவிறுவென்று நடந்துபோய் எதிரே வலது பக்கக் கதவைத் தயக்கமே இல்லாமல் திறந்தான்.

வெளிவந்தது புலியா, பெண்ணா? புலி என்றால், தான் உயிரையே வைத்திருந்த காதலன் துடிதுடித்துச் செத்துப்போவதை எப்படி ராஜகுமா-ரியால் தாங்கிக் கொள்ள முடியும்? பெண் என்றால் மற்றொரு பெண்-ணுடன் தன் காதலன் சுகித்து வாழ்வதை எப்படி அவளால் சகித்துக் கொள்ள முடியும்?

புலியா? பெண்ணா? எது?''

நீங்கள்தான் சொல்லுங்களேன்..!

சுஜாதா இந்தப் புகப்பெற்ற டெக்னிக்கைத்தான் தன்னுடைய ஐந்தா-வது அத்தியாயம் குறுநாவலில் உபயோகித்தார்.

13

ஜோதி: குறுநாவல்

இதை குறுநாவல் என்பதைவிட ஒரு நெடிய சிறுகதை அல்லது நீள் சிறுகதை (இந்த வார்த்தைப் பிரயோகம் சரியாளென்று தெரியவில்லை) என்று சொல்லலாம். சுஜாதா எழுதி முதலில் இது தினமணிக்கதிர் வார இதழில் வந்தது. அதன் பிறகு '80 களின் இறுதியில். மாலைமதியில் வந்தது.

ஜோதி ஒரு புத்திசாலிப் பெண் (அதாவது, சராசரிக்கு மேல்). திரு-மணம் செய்து கொள்ளலாம் எனத் தீர்மானிப்பவள்,முதல் அத்தியாயம் ஆரம்பித்த உடனே மிகவும் இறந்து போகிறாள்.

இதை ஆராய, உள்ளே நுழைகிறார் போலீஸ் அதிகாரி ராஜேந்தி-ரன்.

கணேஷ் / வசந்த் இதில் கிடையாது, நண்பர்களே. ஆனாலும், பரபரப்புக்கு குறையில்லாத கதை.

அதிசெயத்திலும் அதிசயமாக, சுஜாதாவே இதில் ஒரு கதாபாத்திரமாக வருகிறார்.

இனி 'ஜோதி' யைப் பற்றி: - சுஜாதா எழுத்தில் சில சுவாரசிய பகு-திகள்

'மேஜை மேல் அந்தப் பெண் தனியாக ஃபோட்டோவில் சிரித்துக் கொண்டிருந்தாள். ராஜேந்திரன் அதைபார்த்துவிட்டு, இறந்திருந்த அந்த உடலை மறுபடி பார்த்தார். மாறுதல்! சென்ற சில மணி நேரங்களில் எத்தனை மாறுதல்கள்! ரத்தம் ஓடாது. வெட்கப்பட்டால், சிவப்பாக இனி கன்னத்தில் பாயாது. நரம்புகள் இயங்கா! சிரி என்றுமூளை செய்தி

சொல்லாது. அவள் சிரிக்க மாட்டாள்.

கட்டிலின் அருகே அந்தச் சிறிய சீசாவைப் பார்த்தார். அதன் மேல் 'கார்டினால்' (Gardenal) என்று எழுதியிருந்தது. அது காலியாக இருந்-தது. சிறிய எழுத்தில், சிவப்பில்.

WARNING

It is dangerous to take this drug without the......

Dear,

இந்தக் கடிதத்தை நீங்கள் படிக்கும் போது நான் உயிருடன் இருக்க மாட்டேன். யாவற்றுக்கும் வந்தனம். என்னை மன்னித்து விடுங்-கள்...ஜோ ....

'Make Love Not War' என்று பெட்ரோல் டாங்கில் எழுதி இருந்த அவன் மோட்டார் சைக்கிள் கிளம்ப மறுத்தது.

அவர் இறங்கி வந்தார். ஐம்பது வயதிருக்கலாம். தலையில் நரை தெரியவில்லை. சாயமாக இருக்கலாம். வில் போன்ற அனாவசிய சதை இல்லாத உடம்பு. மிக மெல்லிய உதடுகள். சிரித்தபோது அத்தனை ஒழுங்காக, அழகாக அவர்பல்வரிசை இருந்தது.

"போலீஸ்! ஐ.பி.எஸ். ஆ?"

"ஆம்."

"எனக்கு கமிஷனரைத் தெரியும்."

"அப்படியா?"

ஜனார்தன் என்ற எழுத்தாளருடன் (கதையில் ஒரு கதாபாத்திரம்) போலீஸ் அதிகாரி ராஜேந்திரன் உரையாடல்

"நான் ஒருவிதமான சமூக சேவகன். லயன்ஸ் கிளப், இந்த சொசைட்டி, அந்த சொசைட்டி ....இப்படி!:" அது வேறு-வாழ்க்கை...நான் எழுதுவேன். புத்தகங்கள் எழுதுவேன்."

"ரொம்ப சந்தோஷம் சார். நீங்கள் நான் சந்திக்கும் இரண்டாவது எழுத்தாளர்."

"இரண்டாவது என்றால் எனக்குப் பிடிக்காது. Who is the first?"

"சுஜாதா"

"Oh that crazy chap."

෬

சுஜாதாவுடன் போலீஸ் அதிகாரி ராஜேந்திரன் உரையாடல்:

"ஹலோ ராஜேந்திரன்! ஸ்டேட் சர்வீஸுக்கு மறுபடி வந்து விட்டீர்-களா?"

"சென்ற வாரம் நான் எழுத்தாளர் ஜனார்தன் பார்த்தேன். தெரியு-மல்லவா உங்களுக்கு?"

"தெரியும்."

"What do you think of him?"

"I don't think of him."

෬

கதை ஒரே ஒரு மரணத்தைப் பற்றிய விசாரணை. ஆனால், திகைக்க வைக்கும் முடிவு.

முழுவதும் ஒரு unconventional கதை என்பேன். அதாவது, எந்-தவொரு வரையறையிலும் சிக்காத கதை. மிஸ் பண்ணாமல் படித்துப் பாருங்கள்.

14

வசந்த காலக் குற்றங்கள்

சாவி இதழில் தொடராக வந்த நாவல் சுஜாதாவின் ஆரம்ப வரியே அட்டகாசமாக ஆரம்பிக்கிறது.

'இந்திய ரயில்வேயின் சரித்திரத்தில் அன்று ஒரு பொன்னாள். திருப்பாப்புலியூர் (கடலூர்) பாசஞ்சர் சரியான நேரத்தில் பங்களூர் சிட்டி ரயில் நிலையத்துக்கு வந்து சேர்ந்தது. சரியான தினத்தில் வந்தால் கூட ரயில்வே நிர்வாகத்தினர் மகிழ்ச்சியுறும் அந்த ரயிலை பிளாட்பா-ரம் 2-லேயே மறந்து விடலாம். அதில் வந்து இறங்கின ஆறுமுகம்தான் முக்கியம்.'

பங்களூரின் பொன்முலாம் பூசின கவர்ச்சியிலும், குற்றங்களும், பானங்களும், பாவங்களும், சந்தர்ப்பங்களும், சந்துகளும் அவனை, 'திரும்பி வா, பாவப்பட்டவனே" என்று அழைத்தன. வந்துவிட்டான்.

க்ரைம் ரெக்கார்டைப் பாருங்கள். தேர்ந்த 'பூட்டுடைப்பவன்' என்-கிறதல்லவா? ஆறுமுகத்துக்கு நிஜமான காதல் பூட்டு திறப்பதில்தான். உடைப்பதை கடப்பாரை படைத்த எந்த ஒன்றரையணாத் திருடனாலும் செய்ய முடியும். ஆறுமுகம் அந்த ஜாதி இல்லை. கலைஞன்'.

வசந்தகால குற்றங்கள் நாவல் சாவியில் தொடராக வந்தது. இந்த நாவலின் மையக்கரு பெங்களூரு உப்பார்பேட் காவல் நிலையம் சந்திக்-கும் மூன்று கேஸ்களை மிகத் தீவிரமாக அலசும் கதை. இதை ஒரு கிரைம் டைரி என்றும் இன்றைய ஆங்கிலப் படங்களை / சீரியல்-

களை Police Procedural என்று வகைப் படுத்துகிறார்களே , அப்படி வகைப்படுத்தலாம்.

இந்த கதை எழுதுவதிற்கு முன்பு உப்பார்பேட் காவல் நிலையத்தில் தங்கி , காவலர்களின் அணுகுமுறைகளை ஆராய்ந்து , கதைக்கு ஒரு ரியலிசத்தை கொண்டு வந்து கதைக்கு வலு சேர்த்ததற்கு சுஜாதாவிற்கு ஒரு பெரிய ஸலாம் !

பிரேமலதா என்ற (திருமணமான) ஒரு இளம் பெண்ணிற்கு தொலைபேசி மூலம் வரும் ஆபாச அழைப்புகள், ஸைக்கோ இளைஞன் ஒருவன் இதைச் செய்வதோடு நில்லாமல் த்ரில்லுக்காக அவளின் பெண் குழந்தையை கடத்தி செல்கிறான் .

ஆறுமுகம் ஒரு தேர்ந்த பூட்டுடைப்பவன். தன்னுடைய சாமர்த்தி-யத்தை நிரூபிக்க எண்ணி ஒரு நகைக் கடையை கொள்ளையடிக்க திட்-டமிடுகிறான் .

ஒரு காதல் ஜோடி பெற்றோர் எதிர்ப்புடன் கமிஷனர் அலுவலகம் வருகிறார்கள் .

இந்த மூன்று வெவ்வேறு வித சூழல்கள் எவ்வாறு கையாளப்படு-கிறது , ஒவ்வொரு கதாபாத்திரத்தின் மனஓட்டம் எவ்வாறு செல்கிறது என அலசுகிறது இந்த அற்புத நாவல் .

காவல் நிலையத்தின் பரபரப்பையும் அவர்கள் தினந்தோறும் எதிர்-கொள்ளும் சவால்களையும் சுஜாதாவால் மட்டுமே இப்படி நிதர்சனமாக நம் கண் நடப்பது போல எடுத்துரைக்க முடியும்.

இப்படி மூன்று வழக்குகள் காவல் துறையை நாட , மூன்றிலும் காய்கள் சமமாக நகர, காவல் துறை உதவிஆணையரின் சாமர்த்தியம், பொறுமை , குற்றவாளிகளின் வெறுப்பு, கோபம், ஏமாற்றம் என்று அனைத்து உணர்வுகளையும் தழுவி ஓடும் ஒரு அட்டகாசமான, விறுவி-றுப்பான நாவல்.

குற்ற நடவடிக்கைகள், போலீஸ் துரத்தல்கள் என்று பங்களூர் சூழ-லில் எழுதப்பட்ட இந்த 'வசந்த காலக் குற்றங்கள்' ஒரு மறக்க முடியாத படைப்பு.

15

தூண்டில் கதைகள்:

குமுதத்தில் சுஜாதா 1986-ம் ஆண்டு எழுதிய பன்னிரண்டு சிறுகதை-
களின் தொகுப்பாகும்.

இந்நூலைப் பற்றி சுஜாதா முன்னுரையில் சில வரிகள்:

"சம்பிரதாயமான பழைய காலச் சிறுகதை வடிவம். முடிவில் ஒரு
சொடக்கு அல்லது துடுப்பு (ட்விஸ்ட்) இவைதான் இந்தக் கதைகளின்
பொது அம்சம். இதைப் படிப்பவர்கள் இவை இலக்கியமா, இல்லையா
என்று கவலைப்படவேண்டியதில்லை. உற்சாகமாக, சுலபமாகப் படிக்க
இயலும். இந்தக் கதைகளைக் குமுதத்தில் திருத்தாமல் வெளியிட்டா-
லும், ஒரு கதை முடிய மற்றொரு கதை தொடங்கும் படியாகப் பகுதி
பகுதியாகப் பிரித்துத்தான் வெளியிட்டார்கள்.

அதற்குக் காரணம் தொடர்கதை தோஷம் என்றுதான் சொல்வேன்.
இப்படி ஒரு கதை மூலம் மற்றொரு கதைக்கு இழுத்ததாலோ என்னவோ
இவற்றுக்குத் "தூண்டில் கதைகள்" என்று குமுதம் பெயரிட்டது. புத்தக
வடிவில் இப்போது வந்து விட்டால், நீங்கள் விரும்பிய கதையைத்
தேர்ந்தெடுத்து விரும்பிய நேரத்தில் படிக்கலாம்."

இந்தத் தொகுப்பில் மொத்தம் பன்னிரண்டு சிறுகதைகள் இடம்-
பெற்றுள்ளன. த்ரில், காதல், க்ரைம், விஞ்ஞானம்என்று ஒவ்வொரு
கதையையும் ஒவ்வொரு வித்ததில் எழுதியிருக்கிறார். விறுவிறுவென்று
கதைகளைப் படிக்கவைத்து, இறுதியில் ஓர் ஆச்சரியம், அதிர்ச்சியைக்
கொடுத்து அசத்திவிடுகிறார், சுஜாதா. குமுதம் இதழில் 'தூண்டில்கதை-
கள்' வெளிவந்தபோது வாசகர்களால் பாராட்டப்பட்டது.

புகழ்பெற்ற ஆங்கில எழுத்தாளர் ஜெஃப்ரி ஆர்ச்சர் போல ஒவ்வொரு கதையின் முடிவும் அடுத்த கதைக்கு ஆரம்பமாகும் யுக்தியையும், வாசகனை அடுத்தவாரம் வரை தவிக்கவிடும் தந்திரத்தையும் அதில் புகுத்தியிருந்தார். விறுவிறு என்று பயணிக்கும் கதையை சட்டென நிறுத்தி ஆச்சர்யத்தையும், அதிர்ச்சியையும் கொடுத்து அட! போடவைத்தார்.

"தூண்டில் கதைகள்" என பெயரிடப்பட்ட அந்த பன்னிரண்டு வார கதைகள் வாசகர்களை குமுதத்தின் பக்கம்தூண்டில் போட்டு இழுத்தன.

"அனுபமாவின் தீர்மானம்" கதையில் மிகுந்த விசாரிப்புக்கு பின் நாகேந்திரனை அனுபமாவிற்கு திருமணம் செய்துக்கொடுக்கின்றார் அவள் தந்தை. கல்யாணம் ஆன இரண்டாம் நாளே, அனுபமா தன் பிறந்த வீட்டுக்கு திரும்பவருகிறாள். காரணம்: நாகேந்திரன் ஏற்கனவே திருமணம் ஆனவன், அவனும் அதை ஒத்துக் கொள்கிறான். அனுபமாவின் தந்தை மிகுந்த யோசனைக்குப் பின் அவனைக் கொல்வதாக முடிவு செய்கிறார். ஆனால் அனுபமாகதையின் முடிவில் நாகேந்திரனையே தன் கணவனாக ஏற்றுக் கொண்டு விடுகிறாள், ஏன்?

"மறக்க முடியாத சிரிப்பு" கதையில் மனைவியின் துரோகத்தைத் தாங்க முடியாமல் தற்கொலை செய்து கொள்ளும்கணவன், சாவதற்கு முன் மனைவியில் விரல்களை வெட்டி விடுகிறார். மகனுக்கும் கடிதத்தில் இதைப் பற்றிஎழுதுகிறார். மகன் வளர்ந்து பெரியவன் ஆனதும், பெண்களை மயக்கி அவர்களது விரல்களைக் கேட்கிறான். விரல்களைத் தர மறுக்கும் பெண்களைக் கொலை செய்கிறான் – மூன்று பேரை கொன்றபின், நாலாவது பெண்மட்டும் தப்பித்து விடுகிறாள், எப்படி?

"ஆக்ஷன் வேண்டும்" சிறுகதையில், சி.ஏ படித்துவிட்டு ஆடிட்டர் வேலை செய்யும் மூன்று பேர், வேலை சகொடுத்த கம்பெனி அளிக்கும் பார்ட்டியில் கலந்துக் கொள்கின்றனர். அதில் ஒருவன் பெண் வேண்டும் என கேட்க, பெண்கள் நடனம் ஆடுவதைப் பார்க்க செல்கின்றனர். அங்கு ஆடும் பெண் மீது ஒருவனுக்கு மோகம் ஏற்பட்டு, வெளியே வந்தும் அவளைப் பற்றி புலம்பிக் கொண்டே இருக்கிறான். திடீரென, அவர்கள் வந்த வண்டி பழுதாகிறது. அதே சமயம் அந்த பெண்ணும் வர, அவளை அடைய முயற்சி செய்கிறான். நடந்தது என்ன?

"ஒரு நாள் மட்டும்" கதையில் இளமையில் காதலித்து தோற்ற ஒரு ஜோடி மீண்டும் சந்திக்கிறது. இருவரும் தங்கள் மனைவி- கணவனுக்கு தெரியாமல் ஊர் சுற்றுகின்றனர். புகைப்படம் எடுத்துக் கொள்கின்றனர். இதனால் என்ன விபரீதம் ஏற்பட்டது?

"மற்றொரு பாலு" ஒரு அறிவியல் புனைவு கதை. அறிவியல் ஆராய்ச்சிக்காக ஒருவன் வருகிறான். வருகிறவனுக்கு மருத்துவர் மேல் நம்பிக்கை இல்லை. மருத்துவர் அவன் நம்பிக்கையை பெறுகிறார். ஆனால் அப்போது என்ன நடந்தது? இந்த கதையில் அறிவியலில் நல்ல புரிதலும், அதை எளிமையாக எழுதும் திறமையும் கொண்ட சுஜாதாவைக் காணலாம்.

"குந்தவையின் காதல்" சரித்திர கதை. ராஜராஜ சோழன் மகளுக்கு சாளுக்கிய மன்னன், விமலாதித்தனை மணம்செய்விக்க முடிவு செய்-யப்படுகிறது, முதலில் குந்தவை எதிர்ப்பு தெரிவித்தாலும், குந்தவை தான் முன்னர் காதலித்தவனே இவன் என்பதை அறியவரும்போது, அவனையே மணம் செய்ய முடிவு செய்கிறாள். திருமணம் நடக்கிறது. இதில் சொடக்கு என்ன?

"தண்டனையும் குற்றமும்" கணேஷ்-வசந்த் தோன்றும் சிறுகதை. தவறாக குற்றம் சாட்டப்பட்ட ஒருவன் எவ்வளவோமுயற்சி செய்தும், அவன் குற்றவாளி என்று தீர்ப்பாகி அவனுக்கு தூக்கு தண்டனை விதிக்கப்படுகிறது. குற்றவாளி, நிரபராதி முன் சிரித்துக் கொண்டே செல்-கிறான் - அடுத்து நடப்பது என்ன?

"சுயம்வரம்" கொஞ்சம் புரட்சிகரமான கதை. பணக்கார பெண்ணான சுரேகாவை இரு பையன்கள் காதல் செய்கின்றனர். இவளும் இருவரை-யும் விரும்புகிறாள். யாரை மணம் செய்ய வேண்டும் என்று குழம்புகி-றாள். ஒரு நாள் சுரேகாவின் தந்தை வேறு ஒரு பெண்ணுடன் உல்லா-சமாக இருப்பதைத் தெரிந்து கொண்டதும், யாரை திருமணம் செய்வது என்று முடிவு செய்கிறாள். ஏன்?

"யாருக்கு" என்ற கதையில் பல வருடங்களாக ஒரு கம்பெனியில் வேலை செய்யும் குணா, தனக்கு வரும் என்று எதிர்பார்க்கும் எம்.டி பதவி, அவரது எதிரி ஆன லீக்கு போகிறது. மனம் உடைந்து பதவி விலகுகிறார் குணா. ஆனால்அதனால்தான் பெரிய ஒரு நன்மையை அடைகிறார் , அது என்ன ?

'பெய்ரூட்'' கதையில் ஆயுதம் விற்கும் சதீஷ், அவனின் செயல்-பாடுகள் விவரிக்கப்படுகின்றன. கடைசியில் அவன் கொல்லப்படுகிறான். ஆனால் எதிரியால் அல்ல. யார், ஏன் ?

"வானில் ஒரு.." கதையில் விமானத்தில் ஒருவன் குண்டு வைக்க, அதில் பயணம் செய்யும் ஒருவர் வைத்திருக்கும், பாம்ப் டிடக்டர், அதைக் கண்டுபிடித்து பயணிகளைக் காப்பாற்றுகிறது, அந்த பாம்ப் டிடக்டரை, அரசாங்கமும் வாங்குகிறது. கடைசியில் என்ன ஆகிறது?

"க்ளாக் ஹவுசில் புதையல்" கதையில் தன்னுடைய தாத்தா கோடுத்த ஒரு கடிதத்தில், புதையல் குறித்த தகவல்கள் இருப்பதாக நம்-புகிறார் பார்த்தசாரதி. அவரை சந்திக்க வெளிநாட்டில் இருந்து மைக்-கேல் வருகிறான். புதையலைத் தோண்டி எடுக்கின்றனர். ஆனால் அதில் இருப்பது வெறும் கற்கள்தான். கடைசியில் மைக்கேல் புதைய-லைக் கண்டுபிடிக்கிறான். ஆனால் புதையல் அவன் கை நழுவி போகி-றது. எங்கே, எதில் புதையல் இருந்தது ?

இந்த கதைகள் நாம் அன்றாடம் சந்திக்கும் மனிதர்கள் பற்றியது. இவர்கள் வாழ்க்கை நடைமுறை சிக்கல்களைஎப்படி எதிர்கொள்கின்-றனர்? அவர்கள் செய்யும் அசகாய சூரத்தனம் என்ன? 'ஆக்ஷன் வேண்டும்' கதையில் வருபவன்போல, நம் ஆபீசில்/ நட்பு வட்டத்தில் இருப்பார்கள். "மறக்க முடியாத சிரிப்பு" கதையில் வரும் மன நலம்-பாதிக்கப்பட்டவன் போன்ற ஒருவனை நீங்கள் பார்த்திருப்பீர்கள். இப்படி இதில் பத்து கதைகளில் வரும் கதைமாந்தரையாவது நம் வாழ்க்கை வட்டத்தில் காணலாம்.

கதையைப் படிக்கும்போது ஒரு அதிர்ச்சி ஏற்பட வேண்டும் என்று சுஜாதா நினைத்து இந்த கதைகளை எழுதி இருந்தாலும், மனித வாழ்க்-கையில் நடக்கும் சம்பவங்களுடன் இவற்றைக் கண்டிப்பாக இணைத்துப் பார்க்கமுடியும். ரெண்டு மணி நேர நல்ல, விறுவிறுப்பான பொழுது-போக்கு. இந்தக் கதைகளை குமுதம் இதழில்படிக்காமல், புதிதாகப் படிப்-பவர்களுக்கு அட்டகாசமான அனுபவம் காத்துள்ளது.

16

கறுப்புக் குதிரை: புதிய தூண்டில் கதைகள்தொகுப்பு

இந்தத் தொகுப்பில் உள்ள கதைகள் 'புதிய தூண்டில் கதைகள்' என்ற பொதுத் தலைப்பில் ஆனந்தவிகடன்பத்திரகையில் வந்தவை.

புத்தகத்தின் முன்னுரையாக சுஜாதா எழுதியது:

'தூண்டில் கதைகள்' என்று சுமார் 14 ஆண்டுகளுக்கு முன் பன்-னிரண்டு கதைகள் எழுதினேன். அவை 'குமுதம்' இதழில் வந்து நல்ல வரவேற்பைப் பெற்றன.

ஒரு வருடம் 'குமுதம்' ஆசிரியராக இருந்தபின் மீண்டும் சுதந்திர எழுத்தாளனாக மற்ற பத்திரிகைகளில் எழுதத்துவங்கினேன். 'ஆனந்த விகடன்' பத்திரிகையில் "புதிய தூண்டில் கதைகள்' என்று தலைப்பிட்டு மற்றொரு கதைக்கொத்து அமைத்தேன். அந்தக் கதைகள் இவை.

எனக்கு சிறுகதைகளை படிக்க சுவாரசியமாக எழுத வேண்டியது முக்கியம். பல வாசகர்கள் தன் நேரத்தை உனக்காக ஒதுக்கியிருக்கி-றார்கள். அவர்களுக்கு அத்தனை திறமைகளையும் பயன்படுத்தி நல்ல தெளிவான கதையைச் சொல்லாமல் என்ன என்னவோ சோக விவரங்-களும் புரியாத தத்துவமும் பேசுவதில் எனக்கு விருப்பமில்லை. இந்தக் கதைகளை நீங்கள் இலக்கியத்தில் சேர்க்கிறீர்களோ இல்லையோ, வாச-

கர்களுக்கு சில மணி நேரங்கள் உலகைக் கணித்து கதையை முடித்ததும் மனிதர்களாவீர்கள் என நம்புகிறேன்.

தீபாவளித் திருநாள்

சென்னை, 2000

சுஜாதா

==

இதில் கறுப்புக் குதிரை என்கிற கிரிக்கெட் சார்ந்த கதை மேட்ச்ஃபிக்ஸிங் என்றால் என்ன என்றே தெரிந்திராதகாலத்தில் எழுதப்பட்டது. 2000-ம் ஆண்டு தென் ஆப்பிரிக்காவின் ஹான்ஸி க்ரோனியே (Hansie Cronje) ஈடுபட்டகிரிக்கெட் சூதாட்டத்திற்குப் பிறகு இந்தக் கதை உண்மைக்கு மிக அருகில் வந்துவிட்டது என்று சுஜாதா தனக்கு ஆச்சரியம் அளித்ததாக எழுதியிருக்கிறார்.

இந்தத் தொகுப்பில் இருக்கும் மற்ற சிறுகதைகள்

- எல்லாமே இப்பொழுதே
- கி பி 2887-ல் சில விலாசங்கள்
- ஒரு சி பி ஐ அதிகாரியின் நினைவலைகள்
- எய்தவன்
- ஆயிரத்தோராவது பொய்
- பெரியவங்க உலகம்
- பை நிறைய பணம்
- லூயிஸ் குப்பத்தில் ஒரு புரட்சி
- பொய்
- கார்ப்பெட்டில் ரத்தம்...முகத்தில் புன்னகை
- நான் மல்லிகாவோட மகன்

17

மீண்டும் தூண்டில் கதைகள்:

இறுதி வரி சொடுக்குத் திருப்பம் (ட்விஸ்ட்) என்பது சுஜாதாவுக்கே உரித்தான அனாயச எழுத்து உத்தி. அம்மாதிரிக் கதைகளாகவே குமு-தத்தில் 1986-ல் 'தூண்டில் கதைகள்' எழுதி, வாசகர்களின் மனத்தைக் கொக்கி போட்டு ஈர்த்த சுஜாதா, 1995-ல் ஆனந்த விகடனில் 'புதிய தூண்டில் கதைகள்' கதைக்கொத்து எழுதி, வாசகர்களின் மனத்தைக் கொள்ளையடித்து, படிப்போரின் B.P-யை எகிறவைத்தார்.

பிறகு 2006-ல் மறுபடியும் குமுதத்தில், 'மீண்டும் தூண்டில் கதைகள்' என அவர் வாசகர்களை வசீகரித்து வாய் பிளக்க வைத்த பத்து கதை-கள் இந்நூலில்.

18

சிவந்த கைகள் & கலைந்த பொய்கள்

ஆனந்த விகடனில் தொடர்ச்சியாகப் பல வருடங்கள் "இதயம் பேசுகி-றது" என்கிற தலைப்பில் பல்வேறு வெளிநாட்டுப் பயணங்களை பற்றி தொடர்கள் எழுதிய மணியன், பிறகு தனியே சென்று இதயம் பேசுகிறது என்கிற பெயரிலேயே வார இதழ் ஆரம்பித்தார். அதோடு, மாத இதழ்-கள் விற்பனையில் கொடிகட்டிப் பறந்த காலம் அது என்பதால் மணியன் என்கிற பெயரில் மாத நாவல் ஆரம்பித்து, அதில் சுஜாதாவின் சில நாவல்களை பிரசுரித்தார்.அவற்றில் அடுத்தடுத்து வந்த இரண்டு நாவல்-கள் சிவந்த கைகள் மற்றும் கலைந்த பொய்கள்.

நான் எழுதிய முதல் பாகமான "சுஜாதா: எழுத்தின் கோட்பாடு" புத்-தகத்தில் என் இனிய இயந்திரா என்கிற மிக அருமையான நாவலுக்குப் பிற்சேர்க்கையாக வந்த இரண்டாவது பாகமான மீண்டும் ஜீனோ ஒரு தேவையில்லாத இரண்டாம் பாகம் என்று நான் குறிப்பிட்டதைக் கண்-டித்து பல அன்பர்கள் எனக்கு மெயில் எழுதித் திட்டியதோடு, சில நபர்-கள் என்னை மொபைலில் அழைத்து நான் அப்படிச் சொல்ல என்ன காரணம் என்று விசாரித்தார்கள். என்னுடைய புத்தகத்தின் ஆரம்பத்தில் என்னுடைய மெயில் மற்றும் மொபைல் எண்ணைக் கொடுத்ததே இதற்-

குக்காரணம்.

அதே போல இந்த சிவந்த கைகள் கதை மிக அட்டகாசமான கதை. இதற்குப் பின்னால் வந்த இதன் தொடர்ச்சியான "கலைந்த பொய்கள்" தேவையில்லாத தொடர்ச்சி என்பது என் கருத்து. முதல் நாவலின் ஒரு redemption போல இந்த நாவல் இருந்தது என்பதாலேயே என்னால் ரசிக்க முடியவில்லை.

இப்போது சிவந்த கைகள்:

ஒரு நிறுவனம்.அதன் அரசியல், பதவி உயர்வுக்கான போட்டி இவற்றை பின்புலமாக கொண்ட நாவல். செம விறுவிறுப்பான எழுத்து. படிக்க ஆரம்பித்த பின் இருந்த வேலைகளை ஒத்தி போட்டு விட்டு முடித்து விட்டு தான் மறுவேலை பார்ப்பீர்கள் என்பது காரண்டி.

கதை

விக்ரம் என்கிற இளைஞன் இந்தியாவின் பெரும் நிறுவனம் ஒன்றில் வேலைக்கு சேர்கிறான். சேரும் முதல் நாளே" என்றாவது ஒரு நாள் எம். டி சீட்டை பிடிக்க வேண்டும்" என்கிற அளவு வேகம் உள்ளவன். எம். பி. ஏ படிப்பிருந்தால் தான் அந்த வேலை கிடைக்கும் என்பதால் பொய் சர்டிபிகேட் தயாரித்து தந்தான் என்பது அவன் மனதை உறுத்தி-யவாறே இருக்கிறது.

அவனது பாஸான அசோக் எம். டி. க்கு மிக பிரியமானவன். அடுத்த டைரக்டர் ஆக போகிறவன் என்கிறார்கள். விக்ரம் அசோக் இருவரும் எம். டி. மகளுடன் நெருக்கமாக பழகுகிறார்கள். அசோக் டைரக்டர் ஆக அறிவிக்கும் முன் ஹார்ட்அட்டக் வந்து உடல்நிலை பாதிக்கப்பட, டைரக்டர் ஆகும் வாய்ப்பு விக்ரமுக்கு வருகிறது. "ஆறு மாதம் observe-செய்து விட்டு அதன் பின் டைரக்டர் ஆக்குகிறேன்" என்கிறார் எம். டி

அந்த ஆறு மாதத்தில் பேய் மாதிரி உழைத்து நல்ல பேர் வாங்-குகிறான். ஆனால் அவன் எதற்கு பயந்தானோ அதுநடந்து விடுகிறது. அலுவலகத்தில் உள்ள ஒரு வயதான ஊழியர் இவன் டிகிரி பொய்

என்பதைக் கண்டு பிடிக்கிறார். அவன் எவ்வளவோ பேசி பார்த்தும் அவர் எம்.டி இடம் சொல்வேன் என மறுபடி மறுபடி சொல்ல, ஒரு sudden provocation-ல் அவரைக் கொன்று விடுகிறான் விக்ரம். அதற்கு பிராயச்சித்தமாக அவர் மகளுக்கு அதே நிறுவனத்தில்வேலை வாங்கி தருகிறான்.

என்னடா கதை சம்பிராதயமாக முடிகிறதே, அதுவும் தப்பு செய்த-வன் எந்த தண்டனையும் இன்றி தப்பிக்கிறானே எனநினைக்கும் போது கடைசி பக்கத்தில் சின்ன டுவிஸ்ட் வைத்து வழக்கம் போல ஒரு கேள்வி குறியுடன் முடிக்கிறார் சுஜாதா.

෨

அலுவலக அரசியல் வைத்து தமிழில் இத்தனை சுவாரஸ்ய கதை நிச்-சயம் நான் வாசித்ததில்லை. விக்ரம் அந்தகொலை செய்யும் வரை நாம் எம்.பி ஏ என்கிற பொய்க்காக மாட்டக்கூடாது என்று தான் நினைக்கி-றோம். ஆனால் அந்த கொலை செய்த பின் நம் கோபம் அவன் மேல் திரும்பி விடுகிறது.

பொய் சொல்வதற்கு சில விதிகள் என்று சொல்லி விட்டு இப்படி சொல்கிறார் சுஜாதா:

- சின்ன விஷயங்களுக்கு பொய் சொல்லாதே.
- குறிக்கோள் மிக முக்கியமானதாக இருந்தால் தான் பொய் சொல்ல வேண்டும்.
- எவரும் எதிர்பாராத நேரத்தில் பொய் சொல்லு.
- யோக்கியமாகப் பொய் சொல். அண்டப் புழுகு புழுகாதே.
- நம்பும்படியாக இருத்தல் வேண்டும் உன் பொய்.

அதிசயமாய் கதையில் ஒரு சில ஓட்டைகள். குறிப்பாய் விக்ரமுக்கு கார் ஓட்ட தெரியாது என்று சொல்லி விட்டு அடுத்த அத்தியாயத்தில் அவன் தனியே கார் ஓட்டி (அதுவும் ஐந்து மணி நேரம் தள்ளி உள்ள ஊருக்கு) சென்றான்என்று சொல்வது நெருடல்.

இந்த நாவல் ஒரு மாத நாவலாக மணியன் புத்தகத்தில் வந்தது என்பது ஆச்சரியம் தரும் செய்தி. இத்தனைத் தரமான நாவல், மாத நாவலாக வந்துள்ளதா!! வழக்கமாய் மாத நாவல் எழுதுவோர் இந்த

நாவலின் பாதி தரத்திற்கு எழுதினாலே போதும்!

விறுவிறுப்பு, நகைச்சுவை, மெசேஜ் என எல்லாம் கலந்த இந்த சுஜாதா ஸ்டைல் கதையை அவசியம் வாசியுங்கள்!

================================

கலைந்த பொய்கள்:

ஏற்கனவே குறிப்பிட்டுள்ளபடி இந்த நாவலில் விக்ரமின் வேஷம் கலை-கிறது. அவனால் கொல்லப்பட்ட வயதான ஊழியரின் மகளுக்குப் பரி-தாபப்பட்டு, அவளுக்கு அந்த அலுவலகத்திலேயே வேலை தர, இயல்-பிலேயே புத்திசாலியான அந்தப் பெண் விக்ரமின் எம்.பி.ஏ சான்றிதழின் பின்புலத்தையும், அது பொய்யானது என்பதைக் கண்டுபிடித்த காரணத்-தினால் தன் தந்தை இறந்ததின் பின்னணியையும் அறிந்து கொள்கிறாள்.

பிறகு என்ன என்பதை அவ்வளவாக சுவாரசியம் இல்லாமல் சுஜாதா எழுதி முடித்திருப்பார். சிவந்த கைகள் என்கிற மிக சுவாரசியமான ஒரு நாவலுக்கு மாற்றான இந்த இரண்டாம் பாகம் எழுத சுஜாதாவிற்கு என்ன நிர்ப்பந்தம் என்று தெரியவில்லை.

19

எதையும் ஒரு முறை

குறிக்கோள் இல்லாமல் ஒரு த்ரில்லுக்காக செய்யப்படும் குற்றம் குற்றமே அல்ல என்கிற விபரீதக் கொள்கையுடன் ஒருவன் கொலை முயற்சியில் ஈடுபடும் இந்தக் கதை, கணேஷ் - வஸந்த் கூட்டணியில் மிகப் பிரபல-மான நாவல்.

ஒரு பிணம்; கணேஷுடன் வேலை செய்ய விரும்பும் ஒரு சட்டக் கல்லூரி மாணவி நிருபமா என்று கதைஆரம்பிக்கிறது. கணேஷ்-வஸந்த் அந்தப் பிணத்தை புறம் தள்ளி கோர்ட், கேஸ், வாய்தா என்று போக விரும்பினாலும் நிருபமாவின் பிடிவாதத்தால் இந்தப் பிணத்தைப் பற்றி விசாரிக்கிறார்கள்.

அவள் ஒரு லோ கிளாஸ் விபசாரி என்று தெரிகிறது. அவள் வீட்-டில், அவளுடைய வாழ்க்கைக்கு சம்பந்தமே இல்லாமல் பறவைகளைப் பற்றி ஒரு தரமான ஆங்கிலப் புத்தகத்தைக் கண்டுபிடிக்கிறார்கள்.

தீவிரமான தேடலுக்குப் பின் அந்தப் புத்தகத்தின் உரிமையாளனை-யும் கண்டுபிடிக்கிறார்கள். அவன் மிகப் பெரிய பணக்காரன். வாழ்க்-கையில் எதையும் ஒரு முறை செய்து பார்க்க வேண்டும் என்ற ஆர்வம் உள்ளவன். அவன்தான் கொலை செய்தவன் என்று சந்தேகித்தாலும் எந்த ஆதாரமும் இல்லை. என்ன செய்யப் போகிறார்கள்?

சுவாரசியமான நாவல். முடிவும் எதிர்பாராத சுவாரஸ்யமே. நிச்சயம் படிக்கலாம்.

20

அப்ஸரா

அப்ஸரா - திரு.சாவி அவர்கள் தொடங்கிய மாத நாவல் (மோனா பப்ளிகேஷன்) ஒன்றுக்காக சுஜாதா எழுதிய முதல் நாவல் என்கிற புகழ் பெற்றது. கம்ப்யூட்டர் ப்ரோக்ராமரான ஒரு சைக்கோபாத் நபரின் தொடர்-கொலைகள், போலீஸின் துரத்தல், துப்பறிதல், கொலைகள் தொடருவதைத் தடுக்கப் போராடுதல் என விறுவிறுப்பான தளத்தில் பயணிக்கும் சுறுசுறு நாவல்.

அப்ஸரா ஒரு தெளிவான ஸைக்கலாஜிக்கல் திரில்லர். ப்ரோக்ராமர் ஆக இருக்கும் ராஜா என்ற சிவராஜன் சிறுவயதிலிருந்தே மனநிலை பிறழ்ந்தவன். ஆனால், புத்திசாலி.

ஒரு சிறுவன் தான் வளர்கிற சூழலில் இருந்து எதிர்கொள்கிற முரண்பாடுகள், உளவியல் தாக்கங்கள் என்பவை அவன் வளர்ந்தபிறகு அவனை ஸைக்கோவாக எப்படி மாற்றுகின்றன என்பதைச் சொல்லுகி-றது கதை.

COBOL லாங்வேஜில் (ஒரு பழைய கம்ப்யூட்டர் லாங்க்வேஜ்) ப்ரோக்ராமராக இருப்பவன். அவனுக்கு தோன்றியவகையில் APSARA என்ற பெயரிலிருக்கும் ஒரு ப்ரோக்ராம் மூலம் ஆட்களைக் கொல்லத் தீர்மானிக்கிறான்.

A-க்கு அருணா, P-க்கு ப்ரேமா, SA-க்கு சரஸ்வதி என்று லிஸ்ட் போட்டு RA-க்கு ராமண்ணா வரை தேர்ந்தெடுத்து விடுகிறான். அதற்-குள் மோப்பம் பிடித்து போலீஸ் வந்துவிட, SA-க்கு உண்டான சரஸ்வதி சாகும் முன் காப்பற்றப்படுகிறாள்.

மனநிலை பிறழ்ந்தவன் என்று சைக்கியாட்ரிஸ்ட் கொடுக்கும் ரிப்-போர்ட்டை உதாசீனப்படுத்திவிட்டு, கோர்ட்டில் கேஸ் போட்டுவிட்டு, தண்டனை வாங்கிக் கொடுக்க போலீஸ் உத்தேசிக்கிறது.

தெளிவான கதை, தெளிவான முடிவு. இதில் குழப்பம் ஏதுமில்லை.

1977-ல் மாத நாவலாக வந்த கதை என நினைக்கிறேன். கம்ப்யூட்-டர் மிக மெதுவாக ஒவ்வொரு துறையாக நுழைந்துகொண்டிருந்த காலம் அது. அட்டகாசமான கதை என்பதைச் சொல்லவும் வேண்டுமா என்ன?

கதையிலிருந்து:

"அருணா இன்று லைப்ரரிக்குப்போவது என்று தீர்மானித்தாள். அன்று அதிர்ஷ்ட தினம் போலும், #235 பஸ் உடனேவந்துவிட, அருணா ஏறிக்கொண்டாள். கூட்டமில்லாவிட்டாலும் உட்கார இடம் இல்லை. அருணா ஒரு கையால் மேல் கம்பியை பிடித்துக்கொண்டே, ஒரு கையால் பர்சைத் திறந்து, ஒரு ரூபாய் காயினை எடுத்து, பல்லில் கடித்துக்கொண்டே, பர்சை மூடி... அருணா இதில்லெல்லாம் தேறிவிட்-டாள்.

அவள் படும் அவஸ்தையைக்கண்டு ஒரு வயதானவர் சீட்டிலிருந்து எழுந்து, அவளை உட்காரச் சொல்ல, அருணா வேண்டாம் என்று மறுக்க, அவர் வற்புறுத்த அதற்குள் அந்த சீட்டில் வேறு ஏதோ ஒரு கவுடன் உட்கார்ந்து கொண்டுவிட, அருணாவும் அந்த அழகான தாத்-தாவும் ஒருவரை ஒருவர் பார்த்து சிரித்துக்கொண்டதில் துல்லியமான வாத்சல்யம் கலந்திருந்தது."

～

சுஜாதா நிறைய கதைகளில் mistrust the obvious என்ற கோட்-பாட்டை உபயோகித்திருப்பார். வெளிப்படையாகத்தெரியும் எதையும் நம்-பாதே என்பதே அவர் கொலையுதிர்காலத்திலும் கடைசியில் சொன்னது. பிசாசு, Occult ஆகியவற்றில் நம்பிக்கை இல்லாதவர் அவர்.

சுஜாதாவுடைய குரல் கணேஷ் மூலம் பெரும்பாலான கதைகளில் இவ்வாறு வெளிவரும்: "எல்லாவற்றுக்குமே ஒரு காரண, காரியம் இருக்க வேண்டும்" என்பதுதான் அது. கதைகளின் முடிவை சிலசமயம் வாசகர்கள் பக்கம்விட்டுவிடுவார். கொலையுதிர்காலம் அதுபோலத்தான்.

கணேஷ் நடந்ததற்கு எல்லாமே ஹோலோகிராம் போன்ற விஞ்ஞான காரணங்களை சொல்ல, வசந்த எல்லாமே பிசாசு வேலை என்பான்.

கடைசியில் எதையும் நிரூபணம் செய்யும்முன் அந்த லீலா இருந்த பண்ணை வீடுதரைமட்டமாக்கப்பட்டுவிடும்.

அந்தக் கதையின் கடைசி அத்தியாயத்தில் இவ்வாறு எழுதியிருப்பார்:

"இனிமே என்ன பாஸ்! கதை முடிஞ்சு போச்சு! விஞ்ஞானமா இருக்கும்னு ரொம்ப மெனக்கட்டிங்க! ப்ரூஃப் தரைமட்டம் ஆயிடுச்சு. நம்ம கட்சிக்கு ப்ரூஃப் தேவையில்லை. எல்லாம் எழுதி வெச்சுருக்கு! இப்ப சொல்லுங்க பாஸ், நடந்தது எல்லாம் விஞ்ஞானமா? பைசாசமா?"

"உன் தலை. முதல்ல அந்தப் புத்தகத்தை தூக்கி எறி."

21

ஓடாதே

ஓடாதே சுஜாதா எழுதி குங்குமம் வார இதழில் தொடராக வந்தது. சென்னையில் இருக்கும் ஆனந்த் இயல்பில் சாது, நல்லவன். தானுண்டு, தன் வேலையுண்டு என்றிருப்பவன். கல்யாணம் ஆகி மீராவுடன் வாழ்க்கையை அனுபவிக்க முயன்றால், ஏகப்பட்ட சொந்தக்காரர்கள் கூட்டம், ஏகப்பட்ட இடைஞ்சல்.

ஆனந்தின் மாமா அவனை, மீராவுடன் வெளியூர் சென்று தேனிலவைக் கொண்டாடி விட்டு வா என்று அனுப்புகிறார். ஆனால், ஆனந்தையும், மீராவையும் ஹனிமூன் கொண்டாட விடாமல், காரணம் தெரியாமல் பலர் துரத்துகிறார்கள். புதுமண ஜோடி பயந்துபோய் கால்(கள்) போனபோக்கில் ஓடுகிறார்கள், ஓடிக்கொண்டே இருக்கிறார்கள். ஒரு நிலையில் துரத்துபவர்கள் திடீரென துரத்துவதை நிறுத்திவிடுகிறார்கள். ஏன் துரத்தினார்கள்? திடீரென ஏன் நிறுத்தினார்கள் எதுவும் புரியாமல் புதுமண ஜோடி, திகைத்துத் தடுமாறி நிற்க,

கணேஷ் / வசந்த் நுழைகிறார்கள்.............விறு. விறு, விறு, விறுப்பான கதை.....

சுஜாதா தன்னுடைய "ஓடாதே" குறுநாவல் பற்றி சொன்னது:

"ஓடாதே' கணேஷ் / வசந்த் தாமதமாகத் தோன்றிய நாவல்களில் ஒன்று. வாழ்வில் எதற்கு ஓடுகின்றோம் என்பது தெரியாமலேயே ஓடிக்கொண்டிருக்கின்றோம். நின்று எதற்காக ஓடுகின்றோம் என்று யோசித்தால் காரணம் தெரியாது. துரத்துபவரைக் கேட்டால் "எனக்குத் தெரியாது நீ ஓடுகிறாய் நான் துரத்துகின்றேன்" என்பார். இந்த வெட்டிஓட்-

"

டத்தை ஒரு திரில்லர் முறையில் சொல்ல முயன்றேன்.

இந்த நாவல் குங்குமம் வாரப் பத்திரிகையில் 1989-ல் வெளிவந்தது. சினிமாவாக எடுக்க சில டைரக்டர்கள் கேட்டபோது டைட்டில்தான் 'செண்டிமெண்ட்' சரியில்லை என்றார்கள்.

படம் பார்ப்பதற்கு முந்தியே விமர்சகர்கள், கடைசி வார்த்தையை தீர்மானித்து தருவார்கள் "ஓடாது" என்கிற டைட்டிலை மாத்திட்டு டைட்டாக எடுத்தா ஜுபிலி படங்க" என்றனர்.

எனக்கென்னவோ ஓடாதே என்ற தலைப்பின் உள்ளர்த்தத்தை இழக்க மனம் வரவில்லை. அதனால் சம்மதிக்கவில்லை. ஓடாதே சினி-மாவாக இதுவரை வராமல் தப்பித்த மற்றொரு நாவல்."

சுஜாதா

சுதந்திர தினம் 2004

சென்னை

22

ஆர்யபட்டா

ஆர்யபட்டா என்ற தலைப்பை பார்த்தவுடன் கணித மேதை ஆர்யபட்-டாவை பற்றிய கதையோ என்று எண்ணவேண்டாம். நமது எதிர்பார்ப்-களை ஏமாற்றாமல் ஒரு த்ரில்லர் நாவலை வழங்கியுள்ளார் சுஜாதா.

ஆர்யபட்டா என்ற விருது கிடைக்காமல் போன ஒரு விஞ்ஞா-னியின் கோபமும் அதன் எதிர் விளைவுகளும் தான் கதை. கதா-பத்திர படைப்புகளும், கதைகளமும் மிகைப்படுத்தாமல் உணர்சிகளுக்கு பலியான மனிதர்களின் கதையாக விவரிக்கப்படுகிறது. 'சோழு' என்ற பெயரை வைத்து சுஜாதா செய்திருக்கும் மாயாஜாலம் புத்தகம் படிக்-கும்போது வாசிப்பாளர்களிடம் பிரமிப்பையும் ஆச்சர்யத்தையும் தரும். கதையின் முடிவில் நாட்டுபற்றை பற்றி மற்ற எழுத்தாளர்களை போல வளவளவென லெக்சர் அடிக்கும் சாத்தியங்கள் இருந்த போதிலும் அதை தவிர்த்து, நேர்த்தியான ஒரு முடிவை வழங்கியுள்ளார் சுஜாதா.

சுஜாதாவின் மற்ற நாவல்களோடு ஒப்பிடும் போது இந்த நாவலின் விவரிப்பு வெகு நேர்த்தியாக இல்லாத பொழுதிலும், வாசிப்பில் நேரத்தை செலவிட நினைக்கும் வாசிப்பாளனை ஏமாற்றாத நாவலாக அமைகிறது. கதையின் நாயகன் ஆனந்த் தவிர்த்து போலீஸ் அதிகாரியாக வரும் பிரபாகர் ராவ் (பின்னாளில் இவரை வசந்த காலக் குற்றங்களிலும் சந்திப்போம்), அவரது உதவியாளர் சங்கர், கவர்ந்திழுக்கும் சோனாலி ஆகியோர் சுவாரசியமான பாத்திரங்கள்.

கதையின் எடுத்தயெடுப்பிலேயே சுஜாதா இவ்வாறு தனது முத்தி-ரையைப் பதிக்க ஆரம்பித்துவிடுகிறார்: "ஆனந்த்தான் இந்தக் கதை-

யின் நாயகன், ஆனால், அவன் இந்த (முதல்) அத்தியாய முடிவுக்குள் இறந்து போகப்போகிறதில் ஆனந்தம் இல்லை".

அறிவிப்பாளர் 'டாக்டர் சோமசுந்தர்' என்று விளிக்கிறார். மந்திரி இங்-குமங்கும் பார்க்கிறார் .

அருகில் தம் உதவியாளரை அழைத்து "வரவில்லையா" என்கிறார்.

சற்று நேரத்தில், டாக்டர் சோமசுந்தர் அவசர அவசரமாக வந்து சேர்கிறார். "ஸாரி சார், பாத்ரூம் போயிருந்தேன்" என்கிறார். மந்திரி "தட்ஸ் ஆல்ரைட்" என்று சிரித்துவிட்டு, அவர் சென்றதும் உதவியாள-ரிடம், "சூளே மகா, நேரத்துக்கு வராதவனுக்கு எதுக்கு விருது" என்கி-றார்.

"நல்ல வேளை, திரும்ப வந்திங்க" என்றார் ப்ரபாகர் ராவ்.

"எங்க போவேன்" என்று பெரிய விழிகளை உருட்டிக்கொண்டாள் சோனாலி. சங்கர் எச்சில் விழுங்கிக்கொண்டார். சோனாலி அணிந்தி-ருந்த நவீன உடை அபாயகரமான இடங்களில் திறந்திருந்தது அவரு-டைய போலீஸ் கடமைகளை கலைத்தது. அவரை நோக்கி மோகனமாக ஒரு புன்னகை வீச, அவளுக்காக இடது கையை வெட்டிக்கொடுக்கலாம் என்று எண்ணினார்.

கொலையின் மர்மத்தை விளக்கும் விவரிப்பு சற்று வித்தியாசமாகவும், SHERLOCK HOLMES வகை கதைக்களங்களை நினைவுட்டியது .நாவலில் கணேஷ் / வசந்த் ஜோடி இல்லாத குறையை போதுமான அளவு திருப்பங்கள் வைத்து படிப்போரை திருப்தி கொள்ள வைக்கிறார் சுஜாதா.

கதைக்களம் கொஞ்சம் ஆழமாக இருந்திருந்தால் நன்றாக இருந்தி-ருக்கும் என நினைக்கும்போது, இந்தக் கதையின் களத்தை / கருவை ரமேஷ் அரவிந்த், சிவாஜி / பண்டரிபாய் நடித்த மிகப் பிரபலமான 'அந்த நாள்' படத்தைப் பார்த்து இம்ப்ரெஸ் ஆகி, அது போல ஒரு

கதையை சுஜாதாவை எழுதித் தருமாறு கேட்க, நண்பர் என்ற காரணத்-
தினால் அதைத் தட்டாமல் செய்திருக்கிறார் சுஜாதா என்ற உண்மை
தெரியும் போது சற்று சமாதானமாகலாம்.

இந்த நாவலைத் தழுவி எடுக்கப்பட்ட கன்னடப் படத்தை நான்
பார்க்கவில்லை. பொதுவாக கன்னடப் படங்கள்(கிட்டத்தட்ட எல்லாமே)
'ஆஸ்கர்' ரேஞ்சில் இருக்கும் என்பதால் பார்ப்பதில்லை. தங்கை செண்-
டிமெண்ட், கிட்டத்தட்ட 80 வயதாகியும் கருகருவென விக்கோடு வலம்
வரும் நாயகர்கள், அவர்கள் பேத்தி வயதில் நாயகிகள்(தமிழ், ஹிந்தி
திரையுலக இறக்குமதிகள்), அத்தனை ஹீரோக்களுக்கும் சொல்லி-
வைத்த மாதிரி அதிரடி அறிமுகக்காட்சிகள் என்று ஏராளமான க்ளி-
ஷேக்கள் நிறைந்த உலகம்.

இப்போது நிலைமை சற்று தேவலை. சற்றே வயது குறைந்த 50
வயது நாயகர்கள், நம்பிக்கை தரும் கதைக்களங்கள்கொண்ட யூ டர்ன்,
திதி (Thithi - Ceremony), கோதி பன்னா, சாதாரண மைக்கட்டு
(Godhi Banna Satharana Mykattu - Wheatish complexion
/ Regular Physique) போன்ற நல்ல படங்கள் வர ஆரம்பித்துள்ளன.

ஆர்யபட்டா - சுகமான பயணத்தை சுறுசுறுப்பாக்கும் நாவல்.

புத்தகத்தின் ஆரம்பத்தில் சுஜாதா:

இந்தக்கதை எனது நண்பரும் திரைப்பட நடிகருமான ரமேஷ்
அரவிந்த் அவர்கள் கொடுத்த யோசனையின் பேரில் ஒரு கன்னடத்
திரைப்படத்துக்காக எழுதியது. தமிழில் நாவல் வடிவத்தில் எழுதியதை
அவர்கள் திரைக்கதையாக மாற்றிக்கொண்டார்கள்.

தமிழில் எழுதியதை கல்கி இதழுக்கு திரு ராஜேந்திரன் தொடர்கதை
கேட்ட போது இதன் பூர்வீகத்தைச் சொல்லிவிட்டுக் கொடுத்தேன். அது
கல்கி இதழில் 1998-ல் பிரசுரமாகியது.

'ஆர்யபட்டா' கன்னடத் திரைப்படம் ரமேஷ் அரவிந்த். சௌந்தர்யா
நடித்து கர்நாடக மாநிலத்தில் வெளிவந்தது. அந்தப்படத்தை நான் இன்-
னும் பார்க்கவில்லை. என் புத்தங்களை விரும்பி வாங்கிப் படிக்கும்
வாசக அன்பர்களுக்குள்ளன் நன்றி.

— சுஜாதா

23

பாலம் - நீள் சிறுகதை // மேலும் சில மிகச் சிறந்த சிறுகதைகள்

சுஜாதாவின் மிகப் புகழ்பெற்ற சிறுகதை. சிறுகதையின் இலக்கணங்க-ளைத் தகர்த்தெறிந்த சிறுகதை. பலமொழிகளில் மொழிபெயர்க்கப்பட்டு, இன்றளவும் பாராட்டப்படும் உன்னதமான சிறுகதை. உளவியலை துல்-லியமாக வைத்து இரண்டே இரண்டு கதாபாத்திரங்கள் (விஜய்குமார் மற்றும் ஆத்மா) மட்டுமே கதையில் வருவார்கள்.

கதை ஆரம்பமே அமர்க்களமாக இருக்கும்:

"நான் ஆர்.ஜே ஆத்மா. என்னுடைய 'எம்.ஏ பி.எச்.டி' யையும் டாக்டர் அலங்காரத்தையும் ரயில்வேக்காரர்கள் சேர்த்து, அந்த ரிசர்-வேஷன் கார்டில் எழுதாதது அவர்கள் குறையல்ல. நான் சொல்லிக் கொள்ள விரும்பவில்லை. அதிகம் படித்ததினால் வரும் அடக்கம் அது. நான் ரொம்ப அடக்கமான ஆசாமி. பணிவுள்ளவன். ஐம்பது வயதின் பின்னணியுள்ளவன். மணமாகாதவன். அதனால் டென்ஷன் இல்லாதவன். உங்கள் சமூக நியதிகளுக்கு மிகவும் கட்டுப்பட்டவன். கேள்வி கேட்காமல் கார்ப்பரேஷன் டாக்ஸிலிருந்து இன்கம்டாக்ஸ் வரை

'எண்ணிக்கொள்' என்று தருபவன். 'இடது பக்கம் நட' என்றால், இடது-பக்கம் நடப்பவன். 'பிரேக்கை பிடிக்காதே' என்றால் பிடிக்காதவன். 'அம்மை குத்திக் கொள்' என்றால் உடனே குத்திக் கொள்பவன். நன்கொடையா? என்னிடம்வாருங்கள்...ஹேமமாலினி டான்ஸா, கட்டட நிதியா வாருங்கள். என் சுற்றுப்புறத்தில் 'ப்ரொஃபஸர் ஸார்' தான்பெரியவர். சண்டைகளை விலக்குபவர்... நான் ஒரு பரிபூரண கன்ஃபார்மிஸ்ட் (Conformist).

கதை முழுவதும் விஜய்குமாருக்கும் ஆத்மாவுக்கும் நடக்கும் உரை-யாடல்களில் பலப் பல அர்த்தங்கள் பொதிந்திருக்கும். ஆழமாக சிந்திக்க வைக்கும் உண்மைகள்.

"எல்லோரிடமும் இந்த வெறிகள் உள்ளன மிஸ்டர். என்னிடம் இல்-லையா, உங்களிடம் இல்லையா? ஒவ்வொரு மனிதனின் உள்ளேயும் இச்சைகள் இருக்கின்றன. எவ்வளவு மகானாக இருந்தாலும் என்ன, அதற்கும் இந்த இச்சைகளுக்கும் தொடர்பே இல்லை. மகானாக அவன் வாழ்வது வெளியே முப்பரிமாண, பௌதிகஉலகத்தில்.

அவன் உள்ளே இருக்கும் நிறைவேறாத ஆசைகள், இச்சைகள், வெறிகளை அவனே அறியான். அது அடித்தளம். சமுத்திரத்தின் மிக ஆழத்தின் இருட்டு. அந்த இருட்டில் நீந்தும் எவ்வளவோ மீன்கள். எலக்ட்ரிக் மீன்கள், ஷார்க், திமிங்கலம். ஆனால், மேலே துல்லிய நீலம், மெல்லிய காற்று! கவி பாடலாம். கப்பல் ஓட்டலாம்!

உள்மனத்தில் உள்ளவை கனவுகளில் வெளிப்படுகின்றன; உங்களை-யறியாமல் ஏதோ யோசனையில் இருக்கும்போது வெளிப்படுகிறது ஏன், உங்கள் நண்பனையோ உறவினர்களையோ, சொந்த மகனையே, இறுக்-கமாக அணைத்துக் கொள்ளும்போது அந்த இறுக்கத்தில் அந்த அழுத்-தலில் அந்த எக்ஸ்ட்ரா ப்ரெஷரில் வெளிப்படுவதுஎன்ன? அன்பு அல்ல. உங்களுக்குள் இருக்கும் கொல்லும் இச்சை!"

"ஆதிமனிதனின் காலத்தில் அவன் கொல்ல வேண்டிய கட்டாயம் ஸர்வைவலுக்காக - உயிர் வாழ்வதற்குத் தேவையானதாக இருந்திருக்-கிறது.

அப்பொழுது இருந்த ஆதார குணங்கள் மிக எளிமையான குணங்-கள். இனவிருத்தி, ஸர்வைவல், உயிர் வாழும் தேவை. அதற்காக ஏற்-பட்ட கொல்லும் அவசியம் மனிதனை விட்டு எப்படி விலக முடியும்! அவனுடைய ஆர் என் ஏ, டிஎன் ஏ செல் ரசாயனத்தில் அழிக்க

முடியாமல் பதிந்த தலைமுறை தலைமுறையாக விலகாமல் உடன் வந்-
திருக்கும் இச்சை அது. இந்த இச்சை நாகரிகத்தின் ஸப்கான்ஷியஸின்
அடித்தளத்துக்குச் சென்றுவிட்டது.

நீ ஒரு பெண்ணைப் பார்க்கும் போது ஒரு கணம் அல்லது ஒரு
கணத்தின் ஒரு சிறு பகுதியில் ஒரு மயக்க நிலையில்உன் நாகரிகம்
கழன்று ஆதி மனிதனின் நிலையில், அவளைப் படுக்கைக்கு அழைக்-
கிறாய், உடனே உன் வெளிஉலகத்தின் உஷார் உன்னை அந்தப் போர்-
வைகளை மறுபடி அணிய வைத்து விடுகிறது. அதற்குக் காரணமும்
ஒரு ஆதி குணமே. ஸர்வைவல். இந்த மாதிரி கொள்கைகளை நான்
வெளியே சொல்ல முடியுமா, முடியாது. உன்னிடம் சொல்லுகையில் கூட
நான் ஒரு ரிஸ்க் எடுத்துக்கொள்ளத்தான் செய்கிறேன். இல்லையா?"

என் கையில் பிறந்த சக்தியின் ஆதாரம், கண்ட்ரோல் எங்கிருந்து
என்பது தெரியவில்லை . ஏன் என்பதே இல்லாத நிகழ்ச்சி. 'ஜென்'
பிலாசபி தெரியுமா உங்களுக்கு? அதன் 'ஸாடோரி' (satori) - திடீர்
ஞானோதயம் - எனக்கு அங்கே ஏற்பட்டது. அந்த உன்னத நிலை ஒரு
மூச்சை நிறுத்துவதில் எனக்கு ஏற்பட்டது. அந்த நிர்வாண நிலை. எல்-
லாத்தளைகளும் கழன்ற பரிபூரணமான சுதந்திர நிலை. வார்த்தைகளுக்-
குப் புறம்பான ஒரு சுகம்.

என் கால்களை மடக்கி கொண்டு, அந்தத் தலையணையை அவள்
முகத்தினை மறைத்து அழுத்தி, துடிக்கும் கைகளையும் கால்களையும்
துடிக்கவிட்டு என் விரல்கள் அவள் கழுத்தில் அமைத்த 'மாடர்ன் ஆர்ட்
- என் கொப்பளிக்கும் சக்தி செயல் வடிவம் பெற்று உண்மை வடிவம்
பெற்று நிகழ்ந்த மகத்தான நிகழ்ச்சி... என் மாக்னம் ஓபஸ். என் ஸிம்ஃ-
பனி. முற்றிலும் எதிர்பாராததனாலும் சமாளிக்கச் சமயம் இல்லாததாலும்
செய்த சப்தங்கள் காற்றில் கரைந்து போயின. அந்த மெழுகுவர்த்தியின்
ஜோதியைக்கூட அசைக்கவில்லை.

"யார் ஸாடிஸ்ட் இல்லை? நீ இல்லையா மிஸ்டர் விஜய்குமார்?.
இந்த உலகத்தில் எத்தனை விதமான அழகான மெலிதான சித்திரவ-
தைகள் இருக்கின்றன தெரியமா? மனைவி மெலிதாக கணவனைத் தள்-
ளிவிட்டுத் திரும்ப்படுத்துக்கொள்ளும்போது அது ஒரு வகை ஸாடிஸம்-
தான். பெண்கள் பாதி திறந்து அணியும் உடை, ஏழைகளுக்கு எதிராக
கண்ணடிக்குள் அடுக்கியிருக்கும் கலர் கலரான பட்சணங்கள், பஸ் பிர-
யாணி வெளியே பார்க்கும் கப்பல் கார் எல்லாம் சாகசம் நிறைந்த துன்-

புறுத்தல் வகைகள்தான்",

❦

இந்தச் சிறுகதை உளவியல் ரீதியாக பல வாசகர்களை பாதித்துள்ளது என்று குறிப்பிடும் சுஜாதா, இதைப்படித்துவிட்டு, கோவையிலிருந்து ஒரு வாசகர் "எனக்கு உங்களைக் கொல்ல வேண்டும் என்று ஒரு இச்சை- இருக்கிறது. வரவா?" என்று கடிதம் எழுதியதாகவும் குறிப்பிடுகிறார்.

❦

சுஜாதா தான் எழுதிய கதைகளில் தனக்குப் பிடித்தது என்று ஒரு சிறிய பட்டியலிடுகிறார்.

- தனிமை கொண்டு.
- ஜன்னல் (கசடதபற)
- காணிக்கை (கல்கி)
- செல்வம் (கலைமகள்)
- முரண் (சுதேசமித்திரன்)
- நகரம் (தினமணிக்கதிர்)
- எதிர்வீடு (கணையாழி) — ஸ்ரீரங்கத்துக் கதை
- அகப்பட்டுக் கொள்ளாதவரை திருடவில்லை (குமுதம்)
- வீடு (தினமணிக்கதிர்)
- ஒரே ஒரு மாலை (ஆனந்த விகடன்)
- அம்மோனியம் பாஸ்ஃபேட் (தினமணிக்கதிர்)
- பார்வை (தினமணிக்கதிர்)

மேலே குறிப்பிட்ட லிஸ்டில் உள்ள சில சிறுகதைகதைகளைப் பற்றி- யும், வேறு சில மிகச் சிறந்த சிறுகதைகளைப்பற்றியும் சற்றே விவரமாகப் பார்க்கலாம்:

ஒரே ஒரு மாலை - சிறுகதை

சுஜாதாவின் பல மிகப் பிரபலமான சிறுகதைகள் ஆனந்த விகடனில் வெளிவந்தன. அவற்றில் இதுவும் ஒரு மறக்கமுடியாத அருமையான சிறுகதை.

புதிதாக திருமணம் ஆன கணவன் — மனைவி (ஆத்மா - இந்துமதி) இருவரும் காவிரி நதிக்குக் குளிக்கவருகிறார்கள். கதையை ஆரம்பித்த சில பாராக்களிலேயே ......இரண்டு நாள் கழித்து அவர்கள் இருவரும் கொள்ளிடம் சேரும் கல்லணையில் கண்டெடுக்கப்பட்டனர் என்று எழுதி ஒரு அதிர்ச்சியைக் கொடுத்துவிட்டு, பிறகு சாவகாசமாக அவர்கள் இருவரும் என்ன பேசிக்கொண்டார்கள் என்பதை விவரிக்கிறார்.

சுஜாதா கூறுகிறார்...

''ஒரே ஒரே மாலை' கதையில் ஒரு புதிய உத்தியைக் கடைப்-பிடித்தேன். கதையின் சோகமான முடிவை பாதியில் குறுக்கே புகுந்து சொல்லி விட்டு கதையைத் தொடர்ந்தேன். அதனால் அந்தக் கதையின் பிற்பகுதியின் உருக்கம்அதிகமாகியது. இருவரும் செத்துப் போகப் போகி-றார்கள். 'உனக்கு எத்தனை சம்பளம்...? என்ன கலர்பிடிக்கும்?' என்-றெல்லாம் அற்ப விஷயங்களைப் பேசிக் கொண்டிருக்கிறார்களே என்ற 'ஐயோ பாவம்' கிடைத்தது.

ரொம்ப நாள் முன்னால் என் சிறு கதையான 'ஒரே ஒரு மாலை' ஆனந்தவிகடனில் வெளி வந்த போது, மூத்தவிமர்சகரான க.நா.சுப்-ரமண்யம் அந்தக் கதையைக் குறிப்பிட்டு, 'இந்தக் கதை என்னைப் பிரமிக்க வைத்தது. இந்த எழுத்தாளர் பிற்காலத்தில் பெரிய ஆளாக வருவார்' என்று எழுதி விட்டார். அதற்கு பல பேர் அவரைக் கோபித்-துக்கொண்டிருக்க வேண்டும் — 'என்ன விமர்சகன் நீ! சுஜாதா கதை-யைப் போய் நன்றாக இருக்கிறது என்கிறாயா? மஹா பாவம் அல்லவா?' என்று.

அதன்பின் க.நா.சு. என்னைப் பற்றி எழுதுவதையே நிறுத்திவிட்டார். டில்லியில் எதாவது கூட்டத்தில்பார்த்தால், அவர் கறுப்புக் கண்ணாடியை அணிந்து கொண்டு வெளியே ஜன்னலைப் பார்த்துக் கொண்டிருப்பார். இன்றும் பல க.நா.சுக்கள் இருக்கிறார்கள்.

❧

மிக அருமையான சிறுகதை. அதன் புதிய யுக்திக்காக மட்டும் அல்ல, மற்ற விவரங்களுக்கும்தான்.

❧

தனிமை கொண்டு:

இந்தக் கதையின் விவரத்திற்குள் செல்லும் முன் படிக்க வேண்டிய ஒரு பகிர்வு:

எழுத்தாளர் நகுலன் பற்றி சுஜாதா:

"காலஞ்சென்ற நகுலனின் இயற்பெயர் டி.கே.துரைசுவாமி. திரு-வனந்தபுரத்தில் அவர் ஆங்கில ஆசிரியராக இருந்தபோது, சென்-னைக்கு வந்திருந்தார். மீனம்பாக்கத்தில் அவரைச் சந்தித்திருக்கிறேன்.

அதற்கு முன் அவருடைய 'நிழல்கள்' நாவலைப் பற்றி கணையாழி-யின் கடைசிப் பக்கத்தில் எழுதியிருந்ததைக் கவனித்து, எனக்கு லெட்-டர் போட்டிருந்தார். தான் ஒரு தொகுப்பு கொண்டு வரப் போவதாகவும், அதற்கு ஒரு கதை எழுதித் தரும்படியும் கேட்டார்.

அப்போது நான் பிரபலமில்லை. சுஜாதாவாக மாறியிருக்கவில்லை. எஸ்.ரங்கராஜன் என்ற பெயரில் உடனே ஒரு கதை எழுதி அனுப்பி வைத்தேன்.

அவர் அந்தக் கதையில் முதல் பாதியை மட்டும் எடுத்துக் கொண்டு, மறுபாதியை எனக்குத் திருப்பி அனுப்பிவிட்டார்.

'கதை முடிந்த பின்னும் எழுதியிருக்கிறாய். அப்பகுதியைத் திருப்பி அனுப்பியிருக்கிறேன்' என்று குறிப்பிட்டுஇருந்தார்.

கதை வெளிவந்தபோது, நகுலனின் தீர்ப்பு சரியென்றே தெரிந்தது. அந்தத் தொகுப்பு, 'குருக்ஷேத்திரம்',

அந்தக் கதை 'தனிமை கொண்டு'. இன்றும் பலர், அதை என் சிறந்த கதையாகச் சொல்கிறார்கள்"

— சுஜாதா

இந்தக் கதையே பின்னாளில் "நைலான் கயிறு" தொடர் வெளிவர ஒரு PREQUEL ஆகத் திகழ்ந்தது. அதில் கணேஷ் அறிமுகம் ஆனதும் நடந்தது. சுஜாதா – தமிழின் உரைநடையில் மிகப் பெரிய பாய்ச்சலை நிகழ்த்தியஎழுத்தாளர் என்பதும் வாசகர்களின் நினைவில் என்றும் இருப்பவர் என்பதும் தனிமை கொண்டு கதையின் மூலம்மீண்-டும் நிரூபணம் ஆனது.

'தனிமை கொண்டு'சிறுகதையை பின்னர் extrapolate செய்து 'நைலான் கயிறு' என்ற பெயரில் சுஜாதா முழுநாவலாக்கினார்

'தனிமை கொண்டு' சிறுகதையில் எழுதியதை சிறுசிறு நகாசு வேலைகள் செய்து, அதை 'நைலான் கயிறு' நாவலின் ஒவ்வொரு அத்-தியாயத்தின் முதலிலும் 'சுனந்தாவின் டைரிக்குறிப்பு' என்று மாற்றிக்-கொண்டுவந்தது சுஜாதாவிற்கே உரித்தான தனித் திறமை என்பதையும் குறிப்பிட வேண்டும்.

நகுலன் 1968-ம் ஆண்டு மே மாதம் கொண்டு வந்த இலக்கியத் தொகுப்பின் பெயர் குருக்ஷேத்ரம் என்று பெயர்.

அத்தொகுப்பில் பல முக்கிய இலக்கிய அளுமைகள் பங்குகொண்-டுள்ளனர். மௌனி, பிரமிள், நீலபத்மநாபன், ஐயப்பப்ப பணிக்கர், நகு-லன், சார்வாகன், அசோகமித்திரன்போன்ற பலர். அதில் ஒரு பெயர் எஸ் ரெங்கராஜன். அவர் ஒரு கதை எழுதி உள்ளார். அக்கதையின் பெயர் 'தனிமைகொண்டு.'.

இக் கதையை எழுதியவர் வேறு யாருமில்லை. சுஜாதாதான். வித்-தியாசமான நடையில் வித்தியாசமாக எழுதப்பட்ட கதைதான் இது.

இந்தக் கதையைப் படிக்கும்போது சுஜாதா கதை எழுதுவதில் திற-மையானவர் என்பதை எளிதில்புரிந்துகொள்ளலாம்.

எஸ் ரங்கராஜன் பற்றி நகுலன் இப்படி எழுதி உள்ளார். "நான் சமீ-பத்தில் படித்த எழுத்தாளர்களில் எஸ் ஆர் ஒரு புதிய திருப்பத்தைச் சிறுகதையில் காண்பித்திருக்கிறார் என்பது என் அனுமானம். தீபத்தில் வந்த அவர் கதை ஞாபகம் வருகிறது. நடை உருவமாக மாறுகிறது அவர் கதையில். இங்கு வரும் கதையிலிருந்து சில பகுதிகள் :

"கிருஷ்ணா நீ புலி. நிழலிலே பதுங்கற புலி."

"கிருஷ்ணன் என் மேலே புயல்போல வீசிண்டிருக்கான். அவன் என் மனசிலே ஜொலிக்கிறான். என் வயிற்றிலேபயமாப் பரவறான். என் உடம்பிலே ரத்தமா ஓடறான்."

ஆழ்வாராதிகள் அழுது அரற்றி ஊன் கரைய உருகிப் பாடிப் பரவிய அவன் பெயரும் கிருஷ்ணன் தான் என்பது ஞாபகம் வருகிறது" என்கி-றார் நகுலன்.

❧

நகரம் - சிறுகதை

தமிழ் சிறுகதைகள் உலகில் சுஜாதாவுக்கு ஒரு மிக உயர்ந்த இடம் உண்டு என்பதை யாரும் (அவருடைய மோசமான விமர்சகர்கள் உட்பட) மறுக்க முடியாது.

இதில், அவருடைய "நகரம்" சிறுகதை பல்வேறு இதழ்களில் / அரங்கங்களில் / பல்வேறு எழுத்தாளர்கள் மதிப்பீட்டில் ஒரு உன்ன-தமான இடத்தில் இருக்கிறது. இதை மறுபடியும் மறுபதிவு செய்வதில் மகிழ்ச்சியே.

மீனாட்சி அம்மன் கோயிலைத் தன் அடையாளமாகக் கொண்ட மதுரையில் தொடங்குகிறது கதை. தூங்காநகரமாகிய மதுரையில் ஒரு சாதாரண தினத்தின் காலைப்பொழுதை அறிவியலின் "பிரௌனியன்இ-யக்கத்தோடு" ஒப்பீடு செய்வதற்கு சுஜாதாவால் மட்டுமே முடியும். ஒரு நகரத்தின் பரபரப்பு என்பது கொதிக்கும் நீரில் தேயிலையை கலந்தவு-டன், ஏற்கெனவே வேகமாக நகர்ந்து கொண்டிருக்கும் திரவ மூலக்கூறு-களுடன் தேயிலைத் துகள்களும் சேர்ந்து ஏற்படுத்தும் அதிவேக சீரற்ற இயக்கத்தைப் போன்றது.

இந்தக் கதையை வாசித்த பிறகு எந்த நகரத்திற்குச் சென்றாலும் இந்த உவமை கண் முன்னால் வந்துபோகும். நீங்கள் நிதானமாகவரா-கவும், உங்கள் பணி அவசரமில்லாததாக இருப்பினும் கூட, நகரத்தின் செயல்பாடுகளால் நீங்களும் பதட்டத்திற்கு ஆளாவீர்கள். அனைவருமே ஏதோ போட்டியில் கலந்து கொண்டு முதல்பரிசு பெற யத்தனிக்கும் மனநிலையில் இருப்பார்கள். நகரத்தின் உச்ச நேரம் மட்டுமல்லாது நாள் முழுவதுமே எங்கோ எதற்காகவோ திரள் திரளாக மக்கள் கூட்டம் ஓடிக் கொண்டிருப்பதை, சென்னையில் வாழும் தினங்களில் உணர்கிறேன்.

பலமுறை சிங்கப்பூர் போன்ற (நாடு) நகரங்களுக்குச் செல்லும்போது, ஒவ்வொருவரும் செல்போனில் பேசிக்கொன்டே ரயில்களில் பயணிப்ப-தைப் பார்த்து பலமுறை வியந்துள்ளேன். அங்குள்ள தொழில்நுட்ப மேம்-பாட்டால் தரைக்கு ஐந்து தளங்கள் கீழே, ரயிலில் செல்லும்போது கூட, போனில் தங்குதடையின்றி பேசலாம் என்பது கண்கூடு.

இந்தச் சிறுகதை மதுரை நகரத்தின் அரசு மருத்துவமனைக்கு வரும் ஒரு படிப்பறிவில்லாத, அறியாப்பெண்ணானான வள்ளியம்மாளைப் பற்-றியது. அவள் அன்றைய தினம் மதுரை அரசு மருத்துவமனையில் சந்-திக்கப்போகும் இடர்பாடுகளும், படித்தவர்களின் மெத்தனத்தால் அந்நா-

ளின் இறுதியில் அவளுக்குக் காத்திருக்கும் கருணையற்ற கொடூரத்தைப் பற்றியதுதான்.

சுஜாதாவின் சிறுகதைகள் எந்தத் தீர்வையும் சொல்வதில்லை. சுபம் போட்டு முடிவதில்லை. எந்த நீதியையும் வழங்குவதில்லை. அவை நம்மைச் சிந்திக்க வைக்கின்றன — பல பரிமாணங்களில்; பலகோணங்களில். குடைந்தெடுக்கும் கேள்விகளை எழுப்பி நம்மை தீவிர விவாதத்திற்கு இட்டுச் செல்கின்றன.

இப்படிப் பல கோணங்களிலிருந்து வினா எழுப்பும் இந்தச் சிறுகதை, எத்தனை முறை வாசித்தாலும் கதைதானே என்று கடக்க இயலாதது. வள்ளியம்மாள் போன்ற அப்பாவித்தனமான, வறுமையில் வாடும் பெண்களுக்குப் போர்க்களமாய் காட்சியளிக்கும் மருத்துவமனைகள் கொண்ட இது போன்ற நகரம், நகரமேஅன்று, அது "நரகம்" என்பதை உணர்த்திச் செல்கிறது பலராலும் வாசிக்கப்பட்ட விவாதிக்கப்பட்ட சிறுகதைதான் என்றாலும் ஒவ்வொரு முறை வாசிக்கும் போதும் புதிதாகவே இருக்கிறது. சென்ற முறை வாசிக்கையில் இதைத் தவறவிட்டோமே என்று தோன்றுகிறது. 1972 ம் ஆண்டு எழுதப்பட்ட கதை, இந்தக் காலத்திற்கும் கச்சிதமாகப் பொருந்திப் போவது வேதனை தரும் விஷயம்தான்.

மதுரை அரசு மருத்துவமனைக்கு தன் உறவினர் ஒருவரைப் பார்க்கச் சென்ற சுஜாதா, அங்கே மருத்துவமனையின் நிலை கண்டு, அந்த பாதிப்பில் எழுதிய கதைதான் " நகரம்". இன்றளவும் அவரின் சிறுகதைகளில் ஆகச் சிறந்ததாகக் கருதப்படுகிறது. சிறுகதை வெளிவந்து சில நாட்களில், மதுரை அரசு மருத்துவமனையில் அதன் டின் பல மாற்றங்கள் செய்ய பரிந்துரைத்தார் என்பதை அறியும் போது, கதையின் வீச்சு எத்தகையது என்பது புரியும்.

❧

ஒரு லட்சம் புத்தகங்கள் - சிறுகதை (ஆனந்த விகடனில் வெளிவந்தது):

விகடனில் பாரதியார் நூற்றாண்டை முன்னிட்டு பல எழுத்தாளர்கள் பாரதியின் வரிகளை வைத்து கதை எழுதினார்கள். எனக்கு இன்னும் ஞாபகம் இருப்பது சுஜாதா எழுதிய என்ற ஒரு லட்சம் புத்தகங்கள் கதைதான்.

அவர் எடுத்துக்கொண்ட வரி ''சிங்களத் தீவினுக்கோர் பாலம் அமைப்போம்''. ஒரு இலங்கை தமிழ் நூலகத்தில் புத்தகங்கள் சிங்களர்களால் எரிக்கப்பட்டன. இதை பின்புலமாக வைத்து எழுதப்பட்ட கதை.

ஏனென்றால் சுஜாதா எப்போதுமே நீதி போதனைகளை வைக்க மாட்டார். பார்த்தாயா இது எவ்வளவு பெரியஅநியாயம் என்று அவர் எப்போதும் சொல்வதில்லை. சிங்களத் தீவுக்கு பாலம் என்று சொல்வதில்இருக்கும் sarcasm சுர்ரென்று உரைக்கிறது. அதே நேரத்தில் இது ஒரு propaganda கதைதான். இதில் இருப்பது art இல்லை, craft-தான். இந்த கதை எந்த தருணத்தை நோக்கி முன்னே போகிறதோ — அந்த தமிழறிஞரின் சுயநலம் — என்பது உங்களை ஐயோ என்று அலற வைக்கும் தருணம் இல்லை, மனிதனின் சுயநலம் இவ்வளவு கேவலமானதா என்று நம்மை நாமே வெறுக்கும் தருணமும் இல்லை.

அலற வைக்கும் தருணம் நூலகம் எரிக்கப்பட்டதுதான். சாவுகளை கேட்டு மனம் மரத்து போயிருந்த காலம்அது. அப்போதெல்லாம் பேப்-பரை திறந்தால் பஞ்சாபில் நாலு பேர் சாவு என்று செய்தி வராத நாளே கிடையாது. அந்த சமயத்தில் வேறொரு விதமான கொடுமை, உலக சரித்திரத்தில் மிக அபூர்வமாகவே நடந்திருக்கும் கொடுமை, உங்கள் கண் முன்னால் வைக்கப்படுகிறது. அந்தக் கட்டத்தில் அடப் பாவிகளா என்று மனதுக்குள் ஒருகூக்குரல். இன்னும் ஓரிரு பக்கம் போனபின் அந்த தமிழறிஞரை பார்த்து அடச்சீ என்று ஒரு அருவருப்பு. பிறகு சிங்களத் தீவுக்கு பாலம் என்று சொல்லி இருக்கும் வரிகளை மீண்டும் ஒரு முறை நினைவு கூர்ந்து முகத்தில் ஒருசுளிப்பு. மனதில் எழுந்த அந்த கூக்குரல் இந்த சிறுகதையின் பலம் மட்டுமல்ல, பலவீனமும் கூட. அது இந்தகதையின் க்ளைமாக்சைக் கூட dominate செய்கிறது.

படிக்க வேண்டிய கதை, மறக்கக் கூடாத துயரம் என்று சொல்லத் தோன்றுகிறது. படிக்க வேண்டிய கதை என்று நிறுத்தாமல் துயரத்தைப் பற்றியும் பேசுவதுதான் இந்த கதையின் தோல்வி. ஆனால் அதைத்தான் சுஜாதா விரும்பியிருக்க வேண்டும். ஏனெனில் இது எழுத்தாளனின் வெற்றி.

ஒரு லட்சம் புத்தகங்கள் எரிக்கப்பட்டன. நினைத்து பாருங்கள், இது நம் அனைவரின் செல்வம். எரித்தவனுக்கும் இந்த செல்வம் சொந்தம். எரித்தால் அவனுக்கு எந்த லாபமும் இல்லை. காட்டுமிராண்டித்தனம்,

அவ்வளவுதான்.

கதையைப் படிக்கும்போது, படித்து முடித்த பின் —மனதில் ஏதோ முள் குத்துவது போல் இருக்கும்...ஆனால், இதுதானே நிஜம் ...?

பொதுவாக, சுஜாதாவின் படைப்புகளை எப்போதும் நெகடிவ் கோணத்திலேயே விமர்சிக்கும் ஜெயமோகன் இந்தக்கதையைப் பற்றிய தமது கருத்தை ஒரு கட்டுரையாக எழுதியதிலிருந்து ஒரு சிறிய பகுதி:

"சுஜாதாவின் அபாரமான சித்தரிப்புத்திறன் இக்கதையையும் அழகு-றச்செய்கிறது. அச்சூழல், அங்கிருக்கும் வெவ்வேறு கதைமாந்தரின் ஒற்-றைவரி சித்திரங்கள், டாக்டர் நல்லுச்சாமியின் அகம் அதிகாரம் காமம் குடும்பம் என அலைபாயும் விதம், அதிகாரம் ஒன்றுடனொன்று பின்னி ஒரு படலமாக அமைந்திருக்கும் தன்மை, அனைத்துக்கும் மேல் வெற்று அலங்காரமாக இலக்கியம் புழங்குவது அனைத்தும் சொல்லப்பட்டுவிடு-கிறது

ஐயமில்லாமல் தமிழின் நல்ல கதைகளில் ஒன்று இது. ஒரு லட்சம் புத்தகங்களை எரித்த வெளிச்சம் இரவெல்லாம்ஒளிவிட்டது என்னும் இடம் இயல்பாக வந்துசெல்லும்போது ஏற்படும் துணுக்குறல்தான் இதை கலையாக்குகிறது".

ஜெயமோகன் கருத்துக்களை சுஜாதாவின் தீவிர வாசகர்கள் எப்-போதுமே லட்சியம் செய்வதில்லை. இருந்தும் அந்த நபர் கூட நல்ல கோணத்தில் விமர்சனம் செய்ததால் மேலே உள்ள பாரா.

இந்தக் கதை பற்றி ஆஸ்திரேலிய தமிழ் எழுத்தாளர் முருகபூபதி:

1981- ஆண்டு யாழ்ப்பாணம் பொது நூலகம் எரிக்கப்பட்டபின்னர் சுஜாதா எழுதிய இலட்சம்புத்தகங்கள் என்ற சிறுகதை வாசகர் மத்தியில் மட்டுமன்றி எழுத்தாளர் வட்டாரத்திலும் விரிவாகப் பேசப்பட்டது. சுஜாதா பெரும்பாலான எழுத்தாளர்களைப் போன்று புத்தகங்களை பெரிதும் நேசித்தவர்.

யாழ். நூலகம் எரிக்கப்பட்டு இரண்டு நாட்களில் யாழ்ப்பாணம் சென்று மல்லிகை ஜீவாவுடன் நேரில் சென்று பார்த்து கொதிப்படைந்-திருந்த என்னை சுஜாதாவின் கதை மெய் சிலிர்க்கவைத்தது.

கேள்வி ஞானத்தில் அவர் எழுதிய அக்கதை அற்புதமாக படைக்கப் பட்டிருந்தது.

இலங்கை வரலாற்றிலேயே கறைபடிந்த காட்சியாகிப் போன யாழ் பொது நூலக எரிப்பின் பின்னர் சுஜாதாவுக்கு இலங்கைத்தமிழர்கள் மீது ஆழ்ந்த அனுதாபமும் ஈழத்து இலக்கியம் குறித்த அக்கறையும் அதிக-மாகத் தோன்றியிருக்கவேண்டுமென்று நம்புகிறேன்.

ஒரு லட்சம் புத்தகங்கள்" சிறுகதை பற்றி இரா.முருகன்

'சிங்களத்தீவினுக்கோர் பாலம் அமைப்போம்' என்ற வரியைத் தனது கதைக்கான அடிக்கருத்தாக சுஜாதா தெரிவு செய்திருந்தார். சுஜாதாவின் கதைப்பின்னணியாக யாழ்ப்பாணத்தில் ஏற்பட்ட ஆகஸ்ட் கலவரத்தில் அரசின் ஆதரவுடன், அதன் போலீஸ்காரர்களால் நூலகம் சிதைக்கப்-பட்டதும், தென்கிழக்கு ஆசியாவிலேயே பெரியதான அந்த நூலகத்-தின் ஒரு லட்சம் புத்தகங்கள் எரிக்கப்பட்ட நிகழ்வும் இருந்தது. அதை வாசிக்கும் போது சிங்கள அரசின் தமிழ் விரோதம் பளிச்சென வெளிப்ப-டாமல் போகாது. தமிழ் அடையாளத்தின் ஆன்மாவாக இருக்கும் நூலக-த்தை எரிப்பது மூலமாக தமிழர்களின் தனி நாடு கோஷத்தை இல்லா-மல் ஆக்கி விடலாம் என அந்நாட்டு அரசு கருதியதும் அக்கதைக்குள் விவாதிக்கப் பட்டிருந்தது.

அக்கதையை முதலில் வாசிப்பவர்களுக்கு சிங்கள அரசின் தமிழ் விரோதமே முதலில் தோன்றும் என்றாலும், சுஜாதாவின் முதன்மையான நோக்கம் அதுவல்ல என்பதை இன்னொரு முறை வாசிக்கும் போது தெளிவாகப் புரிந்து கொள்ளலாம்.

சுஜாதா கதைகளில் நீவிர் விரும்பும் ஐந்து, பத்து, ஐம்பது, நூறு, இருநூற்றுப் பதினேழு சிறுகதைகளைப் பட்டியலிடுக' என்று யாராவது விரட்டினால், முதல் பத்துக்குள் வலது கை சுண்டு விரலையாவது மடக்கி (செய்துபார்த்தால் கஷ்டம் புரியும்) 'ஒரு லட்சம் புத்தகங்கள்' என்று தயங்காமல் சொல்லலாம். இந்தக் கதையின் இக்காலத்துக்கும் பொருந்தும் சமகாலத் தன்மை நம்மை வியப்படைய வைக்கிறது.

ஈழம்.தமிழனாகப் பிறந்த ஒவ்வொருவரையும் எவ்விதமாகவேனும் பாதிக்கும் ஒரு வரலாற்றுத். துன்பியல்நிகழ்வு. இருந்தது குறித்த பெருமி-தமும், இழந்தது குறித்த கையறு நிலை நெகிழ்வும், ஆத்திரமும், கார-ணங்களைவேர் பிரித்து சரம் சரமாக விரியும் சிந்தனையுமாக நம்மை எல்லாம் சூழும் பாதிப்பு இது.

நம்மோடு ரத்தமும் சதையும் உணர்வும் மொழியுமாக ஒன்றிய கடல் கடந்த சமுதாயத்தை ஒட்டு மொத்தமாகக் கருவறுத்து அழிக்கிற முயற்-

சிகள் இன்னும் அங்கே தொடர்ந்து கொண்டு தான் இருக்கின்றன.

தமிழ் இனத்தை அழிக்க என்ன செய்ய வேண்டுமோ அதைக் கடந்த ஐம்பது வருடமாக அங்கே செய்து கொண்டிருக்கிறார்கள் ஆனால் அது முடிவு இல்லை. வெட்ட வெட்ட வளரும் நன்மரமாக இனம் துளிர்க்கும்.

இவ்வளவு புகழாரங்கள் பெற்ற மகத்தான "ஒரு லட்சம் புத்தகங்கள்" சிறுகதை பற்றி சுஜாதா ரொம்ப சிம்பிளாக :

விகடனில் நான் எழுதிய 'ஒரு லட்சம் புத்தகங்கள்' கதையை இன்-னமும் ஞாபகம் வைத்துக் கொண்டு என்னை வழிமறித்துப் பாராட்டுப-வர்கள் இருக்கிறார்கள். அவர்களுக்குக் குழாயில் தினமும் நல்ல தண்-ணீர் வரவும் கூட்டமில்லாமல் பஸ்கள் கிடைக்கவும் பிரார்த்திக்கிறேன்.

24

விளிம்பு : குறுநாவல்

1980 ம் வருடம் (ஏப்ரல்) தமிழ் புத்தாண்டு சிறப்பிதழை (13-04-1980) சுஜாதா தயாரித்தார். அதில் அப்போது அவர் மனம் கவர்ந்த லூஸில் ஃபிளெட்சர் (Lucille Fletcher) எழுதிய ஹலோ ! ராங் நம்பர் என்ற உலகப்புகழ் பெற்ற ரேடியோ நாடகத்தை கல்கி ஆசிரியர் கி.ராஜேந்திரன் தமிழில் மொழிபெயர்த்தார்.

முழுக்கவே திகில் சிறப்பிதழான அதில் சுஜாதாவின் குறுநாவல் "விளிம்பு" இடம்பெற்றது.

சுஜாதா தயாரித்த இதழ் என்பதால், அவருக்கு நெருக்கமான இயக்குனர் சிகரம் கே. பாலச்சந்தர் அவர்கள் நடிகை லட்சுமியை அந்த நாடகத்துக்காக நடிக்க வைத்து சில அருமையான புகைப்படங்களையும் எடுக்க ஆவண செய்தார்.

இந்த "விளிம்பு" ஒரு மிக அருமையான, இறுதியில், கதை படிப்போரின் முகத்தில் அறையும் வண்ணம் ஒரு அட்டகாச சொடுக்குடன் முடியும் ஒரு அற்புதமான உளவியல் கதை இது.

இந்தக் கதை வெளிவந்து சில வருடங்கள் கழித்து, இந்தக் கதையை அப்படியே காப்பி அடித்து ராஜேஷ் குமார் ஒரு சிறுகதை எழுதி, அது குமுதத்தில் வெளிவந்தது. அதைப் படித்துவிட்டு மிகுந்த எரிச்சலுடன், சுஜாதாவின் விளிம்பு கதைக்கும், ராஜேஷ் குமாரின் சிறுகதைக்கும் உள்ள ஒற்றுமைகளைச் சுட்டிக்காட்டி குமுதத்திற்கு ஒரு கடிதம் எழுதினேன். அது காற்றோடு போய்விட்டது.

சுஜாதாவிற்கும் இது குறித்து எழுதினேன். அவரிடமிருந்து வந்த பதில், modesty -யின் உச்சம்: "நான் அந்தக் கதையைப் படிக்க-வில்லை. அந்த எழுத்தாளருக்கும் ஏதாவது ஒரு வகையில் கதையின் கரு மனதில் தோன்றியிருக்கலாம் அல்லவா? எனவே நான் அதை என் கதையின் காப்பி என்று சொல்ல மாட்டேன். இதை professional hazard என்று கூறலாம்". என்ன ஒரு அடக்கமான பதில் பாருங்கள் !!

விளிம்பு கதையின் ஒரு சிறிய பகுதி:

எனக்கு எப்பொழுது இந்தக் கொல்லும் இச்சை ஏற்பட்டது என்று தெளிவாகச் சொல்ல முடியவில்லை. விஜயனை எப்பொழுது இலக்காக நினைத்தேன் என்பதும் அவ்விதமே.

இரண்டு வருஷங்களாகவே எனக்கு உடம்பு ஒரு மாதிரி தான் இருந்து வருகிறது. பிற விஷயங்களில் அக்கறை இல்லாமலிருப்பதிலி-ருந்து ஆரம்பித்தது. காலை எப்போதும் ஆறரை வரை தூங்குவேன். திடுதிடுப்பென்று தூக்கமின்மை ஆரம்பித்தது. இரவு மூன்று மணிக்கு எழுந்துவிடுவேன்.

எங்கே இருக்கிறேன் என்று சற்று நேரம் சஞ்சலம். அருகே மனைவி படுத்திருப்பாள். இவள் யார்? இவளுக்கும் எனக்கும் என்ன சம்பந்தம்? மனித வாழ்க்கை என்னும் அலகிலா பிரயாணத்தில் என்னுடன் ஒண்ட வந்த சக யாத்ரியா?

25

சுஜாதாவின் விஞ்ஞானக் கதைகள்:

சுஜாதா கிட்டத்தட்ட 25 ஆண்டுகளுக்கு மேலாகப் பல பத்திரிக்கை-களை விஞ்ஞானப் புனைவு கதைகளை எழுதி, அதை உயிர்மை ஒரு தொகுப்பாக 2002-ம் ஆண்டில் வெளிட்டு, இந்த ஆண்டு வரை 7 - 8 பதிப்புகள் வந்துள்ளன.

சுஜாதா தவிர தமிழில் வேறு யாரும் விஞ்ஞானப் புனைவுகளை உருப்படியாக எழுத முற்படவில்லை. ஒன்றிரண்டு எழுத்தாளர்கள் தங்-களுக்குத் தெரிந்ததை எழுதி "இவை சயின்ஸ் ஃபிக்ஷன் கதைகள்" என்கிறார்கள். இதில், மிகச் சில எழுத்தாளர்களின் ஒரு சில கதைகள் மட்டுமே விஞ்ஞானப் புனைவு என்கிற பிரிவில் / வகையில் (genre) சேருமே தவிர சொல்லிக்கொள்ளும் அளவுக்கு பெரிய அளவில் யாரும் எழுதவில்லை.

நான் என்னை ரஜினிகாந்த் என்று சொல்லிக்கொண்டால் அதில் எவ்வளவு "உண்மை" இருக்குமோ, அவ்வளவு உண்மை இந்த எழுத்-தாளர்களின் கூற்றில் இருக்கிறது.

சுஜாதா எழுதிய (கிட்டத்தட்ட) 50 விஞ்ஞானப் புனைகதைகளில் சிலவற்றைப் பற்றிய எனது பார்வையை இங்கே பகிர்ந்துள்ளேன். அதற்கு

முன், சுஜாதா எழுதிய "விஞ்ஞானப் புனைவுகளின் கூறுகள்" என்கிற சுவையான கட்டுரையைப் படிக்க அழைக்கிறேன். இதன் நீளம் பெரியது என்பதால் சுருக்கியுள்ளேன்.

விஞ்ஞானப் புனைவுகளின் கூறுகள் - சுஜாதா கட்டுரை

முதலில் சயின்ஸ் ஃபிக்.ஷன் என்பதற்கான தமிழ்ச் சொல் பார்க்கலாம். விஞ்ஞானக் கதை அல்லது அறிவியல் புனைகதை இரண்டையும் கலந்து பயன்படுத்த போகிறேன். எது நிலைக்கும் என்பதை காலம் தீர்மானிக்கட்டும்.

ஆங்கிலத்திலேயே 1930-ல் தான் இந்தப் பிரயோகம் நிலைத்தது. தமிழில் அறிவியல் சார்ந்த புனைகதைகள் மிகவும் குறைவு. ஆனால் சயின்ஸ் ஃபிக்.ஷன் என்னும் பொதுவகையில் சேர்க்கக்கூடிய நூல்களும், சிறுகதைகளும், சில நாவல்களும் தமிழில் இருக்கின்றன.

சைன்ஸ் ஃபிக்.ஷன் எழுதுகிறோம் என்பதை அறியாமலேயே எழுதிய கதைகளை தான் ஆரம்பகாலத்தில் காண்கிறோம் இதற்கு முக்கிய காரணம் இதன் மேல் நாட்டு வரையரைகள் நமக்குத் தெரியாமல் இருந்ததே. அவை மிகவும் விஸ்தாரமாக இருந்ததால் பல தமிழ் சிறுகதைகள் தம்மையறியாமல் அந்த வரையறைக்குள் வந்து விழுகின்றன.

மேரி ஷெல்லி 1818 இல் இறுதியில் பிரான்கன்ஸ்டைன் (Frakanstein) வெளியிட்டபோது சயின்ஸ் ஃபிக்.ஷன் ஆரம்ப விதைகளை விதைக்கிறோம் என்பதை அவர் அறிந்திருக்கவில்லை. அதே நிலையில்தான் நம் முதல் தமிழ் விஞ்ஞான கதைகளும் உருவாகியுள்ளன. அறிவியல் புனைக் கதை என்ன என்பதை அறுதியிட்டு விடலாம்.

ப்ரையன் ஆல்டிஸ்ஸின் (Brian Alldiss) கூற்று எனக்குப் பிடித்தது, "அறிவியல் புனைகதை என்பது முன்னேற்றமும் குழப்பமும் நிறைந்த (அறிவியல்) சூழ்நிலையில் மனித இனத்தை வரையறை செய்து, பிரபஞ்சத்தில் மனிதனின் இடத்தை தேடும் இலக்கியம்." இந்த வரையறை தான் மேல்நாட்டில் இந்த ஜாதியில் பிரசுரமாகும் எல்லாக்தைகளுக்கும் பொருந்துகிறது.

காத்திக் (Gothic) வகைக் கதைகளில் இருந்துதான் விஞ்ஞானக் கதைகள் வந்தன என்பது ஆராய்ச்சியாளர்களால் ஒப்புக் கொள்ளப்பட்ட விஷயம். காத்திக் என்றால் இயற்கையை மீறின, அதற்கு மேற்பட்ட

அல்லது வினோதமான என்று பொருள். மூன்றுமே இந்த வகைக் கதை-
களில் உள்ளன. கதைமாந்தர் இயற்கைக்கு மேற்பட்ட சக்திகள் அதிக-
மாக இருந்தால், அதை வன்அறிவியல் புனைக்கதை (Hard Science
Fiction) என்கிறார்கள். கதை மாந்தர்கள் சாதாரண மனிதர்களாக,
ஆசாபாசங்களுக்கு உட்பட்டவர்களாக இருந்து, இவர்களுக்கு அசாதா-
ரணமாக சம்பவங்கள் நிகழ்வதாக இருந்தால், அதை மென்அறிவியல்
புனைகதை (Soft Science Fiction) என்கிறார்கள்.

ஏறத்தாழ உண்மைக்கு மிக அருகிலேயே நடை பெறக் கூடியதாக,
அறிவியல் விதிகளுக்குள் அடங்கும் படியான கதைகளும் எழுதுகிறார்-
கள். இது மூன்றாம் வகை, ஒருமுனை என்றால் மறுமுனையில் எது
விஞ்ஞானம், எது மந்திரச் செயல் என்று தெரியாமல் கலந்து வரும்
எல்லா கலவைகளையும் இந்த இயல் அனுமதிக்கிறது. இதனால்தான்
இது மேல்நாடுகளில் மிகப்பிரபலமாகி, குறிப்பாக அமெரிக்காவில் அதிக-
மாக எழுதப்படுகிறது. சிறுகதைகளின் மற்ற வடிவங்கள் அங்கே மெல்ல
மெல்ல வழக்கொழிந்து வரும்போது இவ்வகை மட்டும்செழிப்பதற்கு கார-
ணம் இந்தக் கலவை சுதந்திரம்தான்.

சென்ற நூற்றாண்டில் கவிஞர் ஷெல்லியின் மனைவி மேரி ஷெல்லி
எழுதிய Frankenstein or The Modern Prometheus என்னும்
காத்திக் (Gothic) நாவலில் தான் இந்த இயல் துவங்கியது. இதன்
கதைச் சுருக்கத்தை சொல்வது இந்தக் கட்டுரைக்கு அவசியமாகிறது

பல புதிய பிரேதங்களின் பல பாகங்களிலிருந்து ஒரு உயிரை தயா-
ரித்து அதற்கு உயிர் ஊட்டுகிறார். அதனைஉடனே நிராகரித்தும் விடு-
கிறார். ஆனால், அது தப்பிச் சென்று அவரையும் மற்றவர்களையும்
அழிக்க முயலும் அபாயம் வந்துவிடுகிறது. அதற்கு ஒரு ஜோடி தயா-
ரிக்கப்பட்டு இறுதியில் அது அழிக்கப்படுகிறது.

இந்தச் சுருக்கத்திலும், ஆரம்பத்தில் நாம் பார்த்த வரையறை
பொருந்துவதை சயின்ஸ் ஃபிக்.ஷனின் முக்கியமானஒரு கருப்பொரு-
ளான ' விபரீதமாகும் பரிசோதனை' இருப்பதை உடனே நீங்கள் உணர-
லாம். இந்தக் கதை தமிழில் புதுமைப்பித்தன் 'பிரேத மனிதன்' என்ற
பெயரில் மொழிபெயர்த்திருக்கிறார்.

தமிழில் முதல் காத்திக் கதை 'சீவக சிந்தாமணி' என்று கூறலாம்.
சச்சந்தனின் கர்ப்பிணி மனைவி மயிற்பொறி மேல் ஆகாய வழியில்
சென்று ஒரு சுடுகாட்டில் இறங்கி சீவகனைப் பெற்றாள் என்று படிக்-

கும்போது இதில் காத்திக்கூறுகள் அனைத்தும் உள்ளதை உணரலாம். சீவகன், காந்தருவதத்தை, குணமாலை, பதுமை, கனகமாலை என்று அழகான பெயர்கள் கொண்ட மங்கையரை ஒவ்வொரு நாட்டுக்கு ஒருத்தியாக ஏறக்குறைய ஒரு டஜன் ராஜகுமாரிகளை கல்யாணம் செய்து கொள்ளும் ஒவ்வொரு கதையும் 'காத்திக்' கூறுகள் நிறையவே உள்ளன.

அதேபோல், மணிமேகலையிலும், கம்ப ராமாயணத்திலும் உள்ள அற்புத விஷயங்கள் அனைத்தும் சயின்ஸ் பிக் ஷன் வகையைச் சார்ந்தவை. புஷ்பக விமானம், ஏரோபிளேன் போல மெல்ல கொஞ்ச தூரம் ஓடி டேக் ஆஃப் ஆனதைப் பற்றி சொல்கிறார் கம்பர்.

உயிர்களை கொல்லாத சமணப் பேய்கள் ஒரு வேளை தான் சாப்பிடும். அதனால் மயிரை வடிகட்டி அவற்றுக்குத்கூழாக்கி நிணத்தைக் கொடுக்கவும் என்று பாடும்போது ஜெயங்கொண்டார் தமிழின் ஆரம்பகால 'காத்திக்' கதை எழுதியவர் ஆகிறார்.

விக்ரமாதித்தன் கதைகள் பல ஸைஃபி (Sci-Fi) தகுதி பெறுகின்றன. இரு நண்பர்களிடையே தலையும் உடலும் மாறிப்போய் யார் உண்மையான கணவன் என மனைவி தடுமாறும் விக்ரமாதித்தன் கதை உண்மையான சயின்ஸ் ஃபிக்.ஷன் (இதை கிரீஷ் கர்னார்ட் 'ஹயவதனா' என்று அற்புதமான நாடகமாக மாற்றினார்). உர்ஸூலா லா குவென் (Ursula la Guin) எழுதிய 'Island of Immortals' என்னும் கதை விக்ரமாதித்தன் கதை போலத்தான் இருக்கிறது.ஒரு வகை கொசு கடிப்பதால் ஒரு தீவில் உள்ளோர் சாகாவரம் பெறுகிறார்கள் என்பது கதையின் கரு. அதைச் சொல்லும் முறை நவீன சிறுகதை பாணியில் யதார்த்தத்துக்கு அருகில் இருக்கும்.

கதை என்னவோ அதே மந்திர-தந்திரக் கதைதான். தமிழக நாட்டுப்புறக் கதைகள் சிலவற்றிலும் காத்திக் (Gothic)கூறுகள் உள்ளன.

☙

தமிழில் விஞ்ஞானப் புனைவுகளை முதலில் அறிமுகப்படுத்திய சுஜாதா.

எந்திரன் கதையைப் பொறுத்தவரை, ரோபோ என்பது அடிப்படை ஆதாரம். இந்த ரோபோவுக்கு மனிதத் தன்மைவந்துவிட்டால், ரோபோக்கள் சுயமாக சிந்திக்க, ஆட்சி நடத்த, அரசியல் பண்ண, ஒருவர் மீது

காதல் கொள்ள, பெண்ணை அனுபவிக்க ஆசைப்பட்டால்... என்ன-வெல்லாம் நடக்கும் என்று தமிழில் புனைவுகளாகக் கொண்டுவந்தவர் சுஜாதா.

ரோபோ என்றில்லை... தமிழில் விஞ்ஞானக் கதை என்று எடுத்துக் கொண்டால் அந்தப் பெருமை சுஜாதாவையேசேரும். அவருக்கு முன் சிலர் எழுதியிருந்தாலும் அவை ஒரு ஊர்ல ஒரு ராஜா டைப் கதை-களாகவே அமைந்தன.தமிழில் விஞ்ஞானக் கதை என்ற கருத்தையே கிண்டல் செய்தார்கள் எழுபதுகளில் (தமிழ் சினிமாவில் முதல்விஞ்ஞா-னப் படம் எம்ஜிஆரின் 'கலையரசி'. அதுவும் கூட ஒரு ஆங்கிலப் படத்தின் பாதிப்பாக வந்த அமெச்சூர்முயற்சிதான். ஆனாலும் அதுவே அன்றைக்கு பெரிய சாதனைதான்!).

ஆனால் சுஜாதாதான் தமிழில் விஞ்ஞானக் கதைகள் சாத்தியம் என்பதை நிரூபித்தவர். அதுமட்டுமல்ல, இந்தக்கதைகளை வறண்ட விஞ்ஞான விவரணங்களாகத் தராமல் படிக்க புதிய, இனிய அனுபவத்-தைத் தரும் கதைகளாகத் தந்தவர்.

ரோபோக்களின் ஆதிக்கம், விண்வெளியில் காதல், அடுத்த நூற்-றாண்டில் மனிதனின் நிலை, நிலவில் மனிதன்வசிக்க நேர்ந்தால்... இப்-படியெல்லாம் புதுப்புது முடிச்சுக்களை உருவாக்கி அதில் விறுவிறுப்பான கதையைப்புனைந்தவர் சுஜாதா. ஆனால் அவை அனைத்திலும் விஞ்-ஞான உண்மைகளும் சாத்தியங்களும் பொதிந்திருந்தன.

அவரைப் பார்த்துதான் பலரும் விஞ்ஞானக் கதைகளைப் புனைய ஆரம்பித்தனர் என்பது யாரும் மறுக்க முடியாதஉண்மை. "இல்லை-யில்லை... நான் இந்த ஆங்கிலப் புத்தகம் படித்தேன்... படம் பார்த்-தேன்... அதை வைத்து எழுதினேன்..." என்று யாரும் சொல்ல முயன்றால், அது உடான்ஸ். காரணம், மற்றவர்களின் விஞ்ஞானக் கதைகளுக்கான மொழி நடை கூட சுஜாதாவிடமிருந்து இரவல் பெற்-றதாகவே இருப்பதைக் காணலாம். அவ்வளவுஏன்... பல முன்னணி தமிழ் பத்திரிகையாளர்கள் செய்திகள், கட்டுரைகளைக் கூட சுஜாதா பாணியில் தந்ததெல்லாம்நடந்திருக்கிறது.

அந்த சுஜாதா உருவாக்கிய கதைதான் 'என் இனிய இயந்திரா' மற்-றும் அதன் தொடர்ச்சியான 'மீண்டும் ஜீனோ'.

இந்தக் கதைகளின் ஆதாரம் ரோபோக்களின் ஆதிக்கம் மற்றும் மனிதனை மிஞ்சிய, படைத்தவனின் தலையிலேயே கைவைக்கப் பார்க்கும் ரோபோவின் அத்துமீறல்கள்தான்

இந்தக் கதை எழுதப்பட்டது இன்று நேற்றல்ல... 30 ஆண்டுகளுக்கு முன்னால். நிலா — சிபி — ஜீனோபாத்திரங்களைப் படித்தவர்கள், ஜீவா என்ற கேரக்டரைப் படித்தவர்கள் நிச்சயம் எந்திரன் ஒரு காப்பியடிக்கப்பட்டகதை என்று கூறத் துணிய மாட்டார்கள். ஏன்... சுஜாதா என்ற மேதை இன்று இருந்திருந்தால், இத்தனைப் பேர்கிளம்பியிருப்பார்களா என்றே தெரியாது!

ரஜினி நடித்த எந்திரனில் ஆரம்ப சிட்டியின் புத்திசாலித்தனமான குழந்தைத்தனங்கள் அனைத்துமே சுஜாதாவின் ஜீனோ சாயலில் இருப்பதை எளிதில் உணரலாம்.

எந்திரன் என்ற தலைப்பே சுஜாதாவுடையது. அவருடைய இயந்திரா என்பதுதான் எந்திரனாக மருவியது.இதையெல்லாம் படத்தின் ஆரம்ப டைட்டிலில் அமரர் சுஜாதாவுக்கு ஒரு கௌரவமாக நன்றி கார்டு போட்டுக்காட்டுவதன் மூலம் ஷங்கரால் செய்திருக்க முடியும். அதை ஏன் அவர் செய்யத் தவறினார் என்பது புரியவில்லை!

என் இனிய இயந்திரா ஒரு விஸ்தாரமான விஞ்ஞானக் கதை. 1984-ல் 2021-ஐக் கற்பனை செய்து சுஜாதா படைத்திருப்பார். ஆனால் எந்திரன் முழுக்க இந்தக் கதையல்ல. இதன் பாதிப்பில், சில காரெக்டர்களை மட்டும் எடுத்துக் கொண்டு எளிய அறிமுகம், பிரமாண்ட க்ளைமாக்ஸுடன் எந்திரனைத் தந்திருக்கிறார் ஷங்கர்.

இப்படிப்பட்ட கற்பனைகளுக்கு, 'தானே அத்தாரிட்டி' என்றும் சுஜாதா சொல்லிக் கொண்டதில்லை. யாரும்கற்பனை செய்யலாம். ஆனால் ஆதாரம் ஒன்றுதான் என்பது அவர் கருத்து.

என் இனிய இயந்திரா கதையின் முன்னுரையில் சுஜாதா:

"விஞ்ஞானக் கதை என்பது விஞ்ஞானப்படி சாத்தியமாக இருக்க வேண்டும் என்று பலரும் எண்ணிக்கொண்டிருக்கிறார்கள்.

தப்பு.

விஞ்ஞானக் கதைப்படி (சயின்ஸ் ஃபிக்ஷன்) என்பதின் தற்போதைய வடிவத்தில் அது எல்லையற்ற மிக விஸ்தாரமானகற்பனையாக இருக்கிறது. அதனால் மாற்று உலகங்களையும் மாற்று சித்தாந்தங்களையும் படைக்க முடிகிறது.

அதன் காலைகளில் இருளையும் ராத்திரிகளில் வெளிச்சங்களையும் தேவைப்பட்டால் அமைத்துக் கொள்ளலாம்.அதன் கடவுள்கள் புரோட்-டான் வடிவெடுக்கலாம். அதன் பெண்கள் மகப்பேற்றை ஒட்டுமொத்த-மாக இழந்து மீசைவைத்துக் கொள்ளலாம்.. அதன் நாய்கள் (Plato) பிளேட்டோவைப் பற்றியும் பிரும்மசூத்திரம் பற்றியும் பேசலாம்....

ஆயிரமாயிரம் மாற்று சாத்தியக் கூறுகளை ஆராயும் அற்புத சுதந்-திரத்தைப் பேசுகிறது வி.க.!

அதைப் பயன்படுத்தும்போது, அதன் புதிய விளையாட்டுக்களை ஆடும்போது ஒரேயொரு எச்சரிக்கைதான்தேவைப்படுகிறது. கதையில் இன்றைய மனிதனின் உணர்ச்சிகளுடன் ஆசாபாசங்களுடனும் ஏதாவது வகையில் ஒருசம்பந்தம் அல்லது தொடர்பு காட்ட வேண்டும்...!"

===========================

இந்த அடிப்படையில்தான் முன்பே 'சொர்க்கத் தீவையும்' படைத்தார் சுஜாதா.

இப்போது, புத்தகங்கள் படிப்பது உலகெங்கிலும் குறைந்து விட்டது என்பது உண்மை, அதே போல மறுக்க முடியாத மற்றொரு உண்மை எழுத்துலகில் சுஜாதா விட்டுச்சென்ற இடம் நிச்சயமாக காலியாகவே இருக்கப் போகிறது.

விஞ்ஞானக்

கதைகள் தொகுப்பில் உள்ள மிக அட்டகாசமான கதைகள்:

- கால யந்திரம்
- வாசல்
- யயாதி
- டிக்கெட்
- மன்னிக்கவும், இது கதையின் ஆரம்பமல்ல
- ஒரு அராபிய இரவு
- தமிழாசிரியர்
- வானத்தில் ஒரு மௌனத் தாரகை
- தேவன் வருகை
- ஜில்லு
- தர்மு மாமா

- காலமானவர்
- சூரியன்
- திமலா
- நச்சுப் பொய்கை

இதைத் தவிர தொகுப்பில் இருக்கும் ஒவ்வொரு சிறுகதையும் ஒவ்-வொரு விதத்தில் அருமையானவை.

இந்தத் தொகுப்பில் உள்ள கதைகளில் ஒரு சில கதைகளைப் பற்றி மட்டும் சற்று விவரமாக ஆராயலாம் :

மன்னிக்கவும், இது கதையின் ஆரம்பமல்லசிறுகதையின் பின்னணி-யில் உள்ள விஞ்ஞான உண்மை பற்றி சுஜாதா:

மோபியஸ் ஸ்ட்ரிப் (Mobius strip) என்று ஒரு சமாச்சாரம் உண்டு ஒரு காகித ரிப்பனில் எளிதாகச் செய்யலாம். நீண்டரிப்பனை ஒரு முறை திருகி ஒட்ட வைத்து விட்டால் டோப்பாலஜி (Topology) என்னும் கணித இயலின் படி இது ஒருமிக சுவாரஸ்யமான பொருளாகிறது.

இந்த வளையத்தைப் பற்றி நிறைய சமாச்சாரங்கள் எழுதியுள்ளனர். இந்த வளையத்தை நடுவில் குறுக்கே (முதுகில்) வெட்டிக் கொண்டே போனால், இரண்டாகவே ஆகாது. சட்டென்று ஒரு முழு வளையம் விடும். (விடும்போது பிளேடு உபயோகித்தால் ரத்தக் காயத்துக்கு நான் பொறுப்பல்ல).

மோபியஸ் சித்தாந்தத்தை வைத்துக் கொண்டு அடியேன் கூட ஒரு சிறுகதை எழுதியுள்ளேன் . கதையின்பெயர்: மன்னிக்கவும். இது கதை-யின் ஆரம்பமல்ல....

மோபியஸ் வளையத்தில் பல வித்தைகளைச் செய்துள்ளனர்.

கீழ்க்காணும் மோபியஸ் கவிதை அமைத்தவர் மார்ட்டின் கார்ட்னர்.

ஒரு முறை ஒரு கவிஞன் ஒரு கவிதை எழுதினான்

அதன் முதல் வரி இவ்வாறு இருந்தது

ஒரு முறை ஒரு கவிஞன் ஒரு கவிதை எழுதினான்

அதன் முதல் வரி இவ்வாறு இருந்தது

ஒரு முறை ஒரு கவிஞன் ஒரு கவிதை எழுதினான்

அதன் முதல் வரி இவ்வாறு இருந்தது

என்று கவிதையை முடித்தான் என்று கவிதையை முடித்தான் என்று

கவிதையை முடித்தான்....

~

டிக்கெட்: சுஜாதா (சிறுகதை) -

இந்த கதை வாத்தியார் எழுதி வந்த வருடம் 1983

ஆனந்த விகடனில் பொறுப்பான பதவியில் (உதவி ஆசிரியர் என நினைக்கிறேன்) ஒரு காலத்தில் இருந்தவர் திரு.மணியன் அவர்கள்.

ஆனந்த விகடன் சார்பில் வெளிநாடுகளுக்கு பயணம் செய்து அந்தப் பயணக் கட்டுரைகளை "இதயம் பேசுகிறது"என்ற தலைப்பில் எழுதி வந்தார். (அதற்கு முன் விகடனில் பல கதைகளையும் எழுதியுள்ளார் மணியன்).

பிறகு, மணியன் விகடனில் இருந்து வெளியேறி. சொந்தமாக வாரப் பத்திரிக்கை ஒன்று ஆரம்பித்து அதற்கும்"இதயம் பேசுகிறது" என்றே பெயரிட்டார்.

அன்றைய காலகட்டத்தில், வாரப் பத்திரிக்கை என்றால் சுஜாதாவின் தொடர்கதை / சிறுகதை/ கட்டுரை என ஏதோஒரு பங்களிப்பு இருக்க வேண்டும் என்ற நியதியை இந்தப் பத்திரிக்கையும் கடைபிடித்தது. "பெண் இயந்திரம்"உட்பட சில கதைகளை இதயம் பேசுகிறது பத்திரிக்-கையில் தலைவர் சுஜாதா எழுதினார்.

"இதயம் பேசுகிறது" வார இதழின் ஆசிரியர் மணியன் பிரபல தமிழ் எழுத்தாளர்களை வைத்து "அந்தாதி கதைகள்"என்ற பெயரில் வாரம் ஒரு கதை வெளியிட்டார்.

அந்தாதி என்றால் என்ன என்பது உங்களுக்கு தெரியும் என நினைக்கிறேன். இந்த விதியின்படி ஒவ்வொரு வாரமும்ஒரு எழுத்தாளர் ஒரு சிறுகதையை எழுதுவார். அடுத்த வாரம், வேறு ஒரு எழுத்தாளர் கடந்த வாரம் சிறுகதை எந்தவரியில் முடிந்ததோ அதை வைத்து அடுத்த சிறுகதையை ஆரம்பித்து எழுதுவார். இது 12 வாரங்கள்

தொடர்ந்தது.

11ம் வாரம் சிறுகதை எழுதிய திருமதி. அனுராதா ரமணன் கதை-யின் முடிவில் "ஒரு வழியாக கல்யாணம் என்றவார்த்தையே மறந்து போயிற்று" என முடித்திருப்பார்.

ஒரு நடுத்தரக் குடும்பத்தை சேர்ந்த ஒரு இளைஞன், தன் தங்-கைகளுக்கு, மிகுந்த சிரமங்களுக்கு இடையேஅவர்களின் திருமணங்-களை நடத்தி வைத்து வெறுத்து போய் இனி கல்யாணமே வேண்டாம் என்ற நிலைக்குவருவதாக குறிப்பிட்டு, "ஒரு வழியாக கல்யாணம் என்-கிற வார்த்தை அவனுக்கு நிரந்தரமாக மறந்து போயிற்று" என்றவார்த்-தையுடன் முடித்திருப்பார்.

அடுத்தவாரம் (12ம் வாரம்) சுஜாதா, அனுராதா ராமனின் "ஒரு வழியாக கல்யாணம் என்கிற வார்த்தை அவனுக்குநிரந்தரமாக மறந்து போயிற்று" என்ற வார்த்தைகளைக் குறிப்பிட்டு ஒரு அட்டகாசமான, யாருமே எதிர்பார்க்காதகதையை எழுதியிருந்தார். சிறுகதையின் பெயர் : டிக்கெட்

இதைப் போன்ற மிக சாதாரணமாக, ஒரு மத்யமரின் பிரச்னையை வைத்துக் கொண்டு வந்த கதையின் முடிவைவைத்து, ஒரு சற்றும் எதிர்-பாராத விஞ்ஞானப் புனைவு எழுதிருந்தார் சுஜாதா.

மிக அபாரமான அக்மார்க் சுஜாதா கதை. இவர் முடித்த விதத்தை வைத்து வேறு யாரும் அந்தாதிக் கதை தொடரமுடியாது என்பதால் வாத்தியார் எழுதிய கதையோடு அந்த அந்தாதிக் கதை சமாச்சாரத்தை நிறுத்திக் கொண்டார்மணியன்..

☘

நச்சுப் பொய்கை

வாசகர் கேள்வி:

ராமாயணமும், மகாபாரதமும் விஞ்ஞானக் கதைகளா ?

சுஜாதா பதில்:

ராமாயணத்தையும் மகாபாரதத்தையும் இன்றைய சூழ்நிலைக்குக் கொண்டு வர முடிந்தால் விஞ்ஞானக்கதை என்றுசொல்லாம். என்னு-டைய 'நச்சுப் பொய்கை' படித்துப் பாருங்கள். ஒரு மகாபாரதக் கதையை

அப்படியே ராஜாஜி சொன்னது போல் எழுதிவிட்டு ஒரு சில வரி மட்டும் மாற்றினேன்!

===============================

26

தலைமைச் செயலகம்:

எஸ். பாலசுப்ரமணியன் (ஆசிரியர் ஆனந்தவிகடன்) அவர்களின் என்-னுரை:

'எண் சாண் உடம்புக்குச் சிரசே பிரதானம்' என்ற பழமொழி, தலைக்குள் இருக்கும் மூளையைத்தான் குறிப்பிடுகிறது. மனித மூளை அதிசயமானது. அதன் செயல்பாடுகள் வியப்பானவை, புதிரானவை. மருத்துவ மேதைகளும், விஞ்ஞானிகளும் இன்னமும் தொடர்ந்து ஆராய்ந்து கொண்டிருக்கிறார்கள்.

நமது உடலை அடக்கியும் கட்டளைகள் பிறப்பித்தும் இயங்கும் மூளையைத் தலைமைச் செயலகமாகவேகுறிப்பிடலாம்.

சுஜாதா _ ஊழலற்ற இந்தத் தலைமைச் செயலகத்தின் சுறுசுறுப்பான பணியை எளிய நடையில் புரியவைத்தார். மிகவும் நுணுக்கமான விஷ-யங்களைக்கூட வாசகர்கள் எளிதில் புரிந்து கொள்ளுமாறு எழுதிய சுஜாதாவின் தலைமைச் செயலகத்தை எத்தனை பாராட்டினாலும் தகும்! இந்தப் புத்தகத்தைப் படிக்கும் வாசகர்களும் இதைஒப்புக் கொள்வார்கள் என்று நம்புகிறேன்.

முதல் பதிப்புக்கு சுஜாதா எழுதிய நன்றியுரை:

இந்தக் கட்டுரைத் தொடர் ஜூனியர் விகடன் இதழில் தொடர்ந்து வெளியிடுவதற்கு ஊக்கமளித்து, அந்தப்பத்திரிக்கையில் முன்பு நான் எழுதிய " ஏன்? எதற்கு? எப்படி?" கேள்வி பதில்கள்தான். அது தமிழ் பத்திரிக்கை உலகில் புதிய அத்தியாயத்தை துவங்கியது. வாரப்பத்திரிகையில் அறிவியல் விஷயங்கள் போட்டால் படிப்பார்களா என்பது பற்றி எல்லோருக்கும் சந்தேகம் இருந்த காலம் அது. இருந்தும் ஆசிரியர் பாலசுப்ரமணியன் அவர்கள் தைரியமாக அதை வெளியிட்டது அது எல்லோருக்கும் சில மனக்கதவுகளைத் திறந்து ஆச்சரியங்களை அளித்தது. தொடர்ந்து அறிவியல் எழுத ஊக்கத்தையும் தந்தது. அந்தப் பகுதி அமோக வரவேற்பு பெற்று புத்தகமாக வந்து தமிழ்பதிவுலகத்தில் சாதனை படைத்தது.

இந்த முறை கொஞ்சம் சிக்கலான விஷயத்தை தொட்டுப் பார்க்க-லாமே என்று மூளையை பார்க்கும் தைரியத்தையும் பாலசுப்பிரமணியன் அவர்களும் மதன் அவர்களும்தான் அளித்தனர். இந்தக் கட்டுரைகள் வெளிவந்த போது பக்கபலமாக பல மேல்நாட்டு குறிப்புகளையும் கட்டு-ரைகளையும் எனக்கு அனுப்பி வைத்து, அழகாக படம் போட்டு வெளி-யிட்டு என்னை ஊக்கப்படுத்தினார்.

இதனால் நான் நியூரோ அனாட்டமி, நியூரோ சயின்ஸ் போன்ற விஷயங்களில் விற்பன்னன் என்று எண்ணிக்கொள்ளவில்லை. இந்த அபாரமான தலைமைச் செயலகத்தை சற்றேனும் புரிந்துகொண்டு அதன் மர்மங்களை லேசாக கட்டவிழ்க்கும் போது, நம்மை நாமே அறிந்து-கொண்டு, நம் திறமைகளை மேலும் சிறப்பாக பயன்படுத்த உதவி செய்-யும் என்கிற குறிக்கோளுடன் தான் இந்த கட்டுரைத் தொடர் எழுதப்-பட்டது.

புத்தகத்தின் பெரும் பகுதி. 'THE BRAIN A users Manval by the Dig Groop என்கிற புத்தகத்திலிருந்தும் 'Scientific Amencan என்ற அமெரிக் அறிவியல் புத்தகத்திலிருந்தும் எடுக்கப்பட்டவை. ஆசி-ரியர்களுக்கும், எனக்கு இந்தத் தொடரின்போது பலவிதத்திலும் கடிதம் எழுதி ஊக்கமளித்து தங்களது பிரச்னைகளை என் சகோதரன் போலப் பங்கிட்டுக் கொண்டு எழுதிய வாசகர்களுக்கும் நவறி,

புத்தகத்தைச் சிறப்பாக வெளியிடும் சாதனையாளர் விகடன் பால-சுப்ரமணியன் அவர்களுக்கும் இணை ஆசிரியர் ம.அசோகன், பப்ளிகே-ஷன் மானேஜர் ஆரோக்கியவேல் ஆகியோருக்கு நன்றி!

சுஜாதா

வாசகர்களின் சில சுவையான கேள்விகள் // சுஜாதாவின் பதில்கள்
மனிதன் இறக்கும் கடைசி நிமிடங்களில் தலைமைச் செயலகத்தில் என்னவெல்லாம் நடக்கும்- கே வி அழகிரிகாஞ்சிபுரம்

இறக்கும் தருவாயில் மூளைக்கு ரத்த சப்ளை குறைவதால் மூளை ஆக்சிஜனுக்கு ஏங்கிப் போய் பகுதி பகுதியாக மடிகிறது. முதலில் மயக்-கம் வந்து நினைவை இழக்கிறோம். மெல்ல மெல்ல ஒரு வீட்டில் விளக்கை அணைப்பது போல. ஆனால் மூளையைப் பொறுத்தவரை நாம் பிறந்து சில வருடங்களிலேயே இறக்க ஆரம்பித்து விடுகிறோம். சுமார் இருபது வயதில் உச்சத்தில் இருக்கும் மூளை திறமை, புத்தி-சாலித்தனம் அப்போதிலிருந்தே படிப்படியாகக்குறைகிறது. 50 வயதுக்குள் நம் மூளை சில உச்ச ஸ்ருதி ஒலிகளை கேட்கும் திறமையை இழக்-கிறது. மெல்ல மெல்ல செவிடாக. குறிப்பாக இடது காதில் நம் மூக்கு நாக்கு இரண்டிலிருந்தும் வரும் செய்திகள் பழுதடைகின்றன. குறிப்பாக ருசி, மூளை செல்கள் புதுப்பிக்கப்படுவதில்லை. தினம் ஆயிரக்கணக்-கில் இவற்றை இழக்கிறோம். மூளையின் எடை ஒரு வருடத்திற்கு ஒரு கிராம் குறைகிறது.

கட்டக் கடைசியாக நம் இதயத் துடிப்பையும் மூச்சையும் கட்டுப்-படுத்தும் செல்கள் நம் மூளை அடித்தண்டில் கீழ்பாகத்தில் உள்ளன. அவை செத்துப் போகும் போதுதான் நாம் நிஜமாகவே சாகிறோம். அது-வரை கோமா மயக்கத்தில், மூச்சுவிடும் மெஷினாக இருந்து, இங்கே கொஞ்சம் அங்கே கொஞ்சம் நினைவுகள் மிதக்க, இதைத்தான் சுஷுப்தி (மயக்க நிலை) என்கிறார்கள்.

நாய்க்கு மட்டும் அப்படி ஒரு மோப்ப சக்தி எப்படி வந்தது? பூனை மட்டும் இருட்டை ஊடுருவி எப்படி பார்க்கமுடிகிறது? சில மிருகங்-ளுக்கு இருக்கிற இந்த மாதிரி ஸ்பெஷல் சக்திகள் மனித மூளைக்கு மட்டும் ஏன் அமையவில்லை?

– எம் பி பத்மநாபன் வேலூர்

இருந்தது; அவற்றை துறந்து விட்டோம். நாய்க்கு மோப்ப சக்தி இரை தேடவும், இணை தேடவும் தேவை. அந்தத் தேவை அதற்கு இன்னும் இருக்கிறது. நமக்கு இந்தத் தேவைகள் இல்லை என்பதால் இல்லை. ஆனால் முறைகள் மாறிவிட்டன. இரை தர ஹோட்டல்களும், வீட்டில் அம்மா, மனைவி இவர்களும் இருக்கும்போது மோப்ப சக்தி அதிகம் தேவை இல்லை. நல்ல சம்பளமும், நாலு காசும், மேட்ரிமோ-னியல் விளம்பரங்களும் இருந்தால் இணைகிடைப்பது சுலபம். அதனால் இந்தச் சக்திகள் குறைந்துவிட்டன.

ராத்திரி பார்க்க சோடியம் வெளிச்சம் இருக்கவே இருக்கிறது. தேவைக்கேற்ப மாறுவதுதான் இயற்கையின் மகத்தான ரகசியம்.

ஜப்பானில் ' மக்கா' (Macau) குரங்குகள் நகர நாகரிகத்திற்கு ஏற்ப, தங்களது வாழ்க்கை முறையை மாற்றிக்கொண்டுவிட்டதைப் பற்றி ஒரு டிவி நிகழ்ச்சி காட்டினார்கள். திருப்பதியில் குரங்குகள் தலை மேல் ஏறிக்கொண்டு பேனாவை எடுத்து எஜமானனிடம் கொடுப்பதும் பரிணாம வளர்ச்சிதான்.

❧

ESP - அதாவது ஆவிகளோடு பேசுதல் உண்மையா அல்லது ஏமாற்று வேலையா? நியூரான் செல்களின் பாதிப்பா அல்லது பணம் பிடுங்கிகளின் வேலையா?

கடைசி

❧

மூளைச்சலவை - விளக்கம் சொல்லுங்களேன் - ஆர் விஜி, அரகண்டநல்லூர்

மூளைச்சலவை என்பது மருந்துகளையோ அல்லது மற்ற முறைகளையோ பயன்படுத்தி மூளையை கட்டுப்படுத்துவது. சோடியம் தயோபென்டோன் (Sodium Thiopentone) கொடுத்து ஒருவரிடமிருந்து உண்மையை வரவழைக்கலாம். Carbachol, Atrophine போன்றவற்றை மூளையின் ஒரு சில முக்கிய பாகங்களுக்கு கொடுத்தால் ஒரு சாதாரண ஆளை மிக சாதுவாகவோ, கொலைகாரனாகவோ ஆக்க முடியும். முனிசிபல் தண்ணீரில் ட்ராங்க்விலைஸர்(Tranquilizer) கலந்தால் ஒரு நகரத்தையே, ஏன் நாட்டையே சாத்வீகமாக்க முடியும். BZ என்கிற சங்கதியை ஏரோசால் ஸ்ப்ரே அடித்து காற்றில் கலந்து எதிரிகளை கலங்கடிக்க முயற்சித்தார்கள். நரம்பு காஸ் (Nerve Gas) என்பது பயங்கரம். நம் நரம்புகளில் கலந்து கொள்ள ஒரு தசை நாரையும் அசைக்கமுடியாமல் மூச்சு முட்டி சாக வைக்கலாம். இதெல்லாம் எதற்கு? ஒரு ஆசாமி இருட்டில் தனியாக மூன்று மணி நேரம் அடைத்து வைத்தால் போதும்; தனிமை தாங்காது. மூன்றில் ஒருத்தர் தாய்நாட்டையே காட்டிக் கொடுப்பார். கணவன் தனக்குப் பிடித்த புடவையை மனைவிக்கு பிடிக்க வைப்பதும் கூட மூளைச்சலவை தான்.

❦

Biological clock எனப்படும் உயிரிக் கடிகாரம் மூளையில் உள்எதா? முதுகுத் தண்டில்?- எஸ் செந்தில்குமார்பழுனி

உயிரிக் கடிகாரம் சரியே. நம் மூளையின் செயல்கள் 90 நிமிட சுழற்சியில் இயங்குகின்றன. அதாவது 90 நிமிடத்திற்கு ஒருமுறை மூட் (Mood) மாறுகிறோம் என்கிறார்கள். நம் நாடித்துடிப்பு, ரத்த அழுத்தம், சர்க்கரை, உடல் உஷ்ணம், சுரப்பிகள், எண்ணம், அளவுகள் இவ்வாறு 40 செயல்பாடுகள் தினப்படி உயர்ந்து தணிக்கின்றன. இதற்கும் தினப்படி சூரியகதிக்கும் சம்பந்தம் இருப்பது போல தோன்றுகிறது. நமக்குள் ஏதோ ஒரு அலாரம், கடிகாரம் தக்க நேரத்திற்கு விதவிதமான ஸ்விட்சுகளை அனைத்து ஏற்றுவது போல். இந்த செயல்பாட்டை Biological Clock என்கிறார்கள்.

இதை சர்காடியன் ரிதம் (Circadian Rhythm) என்பார்கள். Circadian என்றால் தினசரி அல்லது தினப்படி. காலை மாலை இல்

லாமல் இருக்கும் குகைவாசிகள், அஸ்ட்ரோநாட்கள் ஆகியோருக்கு இது கொஞ்சம் கலைந்துவிடுகிறது.

பரிசோதனைகள் மூலம் நம்முள் பதிந்திருக்கும் செயல்பாடுகள்தான் இந்த உயிரி கடிகாரம் என்று கண்டறிந்திருக்கிறார்கள். இந்த மெக்கா-னிசம் எளிய உயிர்களிடம் கூட உள்ளது.

மூளையின் சில பகுதிகளில் இருந்து வரும் நரம்பு செய்திகள் இந்த செயல்பாடுகளை கட்டுப்படுத்துவது என்னவோ நிஜம். ஒரு பெண்ணின் மாதாந்திர மாறுதல்களை கட்டுப்படுத்துவது அவள் ஹைபோதலாமஸ் (hypothalamus) என்ற ஒரு பகுதி. எனவே அங்கே கடிகாரம் இருக்-கிறது.

☙

ஒருமுறை வாசகர் ஒருவர் கேள்வி கேட்டார்: "உங்கள் மூளையை இன்ஷ்யூர் செய்யவில்லையா?" என்று.

அவருக்கே உரித்தான நக்கல் த்வனியில் சுஜாதா இவ்வாறு பதில் சொன்னார்: "இல்லை, அதன் மதிப்பைக் கணக்கிடுவதில் சிக்கல்"

27

ஆழ்வார்கள் - ஒரு எளிய அறிமுகம்

நூலிலிருந்து ஒரு அரிய தகவல்:

ஆழ்வார்கள் மீதும், பிரபந்தத் தமிழின் மீதும் தீராக் காதல் கொண்ட சுஜாதா 'ஆழ்வார்கள் - ஓர் எளிய அறிமுகம்.' தொடரை குமுதம் பக்தி ஸ்பெஷல் இதழில் எழுதினார். வைணவத்தைப் பற்றியும், ஆழ்வார்கள் குறித்தும் தெரிந்துகொள்ள விரும்பும் எளியவர்களுக்கு மாத்திரம் அல்-லாமல் வைணவத்தைப் பற்றி நன்கு அறிந்தவர்களும் ரசிக்கக்-கூடிய புத்தகம் இது. சுஜாதாவுக்கே உரித்தான பாணியில் மிக எளிமையாக, மிக மிக சுவாரஸ்யமாக.

பெரியாழ்வாரின் மகளான ஆண்டாளின் சுருக்கமான வரலாறு:

பெரியாழ்வார் ஸ்ரீவில்லிபுத்தூரில் வடபத்ரஸாயி எனும் வடபெரும் கோயிலுடையானுக்கு அருகே நந்தவனம் அமைத்து தினம்தோறும் அதில் கிடைக்கும் பூக்களை வைத்து மாலை கட்டி பெருமாளுக்கு சேவை செய்து வந்தார்.

ஒரு நாள் பூப்பறிக்கச் சென்ற போது துளசிச்செடி அருகில் ஒரு பெண் குழந்தையைக் கண்டார். சுற்றிலும் பார்த்தார். யாரும் இல்லை. புத்ர பாக்கியம் இல்லாத தனக்கு இப்படி ஒரு புத்ரியை ஆண்டவனே அனுப்பிவைத்துள்ளார் கோதை என்று பெயர் வைத்து, சீராட்டி வளர்த்-தார்.

கோதை என்றால் தமிழில் மாலை; வடமொழியில் வாக்கைக் கொடுப்பவள் என்று பொருள்.

சிறுவயது முதலே கோதை கண்ணன் பால் பிரேமை கொண்டு காதல் வசம் ஆனாள்.

தினம்தோறும் பெருமாளுக்கு பெரியாழ்வார் கொடுக்கும் மாலையை தனது கூந்தலில் சூடி கண்ணாடியில் அழகுபார்த்து பெருமாளுக்கு இப்படி சூட்டினால் அழகாக இருக்குமா என்று பார்த்துவிட்டு அந்த மாலையை கழற்றி வைத்துவிடுவாள்.

தினம்தோறும் இவ்வாறு நடந்தது. ஒருநாள் பெரியாழ்வார் இதை பார்த்துவிட்டார் இது என்ன அபச்சாரம் அபத்தம் என்று ஆண்டாளை கடிந்துகொண்டார். அத்தோடு சன்னிதிக்கு போய் பெருமாளுக்கு மாலை சூட்டாமல் துயரத்தில் தூங்கிவிட்டார்.

பெருமாள் அவர் கனவில் வந்து "உன் மகள் சூடிக்கொடுத்த மாலையே எமக்கு உவப்பானது" என்று சொல்லி மறைந்தார். பெரியாழ்-வார் வியப்படைந்து தன் மகள் சீதைப் பிராட்டியின் அம்சம் என்று உணர்ந்து போற்றினார்.

கோதை மணப்பருவம் எய்த, அவளிடம் கல்யாணத்தைப் பற்றி பேச்சை எடுத்தார் பெரியாழ்வார். கோதையோ, "மானிடர்க்கென்று பேச்-சுப்படில் வாழ்கிலேன்" என்று சொல்லிவிடுகிறாள்.

குழம்பிப்போன பெரியாழ்வாரின் கனவில் பெருமாள் மீண்டும் தோன்றி, "கவலைப்படாதீர், உம் மகளை என்னிடம் அழைத்து வாரும்" என்று சொல்ல, வல்லப தேவன் பாண்டிய மன்னனும் அவர்களின் பயணத்திற்கு ஏற்பாடு செய்ய பெரியாழ்வார் கோதையை அழைத்துக்-கொண்டு ஸ்ரீரங்கம் சென்றார்.

எல்லோரும் பிரமிப்புடன் பார்க்க, அரங்கனின் கருவறையை அடைந்து நேராக உள்ளே சென்று பெருமானின் திருவடி பற்றி அமர்ந்-ததும் ஆண்டாள் மறைந்து பகவானுடன் கலந்தாள். பெருமாளும், பிராட்டியும் பெரியாழ்வாருக்கு தரிசனம் தந்தனர்.

ஆண்டாளைப் பற்றிய திவ்ய சூரி சரித்திரம் போன்ற நூல்கள் சொல்லும் தகவல்கள் ஏறக்குறைய உண்மையின் அருகில் இருக்கும் சம்பவங்கள். இதன் அடிப்படை சம்பவங்கள் ஆண்டாளின் பல பாசு-ரங்களில் இருக்கின்றன.மேலும் கண்ணன் மேல் ஆசைப்பட்டு, அவனை விரும்பி பாவை நோன்பு நோற்றது, "வாரணமாயிரம் சூழ வலம்செய்து"

என்று துவங்கும் நாராயணனுடன் திருமணத்தைப் பற்றிய பாசுரங்கள் எல்லாம் இந்த வசீகரமான கதையின்அடிப்படை ஆகின்றன.

ஆண்டாளின் பாடல்களின் அகச்சான்றுகளை வைத்து, டாக்டர் மு ராகவையங்கார் அவர்கள் இந்தக் கவிதாயினியின் காலத்தை ஆராய்ந்-திருக்கிறார்.

தமிழில் முக்கியமான கால ஆராய்ச்சிகளில் ஒன்று அவருடைய புத்தகமான "ஆழ்வார்கள் காலநிலை" - பதினேழாம் திருப்பாவையில், "வெள்ளி எழுந்து வியாழம் உறங்கிற்று" என்கிற வரியில் இருக்கும் வானவியல் சம்பவத்தை அந்தத்துறை நிபுணர்களோடு ஆராய்ந்து அது கி.பி. 885 - நவம்பர் மாதம் 25-ம் தேதி என்று ஆதாரப்பூர்வமாக சொல்லியிருக்கிறார்.

ஆண்டாளின் பாடல்களின் அமைப்பு, சொல்லாட்சி, பாவை நோன்பு பற்றிய விவரங்கள் இவைகளை ஆராய்ந்து பார்க்கையில், தெளிவாவது இரண்டு விஷயங்கள்:

1. ஒரு பெண்ணால் தான் இத்தனை நளினமான உணர்ச்சிகளை வெளிப்படுத்த முடியும். ஆண்டாள் நிஜமானவர் என்பதை அவருடைய பெண்மை மிளிரும் பாசுரங்கள் அறிவிக்கின்றன.

2. ஆண்டாள் தமிழில் மிகுந்த புலமை பெற்றவர். திருப்பாவையின் யாப்பு கடினமான என்று அதை வகைபடுத்தியிருக்கிறார்கள். திருப்-பாவை பாடல்களை சீர்,தளை பிரித்துப் பார்க்கும்போது வெண்சீர், இயற்சீர்வெண்தளைகள் தடுமாற்றமின்றி அமைகின்றன. ஓரிரு இடங்க-ளில்தான் பிறழ்கின்றன.

டாக்டர் பெ. சீனிவாசன்"வைணவ இலக்கிய வகைகள்" என்கிற நூலில் இதை விரிவாக ஆராய்ந்திருக்கிறார்.

திருப்பாவையின் முப்பது பாடல்களையும் மார்கழி மாதத்தில் அனு-சரிப்பது வைணவர்கள் வழக்கம். பாவை நோன்பு என்பது பெண்கள் பழகும் ஒருவிதமான austerity. இது ஹிந்து மதத்திற்குப் பின்னால் தோன்றிய எல்லா மதநோன்புகளிலும் இருப்பதைப் பார்க்கலாம். கிறிஸ்-துவர்களின் Lent. இஸ்லாமியர்களின் Ramzan - ஐயப்பன் விரதம் போன்றவைகளுடன் ஒப்பிட முடிகிறது.

எல்லா மதங்களிலும், நம்பிக்கைகளிலும் கடவுளை அடைய கொஞ்-சமாவது மெய்வருத்தம் தேவை என்கிற கருத்து அடிப்படையானது.

ஹிந்து மதத்தில், காவடி எடுப்பது அலகு குத்திக் கொள்வது, முது-
குத் தோலில் கொக்கி வைத்து தேர் இழுப்பது, ஏரோபிளேன் போலத்
தொங்குவது,

இஸ்லாம் மதத்தில் மொஹரம் விழாவின் போது சவுக்கால், சங்கிலி-
யால் அடித்துக் கொள்ளுதல், கத்தி போன்றவற்றால் கீறிக்கொள்ளுதல்,
கிறிஸ்துவ மதத்தில் கத்தோலிக்க கிறிஸ்துவர்கள் பிலிப்பைன்ஸ், இத்-
தாலி போன்ற நாடுகள் உட்பட பல நாடுகளில் ஈஸ்டர் சமயத்தில் சவுக்-
கால் அடித்துக்கொள்ளுதல், சிலுவையில் அறைந்துகொள்ளுதல் போன்ற
நம்பிக்கைகள் எல்லாமே தீவிர வழிபாட்டின் அம்சங்கள்தாம்.

ஒரே ஒரு பாசுரம் — சுஜாதா

வைணவர்களுக்கு மிக முக்கியமான பாசுரம் எது? அதை மட்டும்
தெரிந்து கொண்டால் திவ்யப்ரபந்தத்தையே தெரிந்துகொண்டமாதிரி.

அப்படி ஒரு பாசுரம் இருக்கிறதா என்று இந்த அவசர உலகத்தில்
என்னிடம் கேள்விகள் கேட்கிறார்கள். அவர்களுக்கெல்லாம் திருமங்கை-
யாழ்வாரின் இந்தப் பாசுரத்தைப் பரிந்துரைப்பேன்.

என் தந்தை, 'இந்தப் பாசுரம் ஒன்றே போதும். திவ்யப் பிரபந்தத்தின்
சாரம், திருமந்த்ரார்த்தம் இதுதான்' என்பார்.

இறக்கும் தருவாயில் இந்த ஒரு பாசுரத்தை காதில் சொன்னால்
போதும் என்று கூடச் சொல்வார்கள்.

திருமங்கை ஆழ்வார் திவ்யப் பிரபந்தத்தில் அதிகம் எண்ணிக்-
கையுள்ள பாடல்களைப் பாடினவர். அதிகம் வைணவத்தலங்களுக்குச்
சென்று தரிசித்தவர். வடநாட்டில் தேவப்பிரயாகை, நைமிசாரண்யம் பத்-
ரிகாசிரமத்திலிருந்து துவங்கி தென்னாட்டில் அத்தனைக் கோயில்களை-
யும் தரிசித்துப் பாடியுள்ளார். அவர் பாடாத வைணவக் கோயில் இருந்-
தால் அது சமீபத்தியதாக இருக்கும்.

குலந்தரும் செல்வம் தந்திடும் அடியார்
படுதுயர் ஆயினவெல்லாம்
நிலந்தரம் செய்யும் நீள் விசும்பருளும்

அருளோடு பெருநிலமளிக்கும்

வலந்தரும் மற்றும் தந்திடும் பெற்ற

தாயினும் ஆயின செய்யும்

நலம் தரும் சொல்லை நான் கண்டுகொண்டேன்

நாராயணன் என்னும் நாமமே.

நாராயணன் என்பதற்கு பல அர்த்தங்கள் உண்டு. எளிமையானது — கடலில் சயனித்திருப்பவன்.

நாரா — உலகத்தின் அத்தனை சேதன அசேதனப் பொருள்களையும் தன்னையும் சேர்த்த அயனன் (இருப்பிடமானவன்) திருமால் என்பதே இதன் ஆழமான பொருள்.

அந்தச் சொல்லை கைகண்டு கொண்டுவிட்டால் போதும். நமக்கு நல்ல குலம் அமையும்; செல்வம் பெருகும். அடியவர்களுக்கு ஏற்படும் துயரங்கள் எல்லாம் மட்டமாகும் (நிலந்தரம்) பரமபதத்தைக் காட்டும். பெற்ற தாயை விட அதிகமாகச் செய்யும். நாராயணன் என்ற ஒரே சொல்லை மட்டும் கண்டு கொண்டால் போதும். இதெல்லாம் உத்தரவாதம் என்கிறார்.

ஆழ்வார் பாசுரங்களுக்கு அறிமுகமாக 'வாரம் ஒரு பாசுரம்' என்ற தொடரை ஓராண்டு காலமாக 'அம்பலம்' இணைய இதழிலும், 'கல்கி' வார இதழிலும் எழுதி வந்தேன்.

எளிய சில பாசுரங்களை இஷ்டப்படி தேர்ந்தெடுத்து ஒரு பக்கத்தில் அதற்கு விளக்கம் தந்தேன். அந்தப்பாசுரங்களில் இன்று வழக்கில் இல்லாத சில அரிய சொற்களையும் சுட்டிக் காட்டினேன். இந்தத் தொடருக்கு வாசகர்களிடையே நல்ல வரவேற்பு கிடைத்தது. இதை விசா பதிப்பகத்தினர் உடனே புத்தகமாக வெளியிடவும்விரும்பினர்.

அவர்கள் இதற்கு முன் பதிப்பித்திருந்த 'ஆழ்வார்கள் ஓர் எளிய அறிமுகம்' என்னும் நூலுக்கு துணை நூலாக இது இருக்கும் என்று தோன்றுகிறது.

நண்பர்கள் 'வாரம் ஒரு பாசுரம்'என்பதை ஏன் ஒரு ஐம்பத்திரண்டோடு நிறுத்திக் கொண்டீர்கள்? நாலாயிரத்திற்கும் தொடர்ந்து கொடுத்திருக்கலாமே' என்று கேட்டனர்.

இந்த நூலின் குறிக்கோள் அதுவல்ல. திவ்யப் பிரபந்தம் முழுவதற்கும் ஒவ்வொன்றாக அர்த்தம் சொல்வதில் ஓரளவுக்கு ஆயாசம் ஏற்பட்டு விடும். மாறாக சில பாசுரங்களை அடையாளம் காட்டும்போது

மற்ற பாடல்களைத் தேட ஆர்வம் ஏற்படும். அதுதான் இந்த நூலின் குறிக்கோள்.

நான் கோடி காட்டியதை நீங்கள் தேடிக் கண்டுபிடிக்க வேண்டும். அந்த அற்புதமான தேடலில் உங்களுக்குப் பல இரத்தினங்கள் கிடைக்கும்.

மதுரையில் பல ஆண்டுகளுக்கு முன் மலிவுப் பதிப்பாக 'நாலாயிர திவ்வியப் பிரபந்தம்' வாங்கினேன். ஆழ்வார்பாடல்களின் கவிநயத்தை பலரது எடுத்துக்காட்டுகளில் ரசித்து, முழுதும் படிக்க விரும்பி வாங்கிய நூலை இன்னும் படித்தபாடில்லை. முறையான அறிமுகமும், வழிகாட்டுதலும் இருந்தால் ரசித்து அனுபவிக்கலாமே என்ற ஏக்கம் இருந்தது.

கிழக்கு பதிப்பகம் வெளியிட்டுள்ள சுஜாதாவின் 'ஆழ்வார்கள் ஓர் எளிய அறிமுகம்' என்ற நூலைப் படிக்க நேர்ந்தபோது அந்த ஏக்கம் தீர்ந்தது. சுஜாதா, தன் சிறுகதைகள், நாவல்களால் மட்டுமல்லாமல் திருக்குறள் புதியஉரை, சங்க இலக்கியப் பாடல்கள் அறிமுகம் போன்றவற்றாலும் வாசகரை சுகானுபவத்தில் ஆழ்த்துவதில் மன்னன்என்பது இந்த நூலைப் படித்தபின் மிகையாகத் தோன்றாது.

'அறிமுகம்' என்னும் முதல் அத்தியாயமே அத்தனை பாடல்களையும் தேடிப் படிக்கும் ஆர்வத்தைத் தூண்டுவதாக உள்ளது. 'ஆழ்வார்களுக்கு அறிமுகம் மட்டும்தான் இந்த நூல். இதைப் படிக்கிறவர்களுக்கு ஆழ்வார் பாடல்களின் மேல் ஆர்வம் நிச்சயம் ஏற்பட்டு நாலாயிரத்தையும் நாடுவார்கள் என்பதில் ஐயமில்லை' என்கிற ஆசிரியரின் நம்பிக்கையை ஒவ்வொரு அத்தியாயமும் உறுதிப் படுத்துகிறது.

இத்தகைய விளக்கங்களில் சுஜாதா அவர்களின் பெருமையே இறுக்கத்தை தவிர்த்து வாசிப்புக்கு பாடலை மிகள எளிமையாக்குவதே. இது பண்டிதத்தனமான, வாசிப்பை மேலும் இறுக்கமாக்குகிற விளக்க உரைகளுக்கு மாறானது. எடுத்துக்காட்டுக்கு ஒரு பாடலுக்கு அவர் தரும் எளிய விளக்கம் இதோ:

'நீயே உலகெலாம் நின் அருளே நிற்பனவும்

நீயே தவத்தேவ தேவனும் - நீயே
எரிசுடரும் மால்வரையும் எண்திசையும் அண்டத்(து)
இரு சுடரும் ஆய இவை(2401)'

ஏழாம் நூற்றாண்டில் எழுதப்பட்டுள்ள இந்த வெண்பா ஏறக்குறைய புரிகிறதுதான். ஆனாலும் சுஜாதாவின்விளக்கத்தில் பாமரர்க்கும் புரிதல் மேலும் இலகுவாகிறது.

'நீதான் எல்லா உலகமும்,
பூமியில் நிலைத்திருப்பவை எல்லாம் உன் அருள்.
நீதான் தேவர்களுக்கெல்லாம் தேவன்.
நீதான் நெருப்பு, நீதான் மலை, நீதான் எட்டுத் திசைகளும்
தீதான் சூரியன்,சந்திரன்.'

என்று படித்ததும் மனம் குமளியிட்டு நாலாயிரம் பாடல்களையும் உடனே படித்துவிடத் துடிக்கிறது.

முதலில் ஆழ்வார்கள் 12 பேர் யார் எவர் என்ற விளக்கத்தில் நம்மில் பலரும் அறியாத தகவல்களைத் தருகிறார். பெண்களையும் ஆழ்வார்கள் என்று குறிப்பிடும் பழக்கம் தமிழ்நாட்டில் இருந்திருக்கிறது (ஆண்டாள்), நாலாயிர திவ்யப் பிரபந்தத்தை எழுதிய ஆழ்வார்கள் அனைவரும் ஒரே காலத்தைச் சேர்ந்தவர்கள் இல்லை, இவர்கள் ஒரே குலத்தைச் சேர்ந்தவர்களும் இல்லை - அந்தணர், அரசர், தாழ்ந்த குலத்தில் பிறந்தவர், கள்வர் என்று எல்லா குலத்தையும் சேர்ந்தவர்கள் போன்றவை குறிப்பிடத்தக்கவை. சாதி வித்தியாசம் பார்க்காமல் இருப்பது வைணவக்கருத்துக்களில் தலையாயது, அந்தணருக்கான கிரியைகள் அவர்களுக்கு முக்கியமில்லை - என்கிற சாதி வித்தியாசம் பாராட்டாத பக்தித் குரல் எட்டாம் நூற்றண்டிற்குரியது என்பதையும் எடுத்துக்காட்டு-களோடு நிறுவுகிறார்.

திவ்யப் பிரபந்தத்தின் தமிழ் நடையும், சொற்பிரயோகங்களும் தன் எழுத்துத் திறமைக்கு வலுவான பின்னணியாக இருந்திருக்கின்றன, நம்-மழ்வார் திருமொழியில் உள்ள பிரபஞ்சக் கருத்துக்கள் இயற்பியல் காஸ்-மாலஜி கருத்துக்களுடன் ஒத்துப்போவதை ஓர் அறிவியல் உபாசகன் என்ற முறையால் தன்னை வியக்க வைக்கிறது என்றும் கூறி ஆழ்வார் பாடல்களை நாடிப் படிக்க நம்மை மேலும் தூண்டுகிறார்.

பொய்கை ஆழ்வாரில் தொடங்கி பனிரெண்டு ஆழ்வார்களது பெருமை மற்றும் அவர்களது கவிச்சுவை எல்லாம் ஒவ்வொரு அத்-

தியாயமாகச் சொல்லி வருகிறார். சமகாலத்தவர்களாகக் கருதப்படும் பொய்கை ஆழ்வார்,பூதத்தாழ்வார், பேயாழ்வார் ஆகிய மூவரும் ஆளுக்கு நூறு பாடல்கள் பாடி இருக்கிறார்கள். அவை அந்தாதி வடி-வில் உள்ளன. முதலாழ்வார் ஆன இந்த மூவரும் பாடிய மூன்று திரு-வந்தாதி பற்றிய வசீகரமான மரபு வழி கதை ஒன்றை சுஜாதா தருகிறார்.

'திருக்கோயிலூருக்கு ஒரு முறை பொய்கை ஆழ்வார் சென்றார். நல்ல மழை.இருள். ஒரு முனிவருடையஆசிரமத்தில் இடைகழியில் மழைக்கு ஒதுங்கினார். சிறிய இடம். ஒருவர் மட்டுமே படுக்கலாம். படுத்துக்கொண்டார்.

சற்று நேரத்தில் அங்கே பூதத்தாழ்வார் வந்தார். 'ஒருவர் படுக்கலாம் எனில், இருவர் உட்காரலாம்' என்று இருவரும் உட்கார்ந்தார்கள். சற்று நேரத்தில் மூன்றாவதாக பேயாழ்வார் வந்து சேர்ந்தார். 'இருவர் உட்-காரலாம் எனில், மூலர் நிற்கலாம்' என அவரும் ஒதுங்க மூவரும் நின்று கொண்டிருந்தார்கள். இருளில் நான்காவதாக ஒருவர் இருப்பதை உணர்ந்தாரகள். இவர்களோடு நெருக்கத்தை உணர்ந்த பகவான், இவர்-களை நெருக்கத் தொடங்கினார். யார் இப்படிப் போட்டு நெருக்குகிறார்-கள் என்று காண்பதற்காக 'வையம் தகளியா' என்று தொடங்கி, பொய்-கையார் நூறு பாடல்களைப் பாடினார். பூதத்தார், 'அன்பே தகளியாய்' என்று தொடங்கி நூறு பாடல்களைப்பாடினார். முதல் நூறு பாடல்க-ளால் புறவிருள் அகன்றது. இரண்டாவது நூறு பாடல்களால் அகவிருள் அகன்றது.

பகவானை அவர்களால் தரிசிக்க முடிந்தது. அந்த தரிசனத்தின் பரவசத்தில் பேயாழ்வார் 'திருக்கண்டேன் பொன்மேனி கண்டேன்' என்று நூறு பாடல்ளைப் பாடினார்.'

அவர்கள் இயற்றிய முந்நூறும் இயற்பா என்கிற பாகுபாட்டில் மூன்று திருவந்தாதிகளாக மிளிர்கின்றன.

அந்த மூன்று முதற்பாடல்களும் இவை:
'முதல் திருவந்தாதி'யில் பொய்கையார் -
வையம் தகளியா வார்கடலே நெய்யாக
வெய்ய கதிரோன் விளக்காக - செய்ய
சுடராழியான் அடிக்கே சூட்டினேன் சொல்மாலை
இடராழி நீங்குகவே என்று (2082)
'இரண்டாம் திருவந்தாதி'யில் பூத்தாழ்வார் -

அன்பே தகழியா ஆர்வமே நெய்யாக
இன்புருகு சிந்தை இடுதிரியா - நன்புகழ்சேர்
ஞானச் சுடர்விளக் கேற்றினேன் நாரணற்கு
ஞானத் தமிழ்புரிந்த நான். (2182)
'மூன்றாம் திருவந்தாதி'யில் பேயாழ்வார் -
திருக்கண்டேன் பொன்மேனி கண்டேன் திகழும்
அருக்கன் அணிநிறமும் கண்டேன் - செருக்கிளரும்
பொன்னாழி கண்டேன் புரிசங்கம் கைக்கண்டேன்
என்னாழி வண்ணன்பால் இன்று (2282).

வைணவ மரபுக்கும் முதலாழ்வார்களுக்கும் அறிமுக வாயிலாக இக்-
கதை உள்ளது.

சைவ, வைணைவப் பிணக்குகள் நிறைந்த அக்காலத்தில் இரண்டு தெய்வங்களும் ஒன்றே என்று கூறிய முதல் குரல் பொய்கையாருடை-யது. இக்கருத்து எல்லா ஆழ்வார்களிடமும் காணப்படவில்லை.

அன்பே தகளியா என்ற மென்மையாய் விளக்கேற்றிய பூதத்தாழ்வார் ஒரு புரட்சியாளரும் கூட. வேதத்தை மறந்தாலும் பரவாயில்லை; பிரா-மணன் தன் ஒழுக்கத்தை இழக்கூடாது என்பார் வள்ளுவர். ஆனால் பூதத்தார் இதற்கு மேலே ஒருபடி போய், வேதமே வேண்டாம் என்கிறார்.

'ஏழைகளே, வேதத்தைப் படிக்க முடிந்தால் நல்லது. முடியாவிட்-டாலும் பரவாயில்லை, மாதவனின் பேர் சொன்னால்போதும். அதுதான் வேதத்தின் சுருக்கம்!'

ஏழாம் நூற்றாண்டின் இந்தப் புரட்சிக் குரலின் எதிரோலியை பிற்கால சித்தர் பாடலில் - சிவ வாக்கியர் பாடலில்பார்க்கலாம்.

சாத்திரங்கள் ஓதுகின்ற சட்டநாத பட்டரே
வேத்திரைப்பு வந்தபோது வேதம் வந்து உதவுமோ? -
ஏன்?

இதனை பாரதி, நம் நவீன கவிஞர்கள் வரை காணலாம் என்கிறார் சுஜாதா.

இவ்வாறே மற்ற ஆழ்வார்களின் பெருமைகளையும், அவர்களது சிறந்த பாடல்களையும், சொல்லாட்சிகளையும், கவிச்சுவையையும் எடுத்துக்காட்டுகளோடு நயம் சுட்டி எழுதிச் செல்கிறார். அத்தனையை-யும் இங்கே சொல்வது சாத்தியமில்லை என்பதோடு வாசிப்பவரின் நேரடி அனுபவத்துக்குக் குறுக்கே நிற்பதுமாகும். எனவே இத்தோடு நிறுத்திக்-

கொள்கிறேன்.

'வைணவம் என்னும் மகா சாகரத்தின் கரையில் இருந்துகொண்டு அதை வியப்பாக பார்த்தோம். ஆழ்வார்கள் மேல் ஒரு பிரமிப்பையும் மரியாதையையும் உங்களிடம் ஏற்படுத்தி இருந்தால் நன் தொடங்கிய காரியம் முற்றுப்பெற்றது என்று சொல்லலாம்' என்று நூலை முடிக்கிறார் சுஜாதா.

ஆழ்வார்கள் மீதும், பிரபந்தத் தமிழின் மீதும் தீராக் காதல் கொண்ட சுஜாதா, 'ஆழ்வார்கள் - ஓர் எளிய அறிமுகம்.'தொடரை குமுதம் பக்தி ஸ்பெஷல் இதழில் எழுதினார். வைணவத்தைப் பற்றியும், ஆழ்வார்கள் குறித்தும் தெரிந்துகொள்ள விரும்பும் எளியவர்களுக்கு மாத்திரம் அல்-லாமல் வைணவத்தைப் பற்றி நன்கு அறிந்தவர்களும் ரசிக்கக்கூடிய புத்-தகம் இது. சுஜாதாவுக்கே உரித்தான பாணியில் மிக எளிமையாக, மிக மிக சுவாரஸ்யமாக.

நூலை முழுதுமாய்ப் படித்து முடிந்ததும் நமக்கு ஆழ்வார்கள் மீது ஏற்படும் பிரமிப்பும், சிலிர்ப்பும் சுஜாதா மீதும் ஏற்படுகிறது.

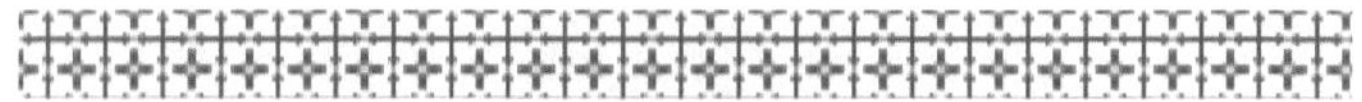

"தமிழுக்கு மேன்மை அளித்தவர்கள் ஆழ்வார்கள்"

"அன்பே தகளியா ஆர்வமே நெய்யாக

இன்புருகு சிந்தை இடுதிரியா-நன்புகழ்சேர்

ஞானச் சுடர்விளக் கேற்றினேன் நாரணற்கு

ஞானத் தமிழ்புரிந்த நான்"

-'இரண்டாம் திருவந்தாதி'யில் பூதத்தாழ்வாரின் பாடல் வரிகள்.

ஒன்றைக் கவனிக்க வேண்டும்.

"ஞானத் தமிழ்" என்கிறார் ஆழ்வார்களில் ஒருவரான பூதத்தாழ்-வார்.

இதைக் குறிப்பிட்டு 'ஆழ்வார்கள் — ஓர் எளிய அறிமுகம்' என்று கிழக்குப் பதிப்பகம் வெளியிட்டிருக்கிற நூலில் எழுதியிக்கிறார் சுஜாதா.

சாதாரண மக்களுக்கு எளிதில் புரியக்கூடிய விதத்தில் சுஜாதா வெகுஜன இதழில் எழுதியதற்கு அவர் மீது கடும்விமர்சனங்கள்

எழுந்தன.

அதே நூலின் முடிவுரையில் இப்படிச் சொல்கிறார் சுஜாதா.

'ஆழ்வார்கள்—ஓர் எளிய அறிமுகம்' என்ற தொடரில் எல்லா ஆழ்வார்களையும், ஆண்டாளையும் தமிழ் வாசகர்களுக்கு அறிமுகப் படுத்தினேன்.

ஆழ்வார்கள் பக்தி நெறியையே குறிக்கோளாகக் கொண்டவர்கள், திருமாலை எப்போதும் மறக்காதவர்கள், மனிதநேயத்தை வளர்த்தவர்கள், தமிழுக்கு மேன்மை அளித்தவர்கள், மறந்தும் பிற சமயத்தைத் தொழா- தவர்கள், அவர்கள் அனைவரும் பகவானின் அம்சங்கள்.

ஆழ்வார்களை இப்படி எளிமைப்படுத்தியதில் சில தீவிர வைணவர்- களுக்குக் கோபம் வந்தது எனக்குத் தெரியும்.

சிலர் நான் சொன்ன விளக்கம் தப்பு என்றும் எழுதி வருகிறார்கள்.

அனைத்தும் மொட்டைக் கடிதங்கள். இது ஒரு கோழைத்தனம். கடி- தங்களைக் கையெழுத்திட்டால் தான் படிப்பேன்என்பதை அவர்களுக்குத் தெரியப்படுத்துகிறேன்.''

-சுஜாதா எழுதிய 'ஆழ்வார்கள் ஓர் எளிய அறிமுகம்'- கிழக்குப் பதிப்பகம், சென்னை.

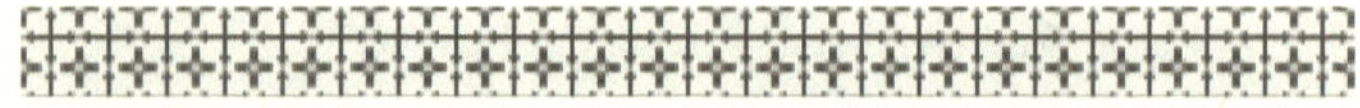

தமிழ்ப் பற்று உள்ளவரா? ஆழ்வார்கள் தமிழை எப்படி கையாண்- டுள்ளார்கள் என்று படிக்க வேண்டுமா?

அல்லது

பக்தியில் ஈடுபாடு உண்டா? ஆழ்வார்கள் இறைவனை, திருமாலை எப்படியெல்லாம் வர்ணித்து, அவனை புகழ்ந்து பாடி, போற்றித் துதித்- தார்கள் என்று தெரிந்து கொள்ள வேண்டுமா?

அல்லது

சங்க காலத்தில் சைவ மற்றும் இதர சமயங்கள் எப்படி இருந்தன? வைணவ ஆழ்வார்கள் யாரெல்லாம் மற்ற சமயத்தாரோடு எப்படியெல்- லாம் வாதாடி வென்றார்கள் என்ற விவரங்கள் வேண்டுமா?

இதெல்லாம் தெரிந்து கொள்வதற்கு, ஆழ்வார்கள் பற்றி, அவர்களின் பாடல்களை படிக்க வேண்டும். ' நாலாயிரதிவ்வியப் பிரபந்தம்' என்று அழைக்கப்படும் மொத்தம் நாலாயிரம் பாடல்கள்.

ஆஹா, நாலாயிரம் பாடல்களா? அவ்ளோல்லாம் படிக்க முடியாது. ஏதாவது ட்ரெய்லர் மாதிரி படிக்க முடியுமா?முக்கியமான பாடல்கள் என்று எதை சொல்வீங்க? என்று கேட்டால், அதற்கான பதில்தான் இந்தப் புத்தகம்.

ஆழ்வார்கள் என்றால், பகவானின் குணங்களில் ஆழ்ந்து ஈடுபடுபவர்கள் என்று சொல்கிறார்கள். இவர்கள் பத்து பேர்.

1. பொய்கை ஆழ்வார்

2. பூதத்தாழ்வார்

3. பேயாழ்வார்

4. திருமழிசை ஆழ்வார்

5. திருமங்கை ஆழ்வார்

6. தொண்டரடிப்பொடி ஆழ்வார்

7. திருப்பாண் ஆழ்வார்

8. குலசேகர ஆழ்வார்

9. பெரியாழ்வார்

10. நம்மாழ்வார்

இவர்களுடன் விஷ்ணுவை நேரடியாகப் பாடாமல் நம்மாழ்வாரைப் பற்றிப் பதினோரு பாடல்களைப் பாடிய மதுரகவிஆழ்வாரையும், திருப்பாவை, நாச்சியார் திருமொழி ஆகியவற்றைப் பாடிய பெண் புலவரான ஆண்டாளையும் சேர்த்து ஆழ்வார்கள் பன்னிருவர் என்று சொல்வதும் உண்டு.

இவர்கள் அனைவரும் ஒரே காலத்தவர்கள் இல்லை. சிலர் ஏழாம் நூற்றாண்டு, சிலர் எட்டாம் நூற்றாண்டு. ஒரேகுலத்தவரும் இல்லை. பெரியாழ்வார் வேயர் குல அந்தணர்; குலசேகர ஆழ்வாரோ சேர நாட்டு அரசகுலம்; நம்மாழ்வாரோ வெள்ளாள சிற்றரசர். இப்படி பல குலங்களிலும் ஆழ்வார்கள் இருந்திருக்கிறார்கள்.

தமிழ்ச்சுவை, பக்தி ஆகிய கோணங்களுடன் ஆழ்வார்கள் பாசுரத்தில் சுஜாதா பார்க்கும் இன்னொரு கோணம் -இயற்பியல் காஸ்மாலஜி. பிரபஞ்சம் எப்படி தொடங்கியது என்பதை அறிவியல் கண்டு பிடிக்கலாம்; ஆனால் அது ஏன்இருக்க முனைகிறது என்பதை விளக்-

கழுடியாது. அதற்கு ஆதிகாரணனாக ஒரு கடவுள் தேவைப்படுகிறார் என்றுசொல்லும் ஸ்டீபன் ஹாக்கிங்'ன் வாதத்தை நம்மாழ்வாரின் ஒரு பாசுரத்தோடு ஒப்பிடுகிறார்.

ஒன்றும் தேவும் உலகும் உயிரும் மற்றும் யாதுமில்லா அன்று

நான்முகன் தன்னொடு தேவர் உலகோடு உயிர் படைத்தான் (3330).

மேலே பார்த்த பன்னிரு ஆழ்வார்களைப் பற்றி தனித்தனி அத்தி-யாயங்கள் உள்ளன. அவர்களின் காலம், வாழ்க்கை வரலாறு, அவர்-கள் இயற்றிய முக்கியமான பாசுரங்கள், அதன் பொருள் ஆகியவையும் உள்ளன. கூடவே அங்கங்கே திருக்குறள், சித்தர் பாடல்கள் ஆகியவற்-றிலிருந்தும் மேற்கோள் காட்டி, ஒரே கருத்தை பலரும் எப்படி பாடியி-ருக்கின்றனர் என்பதையும் விளக்குகிறார் சுஜாதா.

ஆழ்வார்களைப் பற்றிய விவரங்களும், அவர்கள் வாழ்க்கையில் நடந்த பல சம்பவங்களை சுஜாதா சொல்லும் விதமே படு சுவாரசியம். உதாரணத்திற்கு சிலவற்றை இங்கே பார்ப்போம்.

அன்பு, பாசம், பரிவு, கவிதைத் திறன் ஆகிய அனைத்தையும் கொண்டு கண்ணனின் குழந்தைப் பருவத்தைபெரியாழ்வார் போல் பாடி-யவர் வேறு யாரும் இல்லை என்கிறார். இவரே 'பிள்ளைத் தமிழ்' என்-னும் இலக்கியவகையை முதலில் உருவாக்கியவர் ஆவார்.

வாலண்டைன் தினத்தை, ஆண்டாள் தினமாக மாற்றலாம் என்று யோசனை சொல்கிறார். அந்த அளவிற்கு காதல் தெய்வமான மன்மதன் பண்டிக்கைக்கான விவரங்கள் சொல்லி, இவை எல்லாம் செய்கிறேன், திருமாலை மட்டும் எனக்கு கட்டி வை என்று ஆண்டாள் சொல்லும்-போது அந்தப் பாடல்களில் உள்ள காமம், காதலாகி, பக்தியும் ஆவதை, பல பாடல்கள்/பொருளோடு விளக்கி நமக்கு புரிய வைக்கிறார் சுஜாதா.

ஆழ்வார்களிலேயே மிகவும் அலைந்து திரிந்தவர், திருமங்கை ஆழ்-வார்தானாம். அவர் சென்ற கோயில்கள், அந்த ஊர்மற்றும் அவற்றின் சிறப்புகளைப் பற்றி அழகாக பாடியிருக்கிறார். அவரால் பாடப்பட-வில்லை என்றால், அந்தக்கோயில் அவரது காலத்தில் இல்லை என்று தைரியமாகச் சொல்லி விடலாம். ஆனால், அவர் பாடிய பல கோயில்-களின் இன்றைய நிலைமையை பார்த்தால், வருத்தம்தான் வரும் என்று தன் ஆதங்கத்தை சேர்க்கிறார்சுஜாதா.

ஆழ்வார்களைப் பற்றி தெரியாதவர்களுக்கு, அவர்கள் மேல் ஈடுபாடு ஏற்பட வைப்பதே என் நோக்கம் என்று சொல்லி அனைவரின் கதையை மிகச்சுவைபட விளக்கியிருக்கும் சுஜாதா, திருவாய்மொழியின் கடைசிப் பாடலுடன் இப்புத்தகத்தை முடிக்கிறார்.

சூழ்ந்து அகன்று ஆழ்ந்து உயர்ந்த முடிவில்பெரும் பாழேயோ

சூழ்ந்து அதனில் பெரிய பரநன் மலர்ச் சோதீயோ

சூழ்ந்து அதனில் பெரிய சுடர்ஞான இன்பமேயோ

சூழ்ந்து அதனில் பெரிய என் அவா அறச் சூழ்ந்தாயே (3999)

அகலம், ஆழம், உயரம் இவற்றின் முடிவில்லாத பெருவெளி, அதைவிடப் பெரிய சோதி, அதைவிடப் பெரிய ஞானம், அதனைவிடப் பெரிய என் ஆசை, அதை நீக்கி என்னை சூழ்ந்து கொண்டாயே!

வைணவம் என்னும் மகா சாகரத்தின் கரையில் இருந்து கொண்டு அதை வியப்பாகப் பார்த்து ஆழ்வார்கள் மேல் ஒரு பிரமிப்பையும் மரி-யாதையையும் வாசகர்களிடம் ஏற்படுத்துகிறார் சுஜாதா.

நாலாயிர திவ்ய பிரபந்தத்தில் எதிர்மறைகள் - சுஜாதா
(ஒரு விஞ்ஞானப் பார்வையிலிருந்து - நூலிலிருந்து)

'நாலாயிர திவ்யப் பிரபந்தம்' என்பது, தென்னாட்டில் வைணவர்கள் பெரிதும் மதிக்கும் பக்திப் பாடல்கள் நிறைந்நூல். இந்நூலில் உள்ள ஏறக்குறைய நாலாயிரம் பாடல்களை எழுதியவர்கள், பன்னிரெண்டு ஆழ்வார்கள். இந்த அருயான பாடல்களை அரும்பாடுபட்டுத் திரட்டிய-வர் நாத முனிகள்.

நான் நாலாயிரம் முழுவதையும் படித்திருக்கிறேன். பல பாடல்கள் எனக்கு இயல்பாக மனப்பாடம். நான் ஒருவைணவன் என்பதால் இந்தப் பாடல்களை நான் சிபாரிசு செய்ய விரும்பவில்லை. சைவ - வைணவக் கோட்பாடுகளை எல்லாம் கடந்து நாலாயிரத்தில் சொல்லப்படும் கடவுள் தத்துவம். நவீன பௌதீகத்துடன் ஒத்துப்போகும் ஆச்சரியத்தைப் பற்றித்-தான் சொல்ல விரும்புகிறேன்.

நாலாயிரத்தில் குறிப்பாக, ஒரு ஆயிரத்தை நீங்கள் படிக்க வேண்-
டும். அது நம்மாழ்வாரின் திருவாய் மொழி.

நம்மாழ்வார். பாண்டி நாட்டில் நெல்லை மாவட்டத்து ஆழ்வார் திரு-
நகரிக்காரர். ஒன்பதாம் நூற்றாண்டவர், இவர் பெயர் மாறன் முப்பத்-
தைந்து ஆண்டுகள் வாழ்ந்தவர். திருவிருத்தம். திருவாசிரியம். பெரிய
திருவாய்மொழி என்ற நான்கு பிரபந்தங்கள் செய்தவர்.

இவருக்கு மற்றொரு பெயர் சடகோபன். ஏறத்தாழ இவைதாம்
அவரைப் பற்றி நமக்குத் தெரிந்த சரித்திரக் குறிப்புகள். மற்றவை கர்-
ணபரம்பரைக் கதைகள். அவற்றைப் பற்றிக் கவலைப்படாமல் அவர்
சொல்லும் கடவுள் தத்துவத்தை கவனிப்போம்...

'ஆணல்லன் பெண் அல்லன்; அல்லா(து) அலியுமல்லன் காணலும்
ஆகான். உளன் அல்லன்; இல்லையல்லன் பேணுங்கால் பேணும் உரு-
வும் ஆகும். அல்லனுமாம் கோணை பெரிதுடைத்து எம்பெம்மானைக்
கூறுதலே!'

'என் கடவுளைக் கூறுவது ரொம்பக் கடினமானது' என்று சொல்லி-
விட்டு முயற்சிக்கிறார்.

தஞ்சை ஜில்லாவில் திருநாகேச்வரத்துக்குப் பக்கத்தில் உள்ள ஒப்-
பிலியப்பன் கோயிலுக்கு 'விண்ணகரம்' என்ற ஓர் அழகான பெயரும்
உண்டு. அந்தக் கோயில் பெருமானைப் பற்றி நம்மாழ்வார் பத்துப்
பாடல்கள் பாடியிருக்கிறார்.

'நிழல் வெயில், சிறுமைபெருமை, குறுமை நெடுமையுமாய்
சுழல்வன நிற்பன, மற்றுமாய், அவை அல்லனுமாய்
மழலைவாய் வண்டுவாழ் திருவிண்ணகர் மன்னுபிரான
கழல்கள் இன்றி மற்றோர் களைகண் இலம்
காண்மின்களே!'

இது ஒரு பாட்டு பத்துப் பாடல்களிலும் நம்மாழ்வார் கடவுளை
எதிர்மறைத் தொடர்களாலேயே வர்ணிக்கிறார். நரகம்- சுவர்க்கம். பகை
நட்பு, விடம் - அமுதம். இன்பம். துன்பம், கலக்கம் தேற்றம். தழல்-
நிழல்,நகரம் நாடு,ஞானம்-மூடம், சுடர் இருள், நிலம் விசும்பு, புண்ணி-
யம் பாவம், புணர்ச்சி - பிரிவு, எண்ணம் மறைப்பு, உண்மைஇன்மை,
கருமை வெளுமை,மெய் பொய், இளமை, முதுமை, புதுமை - பழமை
என்றும் சரம் சரமாக (Opposites)எதிர்மறைகளால் விவரிக்கிறார்.

கடவுளைச் சொற்களால் வருணிக்க முயற்சிப்பது

எவ்வளவு கஷ்டம் என்பதை நாலாயிர திவ்யப்பிரபந்தத்தில் மற்ற ஆழ்வார்களும் உணர்த்துகிறார்கள்.

"சொல்லினால் தொடர்ச்சி நீ

சொலப்படும் பொருளும் நீ

சொல்லினால் சொலப்படாது

தோன்று கின்ற பொருளும் நீ!'

என்று திருச்சந்த விருத்தத்தில் வருகிறது.

எதிர்மறைகளின் மூலமும், சொற்களுக்கு அப்பாற் பட்ட பொருள்க-ளினாலும் அவனை சுட்டிக் காட்டும் இந்த முயற்சியை பதினைந்தாம் நூற்றாண்டின் எளிய நெசவாளிக் கவிஞர், மக்கள் கவிஞர், கபீரும் செய்திருக்கிறார்.

'ஓ! எப்படி என்னால், அந்த ரகசிய வார்த்தையை உணர்த்த முடி-யும்? அவன் இப்படி இருக்கிறான். இப்படி இல்லையென்று எப்படி என்-னால் சொல்ல முடியும்? அவன் என்னுள் இருக்கிறான் என்றால், பிரபஞ்சமே வெட்கப்படும். அவன் எனக்கு வெளியே இருக்கிறான் என்-றால். அது பொய். அவன் உள் உலகத்தையும் வெளியுலகத்தையும் பிரிக்கமுடியாமல் ஒன்றாக்குகிறான். உணர்வதும், உணரப் படாததும் அவன் இருபாதங்கள். அவன் எங்கும் விரவியுமில்லை; மறைந்தும் இல்லை. அவன் வெளிப் பட்டதும் இல்லை; வெளிப்படாமலும் இல்லை. அவனை எது என்று சொல்ல வார்த்தைகள் இல்லை"

வார்த்தைகளைப் பயன்படுத்தி அவனை விவரிப்பது இயலாது. அவனைப் பற்பல எதிர்மறை ரூபங்களாக அறிந்துகொள்ள முயற்சிக்க-லாம் என்பது இந்த மேற்கோள்களின் அடிநாதங்களாக இருப்பதை நீங்-கள் உணர்ந்து கொள்ளலாம்.

சீனத்துத் தத்துவஞானிகளும் இந்த எதிர்மறைகளைப் பற்றிச் சொல்-லியிருக்கிறார்கள்.

உலகின் ஆதார உண்மை "யின்-யாங்" (Yin-Yang) என்கிற எதிர்-மறைகளில் இருக்கிறது என்றார்கள். ஒரு வட்டத்தை கருப்பு வெளுப்-பாக இரண்டு பகுதிகளாகப் பிரித்து அதற்கு வடிவம் கொடுத்தார்கள். (கொரியா தேசத்து தேசியக் கொடியில் இந்த வட்டம்இருக்கிறது) யின்-யாங் என்பது உண்மையின் இரட்டை நிலையின் குறியீடு. நன்மை தீமை, அழகு-குரூரம், நிஜம் -பொய். ஆண் பெண், இரவு பகல், சூரி-யன் சந்திரன், வான் பூமி, இரவு பகல், சந்தோஷம் துக்கம், இடது -

வலதுபட்டியல் யோசித்தால் நீண்டு கொண்டே போகும்.

Yin-Yang

கம்ப்யூட்டர் ஆதாரமாக இந்த இரட்டை பைனரி (Binary) வடி-
வத்தால்தான் கணக்குப் போடுகிறது.

பத்தாம் நூற்றாண்டிலிருந்து சீனத்து சிந்தனைகளை இந்த வடிவம்
ஆக்கிரமிக்கிறது. இந்தவடிவத்தின் இரு பகுதிகளும் முழுவதும் கருப்போ
வெளுப்போ இல்லை. வெண் பகுதியில் ஒரு கருப்புப் புள்ளியும் கருப்புப்
பகுதியில் ஒரு வெண் புள்ளியும் உள்ளது. ஒவ்வொரு நல்ல காரியத்தி-
லும் கொஞ்சம் கெடுதல் இருக்கத்தான் இருக்கிறது. ஒவ்வொரு அழகி-
லும் சிறிது அழுக்கு, ஒவ்வொரு குரூரத்திலும் சிறிது அழகு! விஞ்ஞா-
னிகளுக்கு யின்-யாங் தத்துவம். எந்த உண்மை சித்தாந்தத்திலும் ஓர்
அளவு பொய் இருக்கிறது என்பதை நினைவுபடுத்துகிறது.

28

ஹைக்கூ ஒரு புதிய அறிமுகம்

உங்கள் சிந்தனை என்னும் ஜலப்பரப்பில் எறியப்படும் சிறிய கல்
ஹைக்கூ - சுஜாதா

தொண்ணூறுகளில் பாக்கெட் நாவல்கள் பிரபலமாயிருந்த சமயம் என்று நினைக்கிறேன், அப்போது இந்த ஹைக்கூவானது தமிழின் கடைநிலை வாசகன் வரையில் சென்று சேர்ந்தது, தப்புந்தவறுமாக. (இவற்றை ஹைக்கூ என்றே குறிப்பிட வேண்டுமாம், ஹைக்கூக் கவிதை என்றால் அது சுடுதண்ணி என்று சொல்வதற்கு ஒப்பாம்)

அப்போதெல்லாம் மாதம் ஒருமுறை ஏதேனும் ஒரு புத்தகத்தில் யாரேனும் ஒருவர் இப்படி ஒரு கேள்வி எழுப்புவார்.டியர் அரசு / டியர் மதன் / டியர் குருவியாரே / டியர் அல்லி / டியர் ஜூனியர்.... இந்த ஹைக்கூ என்பது என்ன?

மூன்று வரிக் கவிதை. இரண்டு வரிகளில் ஒரு நிகழ்வை ஒரு முடிச்சுடன் விவரிக்க வேண்டும், மூன்றாவது வரியில் சரேலென ஒரு திருப்பம். படிப்பவரைத் திகைக்க வைக்கும் அந்தத் திருப்பத்தில் முடி-யவேண்டும் கவிதை. இதுதான் ஹைக்கூ என்று தவறாமல் பதில் தரப்-பட்டது. இவற்றின் ஆதிமூலம் ஜப்பான் என்ற கூடுதல் தகவலும் சுமந்து வரும் அந்தப் பதில்.

இதை அப்படியே நம்பினர் நம் மகாசனங்கள். பின்னர் தினத்தந்தி-யின் குடும்பமலரிலும், ராணி வார இதழிலும் இந்தவிதிகளைப் பயன்ப-

டுத்திக் கொண்டு மக்கள் ஹைக்கூகள் எழுதித் தள்ளத் துவங்கினார்கள்.

கடவுளுடன்

ஒப்பிடமாட்டேன் உன்னை

அம்மா*

செத்த பின்னாலும்

சிரிக்கிறான்

புகைப்படத்தில்*

அணைத்தும் எரியுது

தீ, அணைத்தது

நீ*

இப்படியெல்லாம் எழுதித்தள்ளி சாகடித்தார்கள் நம்மவர்கள். இன்னமும் இன்னமும் இவை மற்றப த்திரிக்கைகளுக்குப் பரவின. எல்லாப் பத்திரிக்கைகளும் ஹைக்கூ கார்னர் என்று பக்கங்களை ஒதுக்கத்துவங்கின. ஜானி வாக்கரில் பாக்கெட் வாட்டர் கலந்து அடித்தால் என்னவாகுமோ அப்படியாகிப் போனது நிலைமை.

ஆழ்வார்கள், சிலப்பதிகாரம், புறநானூறு எனப் பல ”எளிய அறிமுகங்கள்” எழுதிய சுஜாதா இந்தக் கொடுமைகளையெல்லாம் பார்த்தார். இந்த ஹைக்கூகளுக்கும் ஒரு அறிமுகம் தேவை என்று ”உயிர்மை'யில் எழுதியதே இந்த “ஹைக்கூ ஒரு புதிய அறிமுகம்.

சுஜாதா வார்த்தைகளில் இதுதான் ஹைக்கூ:

நம் தின வாழ்வில் ஆச்சரியகரமான வசீகரமான பரவசமான சோகமான கணங்கள் பலப்பல உள்ளன.

காலை நடந்து செல்லும்போது குட்டி நாய் ஒன்று உங்களைப் பார்த்து வாலாட்டுகிறது. அல்லது

ஜன்னல் வழியாக ஒரு குழந்தை எட்டிப் பாரத்துச் சிரித்துவிட்டு டாட்டா காட்டுகிறது.

பஸ்ஸில் ஒரு இளம் பெண் உங்களை அதிகப்படியாகப் பார்க்கிறாள்.

முற்றிலும் அன்னியர் ஒருவர் ஓடிவந்து பஸ் கிடைத்த சந்தோஷத்தில் உங்களைப் பார்த்து புன்னகைக்கிறார்.

திடீர் என்று காய்ந்த சருகுகளை குப்பைத் தொட்டியில் போட்டுக் கொளுத்தும்போது மூக்கில் படரும் வாசனை உங்களுக்குப் பிடித்திருக்கிறது.

அலுவலகத்து மாடிப்படியில் ஒருவருடன் மோதாமல் தப்பிக்கிறீர்கள். அல்லது

மோதிக்கொண்டு லேசாக நெற்றியில் வலிக்க தடவிக்கொள்கிறீர்கள்.

இவ்வாறு எத்தனை கணங்கள்! உன்னதக் கணங்கள்! சின்ன சின்ன இன்ப துன்பங்களை நமக்கு இறைவன் பரிசுப்பொருட்கள் போல தினம் தினம் கிடைக்கின்றன.

ஹைக்கூ எழுதுவதும் படிப்பதும் இவ்வகையான கணங்களை மற்றவருடன் பகிர்ந்துகொள்வதுதான். அனுபவம் உணர்வு இரண்டையும் பிறருக்கு தர முயல்வதுதான் ஹைக்கூ.

மூன்று மணிநேர சினிமாவை நாவல் எனவும், பத்து நிமிடக் குறும்படத்தை சிறுகதை எனவும், கொண்டால், முப்பது வினாடி விளம்பரம் ஹைக்கூ எனப் புரிந்து கொள்ளலாம். மூன்று வடிவங்களிலும் கலைஞானவன் தன் உணர்வுகளை, தன் அனுபவங்களை உங்களுடன் பகிர்ந்து கொள்கிறான். அது விளம்பரத்திலோ அல்லது ஹைக்கூவிலோ மிகக் குறுகிய காலகட்டத்தில் சொல்லப்படுகிறது.

இந்த சரேல் திருப்ப ஜல்லியடிகளையெல்லாம் மறந்துவிடுங்கள். அவை ஹைக்கூ அல்ல.

புத்தகத்தில் தமிழில் ஹைக்கூ என்றொரு அத்தியாயம். பாக்கெட் நாவல்களையும், குடும்ப மலர்களையும் சுஜாதா துணைக்கு அழைக்கிறார் போல என்று பார்த்தால்.... இல்லையில்லை. நம் பழங்காலப் பழமொழிகளிலும், இலக்கியங்களிலும், திருக்குறளிலும் கூட ஒளிந்திருக்கும் ஹைக்கூ வடிவங்களைப் புட்டுப் புட்டு வைக்கிறார்.

யான் நோக்கின்

நிலம் நோக்கும்

என்பதுவே நேரடி ஹைக்கூ என்கிறார். உண்மைதானே. இதைத்தானே இன்றுவரை நிஜம், நிழல், கவிதை, சினிமாப்பாடல் எல்லாவற்றிலும் ஜல்லியடிக்கிறோம். இந்த அனுபவம் எல்லோருக்கும் (இந்திய நாகரிகத்தில்) வாய்க்கக்கிடைக்கிறது. நோக்கி நோக்கும் அந்நிகழ்வில் நாம் கிறங்கித்தான் போகிறோம்.

உனக்கும் உண்டு அந்த அனுபவம், எனக்கும் உண்டு அந்த அனுபவம். நீ சொல்ற, எனக்குப் புரியுது. அவ்ளோதான் ஹைக்கூ.

இந்த ஜப்பானிய ஹைக்கூவின் ஒரிஜினல் வடிவம் என்பது சுருக்கமானதே ஒழிய அந்த மூன்று வரி வரையறைகள் எல்லாம் அவை மேற்

கத்திய உலகிற்குப் போய்விட்டு நம்மவர்களை வந்தடைந்தபோது அறுக்-
கப்பட்ட வரை'யாம்.

நிஜத்தில் சம்பிரதாய ஜப்பானிய ஹைக்கூவானது தூண்போல ஒரே
வரியில் நிற்குமாம். ஒரே வரி என்றால் நம்பாணியில் இடமிருந்து
வலமாக எழுதப்படும் எழுத்துக்களின் ஒருவரி அல்ல. ஜப்பானியர்களின்
சித்திர வடிவிலானஎழுத்துகளில் ஒரு தூண். யோசித்துப் பாருங்கள்.

ஹைக்கூ அல்லாத மற்ற வடிவங்கள் குறித்தும் ஒரு அளவளாவல்
இருக்கிறது. தென்கா, ரங்கா, சென்றியு என்றுபேசுகிறார் சுஜாதா.
இவையெல்லாம் ஹைக்கூ வடிவங்களேதான் என்றாலும் தனியாட்சி
கேட்டுப் பிரிந்து போனவையாம்.

கரை இடித்தது

முனகிவிட்டு நீரில்

படகு நகர்கிறது

சென்றியு என்னும் வடிவம் இது:

நள்ளிரவில் வாங்கினோம்

இன்னும்

விடியவில்லை

இந்த சென்றியு மனித மனங்களின் அபத்தம், நகைச்சுவைகளைப்
பிரதிபலிப்பது.

நல்ல ஹைக்கூ, நச்சென்ற ஹைக்கூ ஒன்றுக்கு சுஜாதா தரும்
உதாரணத்துடன்தான் புத்தகம் துவங்குகிறது. அந்த ஹைக்கூவை இங்கே
அளிப்பதன் மூலம் புத்தகத்தின் மைய சுவாரசியத்தைக் குலைக்க
விரும்பவில்லை நான்.எவையெவை நல்ல ஹைக்கூக்கள் என்பதை
சுஜாதா எழுத்திலேயே வாசியுங்கள்.

கடைசியாக..... இல்லையில்லை புத்தகத்தின் முன்னுரையிலேயே
ஒன்றை சொல்கிறார் சுஜாதா:

இதைப் படித்தபின் பல ஹைக்கூக்கள் எழுதப்படாமல் இருந்தால்
இப்புத்தகத்தின் குறிக்கோள் நிறைவேறுகிறது

வாத்தியாரா கொக்கான்னேன்!

29

கணையாழி கடைசிப் பக்கங்கள்

எளிமையான உரைநடையில் உயிர்ப்புடன் எழுத முடியும் என்று நிரூ-பித்தவர் சுஜாதா. உரைநடையிலும் உத்திகளிலும் அவர் புகுத்திய புது-மைகள் பல.

"மறந்தவர்களுக்கு அடுத்த வேளைச் சோறு கிடைக்காது" (ஜனவரி 1973),

"அவர்களைப் பசித்த புலி தின்னட்டும்" (ஜனவரி 1975),

"அவர்களுக்குச் சகல ஐசுவரியங்களும் கிட்டும். உடல் நலம் ஓங்-கும், வாகனங்களால் இன்பம் கிட்டும். கடிதத்தொடர்பால் உத்தியோக உயர்வு. ஒப்பந்த வியாபாரங்களில் மிகுந்த லாபம். சிறுபயண பலிதம் இவை ஏற்படும்." (செப்டம்பர் 1975)

ஆகியவை பல பத்து ஆண்டுகளுக்கு முன் சுஜாதா எழுதியவை. இவற்றை இன்றும்கூட பெயர் பெற்ற எழுத்தாளர்கள் தங்கள் படைப்-புகளில் பயன்படுத்திக் கொண்டிருப்பதைப் பார்க்கும்போது சுஜாதாவின் தாக்கத்தை ஒருவர் அறிந்துகொள்ள இயலும்.

அக்டோபர் 1972-லிருந்து அக்டோபர் 1989 வரை கணையாழியின் கடைசிப் பக்கங்களில் சுஜாதா எழுதியவையும் இன்னும் சில வேறு கட்-டுரைகளும் இத்தொகுப்பில் உள்ளன. பல ஆண்டுகளுக்கு முன் அவர் எழுதியவையும் இன்றைக்கும் படிப்பதற்கு சுவாரஸ்யமாக இருப்பது சுஜா-தாவின் டிரேட் மார்க். அவருடைய புனைகதைகளைப்போலவே Nonfiction அதிகம் பிடிக்கும். இதற்குக் காரணம் தெரியவில்லை.

எளிமை மட்டும் சுஜாதாவின் சிறப்பல்ல. அறிவுஜீவி வேஷம் போடு-கிற எழுத்தாளர்களிடையே அவர் நிஜமான அறிவுஜீவிதான் என்பதை அவரைப் பிடிக்காதவர்களும் ஒத்துக் கொள்வர். அது வாசகரை அவர்-பால் ஈர்க்கிறது. சுயவிருப்பு வெறுப்பு என்கிற தற்குறிப்புகளை சொல்-லுகிற விஷயத்தின்பால் அதிகம் ஏற்றாமல் மெலிதான கிண்டலு-டன்.....மெலிதான - சுஜாதாவின் மற்றொரு வார்த்தை பிரயோகம்-, சில இடங்களில் வாய்விட்டுச் சிரிக்க வைக்கிற வெடிகளுடனும், என் அறி-வைப் பார் என்றுஅலட்டிக் கொள்ளாமல் வெளிப்படுகிற புத்திக் கூர்-மையுடனும் பேசுவது சுஜாதாவின் வெற்றிக்குப் பின்புலங்கள்.

சுஜாதாவின் வெற்றிக்கு இன்னொரு காரணம் தன் படைப்புகளில் repetition இல்லாமல் பார்த்துக் கொண்டது. சுஜாதாவைத் தொடர்ந்து படிப்பவர்கள் - தினமணியில் தொடர்ந்து எழுதிவந்த அறிவியல் கட்-டுரைகளை அவர் நிறுத்தி விட்டதற்கு முக்கியமான காரணம் ஒரு அளவுக்கு மேல் repetition வந்து விடுகிறது என்று அவர் சொன்ன-தைப் படிப்பதற்கு முன்னேரே - அதை உணர்ந்திருக்கிறார்கள்.

அவர் உரைநடையை எல்லாரும் எளிமைக்கு உதாரணம் காட்டுவர். அவர் செய்த புதுமைகளில் பல ஏற்கனவே புதுமைப்பித்தன் செய்தவை-தான் என்று அவரே சொன்னதாக ஞாபகம்.

சுஜாதா கணையாழியின் கடைசிப் பக்கங்களில், 1940-லேயே பண்-டிதராயினும் எவ்வளவு எளிமையாக எழுதியிருக்கிறார் என்று உ.வே.சா.வின் "என் சரித்திரத்தை" எடுத்துக் காட்டுகிறார்.

பின்வரும் வரிகளில் கச்சிதமாக ஞானக்கூத்தனைப் பற்றி அவர் சரி-யாகச் சொல்லியிருப்பதைப் பார்த்து "ஆமாம்" என்று தலையாட்டிக் கொண்டேன். "ஞானக்கூத்தனைப் பாகுபடுத்துவது கஷ்டம். அவர் வரி-களை ரசிப்பதும், அவற்றில் நம்மையே கண்டுபிடிப்பதும் சுலபம்."

மரபின் செழுமையை உள்வாங்கிக் கொண்டு ஆனால் மரபின் மயக்-கத்தில் ஆழ்ந்துவிடாமல், நவீன வாழ்வும் இலக்கியமும் வாழ்க்கைக்-குக் கொண்டு வந்திருக்கிற புதிய பரிமாணங்களையும் புரிந்து கொண்டு, இரண்டுக்கும் பாலம் அமைத்து, இருப்பதை மீறிப் புதியதாக ஒன்-றைச் சிந்திக்கத் தூண்டுவது எழுத்தாளரின் வேலை என்பதை சுஜாதா மிக நுட்பமாக அறிந்து வைத்திருக்கிறார். இலக்கியம் எதற்கு, அதற்கு நோக்கமுண்டா என்னும் கேள்விகளுக்குப் பதிலளிப்பதை அந்தக் காலம்

முதலே அவர் தவிர்த்து வந்திருக்கிற போதினும், அந்தக் கேள்விகளுக்-
கான பதில்கள் அவருக்குத் தெரிந்தே இருக்கின்றன என்பதை அவர்
Non-fictionsஐக் கூர்ந்து கவனிக்கும்போது அறிந்து கொள்ள முடிகி-
றது.

யாப்பு, தொல்காப்பியம், சிவவாக்கியர், புறநானூறு, நேரிசை
வெண்பா என்று அலசுகிற சுஜாதாதான் கார்பன் டேட்டிங், ஹைக்கூ,
ராபர்ட் ப்ராஸ்ட், எரிக்கா ஜாங், புதுக்கவிதை, புவியரசு, ஞானக்கூத்தன்,
HDTV, போயிங் என்று நவீன வாழ்வின் முகங்களையும் தமிழுக்குக்
காட்டியிருக்கிறார்.

மரபைக் குறித்து இவ்வளவு எளிமையாக தமிழாசிரியர்கள் கூட
சொல்ல முடியுமா என்பது கேள்வியென்றால், அறிவியலையும் நவீன
இலக்கியம் பற்றியும் கூட இவ்வளவு எளிதாக இன்னொருவர் சொல்ல
முடியுமா என்றகேள்வியும் எழுகிறது. அறிவியல் தமிழ் எழுத விரும்பு-
பவர்கள் இத்தொகுப்பில் சுஜாதா எழுதியுள்ள ரேடியோ கார்பன் டேட்-
டிங் பற்றியக் கட்டுரையை அவசியம் படிக்க வேண்டும். இது போன்ற
விஷயங்களை தமிழ் வாசகர்கள் படித்தறிய சுஜாதா அறிமுகப்படுத்திய
மற்றொரு மிகப் புகழ்பெற்ற வார்த்தை - "தமிழ் கூறும் நல்லுலகு" -
இதை இப்போது ஆளாளுக்குப் பயன்படுத்திக்கொண்டு இருக்கும் பல
தமிழ் எழுத்தாளர்கள் சுஜாதாவையும் / அவர்தம் எழுத்தையும் மோச-
மாக விமர்சிக்கும் "புத்திசாலிகள்" தான்

"உண்மையான ரசிகர்கள் கடிதம் எழுதுவது அல்லது நேரில் வந்து
சந்திக்கிற ஜாதியில்லை" என்று ஏப்ரல் 1976-ல் சுஜாதா எழுதியிருப்ப-
தில் பெருமளவு உண்மை இருக்கிறது. மேலும் மே 1977ல் "மற்றவர்கள்
எப்படியோ எனக்கு 'எழுத்தாளர்களைச் சந்தியுங்கள்' என்றால் எப்போதும்
அலர்ஜி" என்றும் சொல்லியிருக்கிறார்.

அப்படியிருக்க, அம்பலம் சாட்டில் வாசகர்களுடனானக் கலந்துரை-
யாடலுக்கு அவரைத் தூண்டியது எது என்று வாய்ப்புக் கிடைத்தால்
அவரைக் கேட்க வேண்டும். ஒருமுறை நான் அம்பலம் சாட்டில் கலந்து
கொண்டிருந்திருக்கிறேன். சந்தை மாதிரி ஒரே நேரத்தில் பலர் பேசிக்
கொண்டு ஏக இரைச்சல். சுஜாதா பொறுமையாக எல்லாருடைய கேள்-
விகளுக்கும் சுருக்கமாகப் பதில் சொல்ல முயல்கிறார். ஆனால், வருப-
வர்களில் பாதிப்பேராவது அவர் மீதுள்ள அன்பினால் வாராவாரம் வரு-
பவர்கள் என்று தோன்றியது. எந்தவிதமான சீரியஸ் உரையாடலையும்

ஒரு வாசகன் எழுத்தாளருடன் இத்தகைய forum-களில் நிகழ்த்தி விட முடியாது என்பதை மீண்டும் உணர்ந்தேன்.

அம்பலம் சாட்டைவிட ஓர் இதழில் வாசகர் கேள்விக்கு அவர் சொல்கிற பதில்கள் உருப்படியான நிகழ்ச்சி. சுஜாதா இல்லாதபோது அவர் சார்பாக அவரின் தீவிர வாசகர்கள் பதிலளிப்பதில் தவறில்லை. ஆனால், அன்றைக்கு சுஜாதாவிடம் ஒருவர் "ழ-கணினி" சார்ந்த கேள்-விகள் கேட்டுக் கொண்டிருந்தபோது ஒரு தீவிர வாசகர் சுஜாதாவை பேசவே விடாமல் இடையில் புகுந்து, புகுந்து எல்லாக் கேள்விகளுக்கும் பதில் சொல்லிக் கொண்டிருந்தார். கேள்வி கேட்டவர் "நீங்கள் கொஞ்சம் சும்மா இருங்கள். நான் சுஜாதாவைக் கேட்கிறேன்" என்றுக் கடுமை-யாகச் சொன்னபின்னே அமைதியானார். சுஜாதா அந்தக் கேள்விக்கும் பொறுமையாகப் பதில் சொன்னார். சுஜாதாவைவிடச் சிறப்பாக அவர் வாசகர்கள் பதில் சொல்லிவிட முடியாது. எனவே, அன்பின் பொருட்-டுக்கூட இப்படித் தீவிர வாசகர்கள் இடையில் புகுந்து அவருடனான உரையாடலைக் கெடுக்க சுஜாதா அனுமதிக்கக் கூடாது என்று நினைத்-துக்கொண்டேன்.

மரபில் பயிற்சி பெற வேண்டும் என்று என் நண்பர்கள் சிலரும்கூட வெண்பா முயற்சிகளில் ஈடுபட்டு வருகின்றனர். நானும் ஈடுபட்டவன்-தான். தவறில்லை. ஆனால், எதுகை, மோனை, தளை என்று இலக்-கணச் சுத்தமாக எழுதவேண்டும் என்பதில் காட்டுகிற முனைப்பை உள்-ளடக்கத்தில் பெரும்பாலும் அவர்கள் காட்டுவதில்லை. அதனாலேயே, அவர்கள் எழுதுகிற வெண்பாக்கள் பெரும்பாலும் "என் புருஷனும் கச்-சேரிக்குப் போனான்" என்கிற ரேஞ்சில் உள்ளன. அவர்கள் சுஜாதாவின் பின்வரும் இரண்டு நேரிசை வெண்பாக்களைப் படித்து அவை சுட்டுகிற பொருள், கிண்டல், தொனி ஆகியவற்றின் சிறப்பை அறியலாம்.

வள்ளுவர் வீட்டில் இருக்கையில் வாசுகியார்
மெள்ள நடக்கிறார் ஏனென்றால் - உள்ளே
திருக்குறட் பாவெழுதிக் கொண்டிருக்கும்போது
குறுக்கிட்டால் கோபம் வரும்.

==================

மீசா மறைந்து எமர்ஜென்ஸிவிட்டுப் போய்
தேசாயின் ஆட்சியில் சந்தோஷம் - பேசாமல்
பாத்திரம் ஒன்றை எடுத்துக் கொண்டெல்லாரும்

..... குடிக்க வாரும்!

ஜப்பானியர்கள் அவர்கள் மொழியிலேயே பயில்கிறார்கள் என்பதைச் சொல்லுகிற சுஜாதா, "மொழியைக் கன்னி, தாய் என்று கொஞ்சுகிற பிஸினஸ்ஸை விட்டொழித்தால் தான் நமக்கு விடிவு காலம்" என்று சொல்வது மிகவும் சிந்தனைக்குரியது. "டாக் என்று எழுதினால் அது Talk, Dog, Dock எல்லாவற்றிற்கும் பொதுவாகிறதே. கனமான க, ட, த, ப சப்தங்களுக்கு நான்கே நான்கு எழுத்துக்கள் அல்லது குறியீடுகள் தேவை" என்று மே 1973-லேயே சுஜாதா எழுதியிருப்பது குறிப்பிடத்தக்-கது.

டில்லி தமிழ்ச் சங்கத்தில் ஜனவரி 1980ல் "பிரபலமாயிருப்பவர்கள் இலக்கியம் படைக்க முடியாது, பிரபலத்தைத் தாக்குவது சம்பிராதய சந்-தோஷங்களில் ஒன்று" என்று சுஜாதா நம்புகிற வண்ணம் நடந்த வாசகர் கூட்டத்தில் பங்கேற்றுவிட்டு வெளியே வந்தபின் சுஜாதா எழுதிய பின்-வரும் பாரா என்னை மிகவும் கவர்ந்தது. .

"குளிர் எலும்பைத் தொடுகிறது. ஆரம்பத்தில் குறிப்பிட்ட புகைப்பட-லம் நகரத்தைக் கவ்வுகிறது. அந்தச் சேலத்துச் சிறுமி சாக்குப் பையைத் தன்மேல் சுற்றிக் கொண்டு தன் தங்கச்சியையும் அணைத்துக் கொண்டு மரத்தடியில் தூங்குவதற்கு ஆயத்தம் செய்கிறாள். இலக்கியம் என்-பதே ஒரு தேவையில்லாத சமாச்சாரமாகப் படுகிறது அப்போது. எல்லாக் கதைகளையும் கவிதைகளையும் எரித்து அவளைச் சூடு பண்ண வேண்-டும் போலிருக்கிறது."

வலைப்பதிவுகளில் மோசமான கமெண்ட்டுகள் எழுதப்படுகின்றன என்று பலர் வருத்தப்படுகிறார்கள். உண்மைதான். இவை குறித்து அந்-தந்த வலைப்பதிவின் உரிமையாளர்கள்தான் முடிவெடுக்க வேண்டும். வலைப்பதிவில் பதிவரைப் பற்றி எவ்வளவு மோசமான கமெண்ட் வந்-தாலும் அதை அனுமதிக்க வேண்டும் என்று ஆரம்பத்திலேயே முடி-வெடுக்க வேண்டும். அடுத்தவரைப் பற்றி மோசமாக வந்தால், அவற்றை தேவைக்கேற்ப எடிட் செய்யவோ நீக்கவோ வேண்டும். கடுமையாக விமர்சிப்பவர்களையும் பிரசுரிப்பது Gamesmanship உத்தி. "எதிர்ப்-பவனையே பதிப்பிப்பதில் எதிர்ப்பின் பிரகாசம் போய்விடுகிறது" என்று சுஜாதா எழுதியுள்ளது மிகவும் உண்மை. அசோகமித்திரனின் "இன்னும் சில நாட்களில்" வெளிவந்தபோது மேல்உறையின் உள்பக்கத்தில் அசோ-கமித்திரனை கடுமையாக விமர்சித்திருப்பவர்களையும் பிரசுரித்திருந்தை

சுஜாதா குறிப்பிடுகிறார்.

"நான் கவிஞனல்ல, கவிதையை மொழி பெயர்ப்பது எனக்குச் சிறிது துணிச்சலான காரியமாகவே படுகிறது" என்கிறசுஜாதா, 'ப்ராஸ்டின் (Robert Frost) இரண்டு கவிதைகளை அழகாகவும் எளிமையாகவும் மொழிபெயர்த்திருக்கிறார்.

1. புல்வெளியை சுத்தம் செய்யச் செல்கிறேன்
இலைகளை மட்டும் பெருக்கிவிட்டு வந்துவிடுவேன்
சிலவேளை ஜலம் வடிவதைப் பார்த்துவிட்டு வருவேன்
அதிக நேரமாகாது நீயும் வாயேன்.

2. கன்றுக்குட்டியைக் கொண்டுவரப் போகிறேன் அதன்
அம்மாவின் பக்கத்தில் நின்று கொண்டிருக்கிறது ரொம்பச் சின்னது
அம்மா அதை நக்கிக் கொடுக்கும்போது தடுக்கி விழுகிறது
அதிக நேரம் ஆகாது. நீயும் வாயேன்.

வலைப்பதிவு வைத்திருக்கிற அன்பர்கள் அனைவரும் பெரும்பாலும் கட்டுரைகள் எழுதி வருகின்றனர். கட்டுரை எழுத நினைக்கிற அனை-வரும் படிக்க வேண்டிய எழுத்தாளர்களுள் சுஜாதா முக்கியமானவர். கடந்த சில வருடங்களில் இந்த வலைப்பதிவு (BLOG) மோகம் குறைந்து, பெரும்பாலான பதிவாளர்கள் முகநூல், வாட்ஸப் என்று போய்விட்டார்கள்.

சுஜாதாவை ' **வாத்தியார்** ' என்று குறிப்பிட்டிருக்கிறார் **எஸ்.ராமகி-ருஷ்ணன்**. அது மிகப் பொருத்தமான அடைமொழி.

சுஜாதாவுக்குத் தன் அபார மேதைமையைக் காட்ட வேண்டும் என்ற நோக்கம் கிடையாது. 'வாசகருடைய ஆர்வத்தைத் தூண்ட வேண்-டும், மீதியை அவராகவே தேடிப் படித்துக்கொள்வார்' என்பது அவர் கொள்கை.

   - அ.முத்துலிங்கம்

உலக இலக்கியத்தின் வெற்றிகரமான சிறுகதைகளாக கிடைக்கும் கதைகளில் எவற்றுக்கும் குறையாத பத்து கதைகளையேனும் சுஜாதா எழுதியுள்ளார்

   - ஜெயமோகன்

எண்பதுகளின் துவக்கத்தில் சுஜாதாவைப் படிக்கத் துவங்கியநாட்க-ளில் அவர்தான் நண்பர்களுக்கு வாத்தியார். எது தொடர்பானசந்தேகம் உண்டானாலும் வாத்தியார் ஏதாவது எழுதியிருப்பார் பாரேன் என்று

உடனே சுஜாதாவின் புத்தகத்தைத் தேடி ஓடுவார்கள். அநேகமாக எழுதியிருப்பார். அல்லது எழுதிக் கொண்டிருப்பார்.

-எஸ்.ராமகிருஷ்ணன்

சுவாரஸ்யமானப் பத்தி எழுத்து என்பதை தமிழில் அறிமுகப்படுத்திய முன்னோடி என்பது அவரது ஒரு முகம்.

எழுத்தாளனின் மொழி, ஆளுமை என்பது வாசகனோடு உடனடியாகத் தொடர்புகொள்ளும் வேகத்தில் இருக்கிறது. குறிப்பிட்ட தேடல் இருக்கும் வாசகன் அதே தேடல் இருக்கும் எழுத்தாளனை சந்திக்கும் வெளி ஒரு விதம்.

பெரும்பாலும் தீவிர இலக்கிய தளத்தில் இது நடக்கும். ஒரு எழுத்தாளர் செல்லும் பாதையில் தம்மை ஈடுபடுத்திக்கொள்ளும் வாசகனை விட்டுவிடுவோம். அது ஒரு பிரத்யேகமான வெளி. தன்னுடைய ஆர்வங்களுக்குள் வாசகனை கட்டி இழுப்பது இன்னொரு வழி. சுஜாதா இதைச் செய்தவர்.

எந்தவித எதிர்பார்ப்பும் இல்லாமல் அதே சமயம் நவீன இலக்கியத்துள் புக முடியாமல் சலித்துக்கிடந்த வாசகர்கள் சுஜாதாவால் ஈர்க்கப்பட்டனர். ஒரு தீவிர தேடல் இருக்கும் எழுத்தாளனை விட இந்த வகை எழுத்தாளர்களுக்கு அதிக பொறுப்பு இருத்தல் வேண்டும்.

சுவாரஸ்யமான எழுத்து, நவீன மனப்பாங்கு, சம்பிரதாயங்களின் மீதிருக்கும் விமர்சனங்கள் போன்றவை தவறான வழிக்கு வாசகனை இட்டுச் சென்று விடக்கூடாது. சுவாரஸ்யமான எழுத்தின்பால் அவனை இழுக்க வேண்டும். அதே சமயம், தீவிரமான ஆர்வங்களை வாசகனுக்கு அறிமுகப்படுத்த வேண்டிய கட்டாயம் சுஜாதாவுக்கு இருந்தது. அவர் மறைந்து 14 வருடங்கள் மேலாகியும், இன்றும் அவருக்கு இருக்கும் பல்லாயிரக்கணக்கான ரசிகர்களே அதற்குச் சான்று.

இன்றைய ட்விட்டரைப் போல, சட்டென ஒரு அபிப்ராயம், சரேலென ரெண்டு நக்கல், சூடான அடல்ட் ஜோக் என ஒவ்வொரு கடைசி பக்கமும் ஒரு தனி பத்திரிக்கை போலத் தெரிகின்றது.

மிருணாள்சென்னின் திரைப்படங்கள், சத்யஜித்ரே, ஹிட்ச்காக், ஸ்ரீதர், கிரீஷ் கர்னார்ட் என பலதிரைப்படங்களை அறிமுகப்படுத்தி இருக்கிறார். இன்றைக்கு ஒரு சொடக்கில் கிடைக்கும் விஷயங்கள்தாம். ஆனால், சுஜாதாவின் தனித்துவமான விமர்சனங்களை நீங்கள் ஒரு சொடக்கில் பெற்றுவிடமுடியாது.

அது ஒரு மனநிலை. கூர்மையான பார்வை. ரெண்டும் கலந்த கலவை. .

இது சுஜாதாவுக்குக் கச்சிதமாகப் பொருந்தும். இன்றைக்கு ஒரு மிரு-ணாள்சென்னை, சத்யஜித்ரே, ஆலன் டூரிங், நாலடியார், லா.சா.ரா, குமுதம், ஸ்டீபன் ஹாக்கிங் என எதைப் பற்றியும் நம்மால் செய்திகளை உடனுக்குடன் சேகரிக்க முடியும். ஆனால், அவற்றைக் கொண்டு நமது ரசனையைமேம்படுத்திவிட முடியாது. அவற்றைக் கொண்டாடி வழிநடத்-திச் சென்றவரின் ஆவணம் இந்த புத்தகம். தமிழ் எழுத்துலகின் ஒரு அரிய சாதனைப் படைப்பு.

===

நான் அவருடைய உண்மையான வாசகன் என்றாலும் அவர் ஒரே ஒரு முறை சந்தித்து, உரையாடி மகிழ்ந்துள்ளேன். அது பற்றிய என்னு-டைய பதிவை இங்கே பகிர்ந்து கொள்வதில் மகிழ்ச்சியடைகிறேன்.

என்ன பேசுவது என்று தெரியாமல்...........(சுஜாதாவுடன் என்னுடைய ஒரே மறக்க முடியாத சந்திப்பு)

மீண்டும் மீண்டும் நினைக்கத் தோன்றும் இந்த சந்திப்பில் இரண்டொரு வார்த்தைகள் அவரிடம் பேசியது கூட மிகப் பெரிதாகத் தெரிந்தாலும், அதன் பின் சரியான சந்தர்ப்பம் அமையாததை எண்ணி வருத்தமே மேலோங்குகிறது.

'80 களின் இறுதியில் நான் கடலூரில் இருந்தபோது, பணி புரிந்து கொண்டிருந்தது ஒரு பன்னாட்டு (multinational) நிறுவனம் என்-பதால், பந்தாவாக பெங்களூரில் ஒரு தேர்ந்தெடுத்த ஐந்து நட்சத்திர ஹோட்டலில்தான் சேல்ஸ் மீட்டிங் நடக்கும்.

கடலூர் போன்ற சின்னஞ்சிறு ஊரில் இருந்து பெங்களூரு போனால் அந்த அனுபவமே அலாதியாக இருக்கும். இரண்டு நாட்கள் சேல்ஸ் மீட்டிங் முடிந்தவுடன் ஒரு நாள் கட்டாயம் அங்கு தங்கி ரிலாக்ஸ் செய்-துவிட்டு வருவது வழக்கம்.

அப்படி ஒரு முறை செய்தபோது, என் நண்பன் ஒருவன் (சக சுஜாதா ரசிகன்) அன்றைய மதிய உணவுக்கு அஜந்தா ரெஸ்டாரண்ட்-டுக்குச் செல்லலாம் என அவன் பரிந்துரை செய்ய இரு காரணங்-

கள்; ஒன்று, செளத்-இந்தியன் வெஜிடேரியன் சாப்பாடு அங்கு நன்றாக இருக்கும் (மிகப் பெரிய ரெஸ்டாரண்ட்-இப்போது இருக்கிறதா எனத் தெரியவில்லை). இரண்டாவது / முக்கியக் காரணம்; நிறைய நாட்கள் மதிய உணவுக்கு சுஜாதா அங்கு வருவார். நண்பனுக்கு அலுவலகம் அதன் அருகிலேயே இருந்ததால், அஜந்தா நல்ல பழக்கம்.

நான் உடனே சம்மதித்தேன். அதுவரை அந்த மகானுபாவரை நேரில் சந்தித்தது இல்லை. எனவே, அங்கு சென்றோம். சாப்பிட்டுவிட்டு, நேரம் கடத்த ஆரம்பிக்கும்போது அந்த உயர்ந்த மனிதர் இருவருடன் உள்ளே நுழைந்து உட்கார்ந்து ஆர்டர் கொடுத்தது நாங்கள் இருந்த டேபிளுக்கு அடுத்த டேபிள்.

எனக்கு பரபரப்பு எகிறியது. நண்பன், "அவர் சாப்பிட்டும், பிறகு பேசலாம்" என்றான். பெங்களூரில் அப்போதெல்லாம் ஒரு செளகரியம்; பல ரெஸ்டாரண்டுகளில் ஒரே ஒரு காஃபி ஆர்டர் கொடுத்துவிட்டு, நிதானமாக முழு டெக்கான் ஹெரால்ட் பேப்பரையும் படித்துவிட்டு செல்-வார்கள். இல்லையா, நண்பர்கள் கூடி கதை பேசுவார்கள். ரெஸ்டா-ரண்டில் விரட்ட மாட்டார்கள்.

சாப்பாடு வரும்முன் சுஜாதாவிடம் இரண்டொரு வார்த்தையாவது பேசிவிடலாம் என்று ஒரு தைரியம் எனக்கு. மெதுவாக அவர் அருகே சென்று என்னை அறிமுகம் செய்து கொண்டேன். அருகிலிருந்த நபர், பெருந்தன்மையாக, "நாங்கள் மீல்ஸ் ஆர்டர் கொடுத்துவிட்டோம், அது வரும் வரை பேசலாம்" என்றார். சுஜாதா தலையாட்டி சிரித்தார்.

இப்போது போல உடனடியாக ஃபோட்டோ எடுக்க செல் ஃபோன் கிடையாது. சாப்பிட சென்றதால், ஆட்டோகிராஃப் வாங்கக்கூட ஒரு காகிதம் கிடையாது என மிக லேட்டாகவே ஞானோதயம்.... சே...ஒன்-றும் செய்ய முடியாது...

சுஜாதா எழுதிய கதைகள், இனி எழுதப்போவதை பற்றிய விசா-ரணை என நான்தான் 5-6 நிமிடம் அதிகம் பேசினேன். இரத்தின சுருக்கமாக, மிக மிருதுவான குரலில் என்னுடைய கேள்விகளுக்கு பதில் சொன்னார்.

ஒரு குறிப்பிட்ட கேள்வி / அவர் சொன்ன பதில் நன்றாக நினைவி-லிருக்கிறது. "ஷெர்லக் ஹோம்ஸ் போன்று, கணேஷ் / வசந்த் நிரந்தர ஹீரோக்களா?" என்று கேட்டேன்.

சுஜாதா உடனடியாக பதில் சொன்னார்," உலகெமங்கிலும் நிறைய ஹீரோக்கள் அவ்வாறு இருக்கிறார்கள், இதில் ஹோம்ஸ் புகழ்பெற்றவர் என்பதால் நீங்கள் அப்படி கேட்கிறீர்கள். இதைப் போல எழுதும் பெரும்-பாலான கதைகளில் பொதுவான ஹீரோ வருவது எழுதும்போது சுல-பம். ஒவ்வொரு கதையிலும் ஹீரோவின் குணாதிசயங்களை விளக்க வேண்டாம். தொடர்ந்து படிக்கும் உங்களைப் போன்ற வாசகர்கள் புரிந்-துகொள்வார்கள்," என்று சொல்லி என்னைப் பார்த்து புன்னகைத்தார்.

எனக்கு அவர் சொன்னது கொஞ்சம் மெதுவாகவேப் புரிந்தது. நான் படித்த, நிறைய கதைகளில், கணேஷ் /வசந்த் இவ்வளவு உயரம், இதைப் போன்ற பெர்சனாலிட்டி என்றெல்லாம் விளக்க அவர் முற்பட்-டதில்லை.

என் நினைவிலிருந்து யோசித்தால் கணேஷ் / வசந்த் பற்றி அவரு-டைய 24-ரூபாய் தீவு கதையில் ஒரு சில வரிகள் வர்ணித்திருப்பார். அவ்வளவுதான்.

இதோ அந்த வரிகள்:

"கணேஷ் என்பவனைப் பார்த்ததும் எனக்கு ஏகப்பட்ட தெம்பு வந்-தது. நல்ல உயரமான ஆசாமி, தீர்க்கமான நாசி, கண்களில் ஏகப்பட்ட தன்னம்பிக்கை. அந்த வசந்த் என்கிற இளைஞன் துறுதுறு என்றிருந்-தான். சுமதியையே பார்த்துக் கொண்டிருந்தான்".

அதற்குள் சாப்பாடு வருவதற்கான முஸ்தீபுகள் ஆரம்பமாயின. காலி பிளேட்டுகள், குடி தண்ணீர் தம்பளர்கள்/ ஜக், ஊறுகாய் கிண்ணம், உப்பு என வரிசையாக வர,

"உங்களுக்கு பிடித்த எழுத்தாளர் யார்?" என்று கேட்டேன். ஒரு வினாடி யோசித்துவிட்டு,

"தமிழில் தேவன் கதைகள் பிடிக்கும். ஆங்கிலத்தில் நிறைய எழுத்-தாளர்கள் இருக்கிறார்கள். ரோல்ட் டால், சாமர்செட் மாம் என நிறைய பேர்களை சொல்லலாம்" என்றார்.

சாப்பாடு வந்துவிடவே, மெதுவாக விடை பெற்றுக் கொண்டோம்.

இதன் பிறகு சுஜாதா சென்னைக்கு குடிபெயர்ந்த பிறகு, அவரைச் சந்தித்து பேச மிகுந்த விருப்பம் இருந்தும் சரியான சந்தர்ப்பம் கிடைக்-கவில்லை.

இரண்டு, மூன்று விழாக்களில், சென்னை புத்தகத் திருவிழாவில் என்று தூர இருந்து பார்த்ததோடு சரி.

=================================

30

சுஜாதா - பாலகுமாரன்

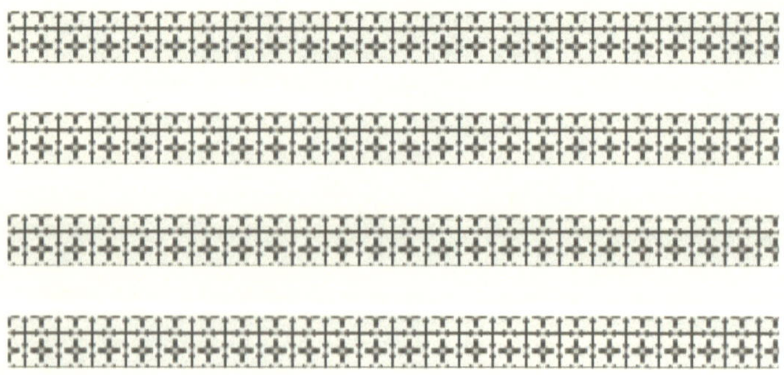

சுஜாதா - பாலகுமாரன்

"யாப்புடன் எழுதுவது மிகச் சுலபமான விஷயம். எதை வேண்டுமானா-
லும் யாப்புடன் சொல்லலாம். பார்க்கலாமா?
எல்லோரும் பாட்டெழுத நான் ஏன் விதிவிலக்கா?

எல்லோரும் என்பதுடன் (யோசி) எதுகைக்கு
எல்லோரா! எப்படி? ஈஸி, கவி எழுத
வல்லோரில் நான் ஒருவன் என்பதைக் காட்ட
அடுத்த கவிதைக்கு வந்துவிட்டேன் மேலே
தொடுத்து அமைப்பதில் தொந்தரவு இல்லை
படுத்துக் களைத்திருக்கும் பத்மாவைப் பாச்சா
"கடித்த* கதை பற்றிச் சொல்ல நினைத்தவன்
பாயை விரித்துப் படுத்தவளைப் பாச்சா
வாயைத் திறந்து.... வரைக்கும் வந்துவிட்டேன்
மாயச் சுழலிது. மேலே முடிச்சவிழ்க்க
ராயப்பேட்டை பாலு! வா!
இஃது பன்னிரண்டடியான் வந்த பல விகற்பப் பஃறொடை வெண்பா.
= = சுஜாதா -
கணையாழி கடைசி பக்கம் (அக்டோபர் 1972)

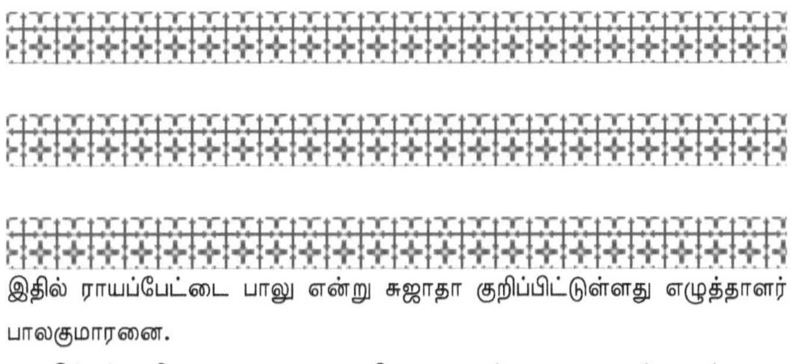

இதில் ராயப்பேட்டை பாலு என்று சுஜாதா குறிப்பிட்டுள்ளது எழுத்தாளர் பாலகுமாரனை.

இந்தப் பதிவை சுஜாதா எழுதிய 1972-ல் பாலகுமாரன் அவ்வளவு பாப்புலராகவில்லை. கணையாழியில் சுஜாதா எழுதியதை, ஒரு வாசக- ராக, பாலகுமாரன் ஏதோ நக்கல் செய்து "வாசகர் கடிதம்" எழுதிவிட, அடுத்த மாதமே சுஜாதா அளித்த பதில் இது.

பிற்காலத்தில் "சுஜாதாவிடம் எப்படி கதை எழுதுவது என்பதைக் கற்றுக்கொண்டேன்" என்று அவருடைய முன்கதைச்சுருக்கம் என்ற சுய- சரிதையில் கூறும் பாலகுமாரன், இதைப் பற்றியும் நகைச்சுவையாகக் குறிப்பிட்டுள்ளார்.

எழுத்தாளர் பாலகுமாரன் கேள்வி பதில்கள் புத்தகத்தில் இருந்து:

எஸ்.பிரேம்குமார், திருநெல்வேலி.

கேள்வி: நான் எழுத ஆரம்பித்திருக்கிறேன். நான் யார் யாரை படிக்க வேண்டும்?

பாலகுமாரன் பதில்: அதற்கு மிகப்பெரிய பட்டியல் ஒன்று இருக்-கிறது. ஆனால் நீங்கள் வெகு ஆரம்பத்தில் இருக்கிறீர்கள் என்றால் சுஜாதா என்கிற திரு. ரங்கராஜன் அவர்களின் புத்தகங்களை தயவு செய்து படியுங்கள்.

அவருடைய புத்தகங்களை சேகரித்து வைத்து மறுபடி மறுபடி படிக்க ஒரு வாக்கியத்தை எப்படி அமைப்பது என்பதை அங்கு கற்றுக் கொள்-ளலாம். எப்படி ஆரம்பித்து எப்படி கதையை முடிப்பது என்பதை அவருடைய கதைகள் வெகுளிதாக சொல்லிக் கொடுத்துவிடும்

தமிழில் ஒரு புதிய பரிமாணத்தைக் கொண்டு வந்தவர் சுஜாதா. அவரைப் படித்துப் படித்து பார்த்துப் பார்த்து கற்றுக்கொண்டேன் நீங்க-ளும் எளிதாக அவரிடமிருந்து கற்றுக் கொள்ளலாம். - என்று போகிறது பாலகுமாரனின் பதிவு.

சில ஆண்டுகள் கழிந்தபின், பாலகுமாரனும் புகழேணியின் உச்சிக்கு ஏறிக்கொண்டிருந்த சமயம் "சாவி" வார இதழ் சார்பாக ஏற்பாடு செய்யப்பட்டிருந்த ஒரு வாசகர் விழாவில், பாலகுமாரன் தன்னுடைய ஆரம்ப எழுத்துக்களை சுஜாதாவின் ஆலோசனை மூலம் சீர்படுத்திய-தாகக் குறிப்பிட்டு பேச, பின்னால் பேச வந்த சுஜாதா, தான் அவ்வித-யோசனைகளை பலருக்கு ஏற்கனவே சொல்லியிருந்தாலும் ஒரு பாலகு-மாரனால்தான் அதைப் புரிந்து, பிடித்துக்கொண்டு மேலே வர முடிந்தது என சிலாகித்துப் பேசினார்.

"சுஜாதாவை ஜெயித்துவிட்டதாக நினைக்கிறீர்களா?" என்று எழுத்-தாளர் பாலகுமாரனிடம் ஒரு நேர்காணலில் கேட்டதற்கு அவர் தந்த பதில்...

"இல்லை, நான் சுஜாதாவை ஜெயிக்கவில்லை. நான் எப்படி ஜெயிக்கமுடியும். அவர் விஞ்ஞானி. மிகவும் மெத்தப்படித்தவர். வெகு காலம் இன்ஜினீயராக இருந்து தொடர்ந்து விஞ்ஞான சாகசங்களைப் பற்றி எழுதி வருபவர். நல்லநிர்வாகி. அவருடைய படிப்பறிவு பரந்துபட்-டது. அவரோடு போட்டி என்பதே எந்த வகையிலும் சரியாக வராது.

ஆனாலும், என்னை நோக்கி சுஜாதாவை ஜெயித்துவிட்டதாக கரு-துகிறீர்களா என்று கேள்வி கேட்கிறீர்களே இதைத்தான் மிகப் பெரிய

வெற்றியாக நான் நினைக்கிறேன். இந்தக் கேள்விக்கு நன்றி. மற்றபடிக்கு நான் இந்தஓட்டப் பந்தயத்தில் கலந்து கொள்ளவே இல்லை. சுஜாதா உயரம் தாண்டுதல், என்றால் நான் மாரத்தான் ஓட்டம்''.

"கற்றாரைக் கற்றாரே காமுறுவர்" என்று ஒளவையார் சொன்ன மூதுரைக்கு சிறப்பான உதாரணம் இது.

பாலகுமாரன் எழுத்து முற்றிலும் வேறு தளத்தில் இயங்கியது. அவரும் பரந்துபட்ட ஞானம் படைத்தவர். பல வித சப்ஜெக்ட்களைத் தொட்டவர் என்றாலும் சுஜாதாவுடன் அவரை ஒப்பிடுவது தவறு என்பது என் கருத்து. ஒவ்வொருவருக்கும் தனிப்பட்ட சிறப்பு ஒன்று இருக்கும் என்கிற வாதத்தில் மிகுந்த நம்பிக்கையுள்ளவன் நான். அதனால்தான், கல்கி, ஜெயகாந்தன், தி. ஜானகிராமன், புதுமைப் பித்தன் என்று பலரின் எழுத்துக்களை ரசிக்கும்போது, சுஜாதா, பாலகுமாரன், பட்டுக்கோட்டை பிரபாகர், சுபா போன்ற எழுத்தாளர்களின் எழுத்தையும் ரசிக்கமுடிக்க முடிகிறது.

===

31

சிலப்பதிகாரம் ஓர் எளிய அறிமுகம் நூலில் சுஜாதா முன்னுரை:

சிலப்பதிகாரம் தமிழின் முதல் காப்பிய நூல். காப்பியம் என்பது காவியம் என்கிற சம்ஸ்க்ருத வார்த்தையிலிருந்து வந்திருக்கலாம். அல்லது, காப்பு + இயம். மரபைக் காத்து இயம்புவது என்றும் பிரித்துச் சொல்லலாம். ஆங்கிலத்தில் Epic என்னும் சொல்லுக்கு ஈடானது. சிலப்பதிகாரத்தைச் சிலர் கி.பி. இரண்டாம் நூற்றாண்டைச் சேர்ந்த நூல் என்று சொல்-கிறார்கள். சில ஆராய்ச்சிக் கட்டுரைகளை நோக்கும் போது ஆறாம் நூற்றாண்டு என்று சொல்வது பொருத்தமாக இருக்கிறது. இந்த நூல் சமண சமயமும், பௌத்த சமயமும் தமிழ்நாட்டில் நிலைபெற்றுவிட்ட, பக்தி இலக்கியங்கள் தோன்றுவதற்கு முற்பட்ட காலத்தைச் சேர்ந்ததாக இருக்க வேண்டும் என்பதில் சந்தேகமில்லை.

அமைப்பில் இந்நூல் சோழ நாட்டில் தோன்றி, பாண்டிய நாட்டுக்குச் சென்று அல்லல்பட்டு, சேர நாட்டில் தெய்வநிலை அடையும் ஒரு சாதாரணப் பெண்ணின் கதை. மூவேந்தர்களிடையே ஒற்றுமை நாடும் விருப்பம் இந்நூலில் தெரிகிறது. என்றாலும், சேர மன்னன் செங்குட்டு-

வன் அவர்களில் சிறந்தவனாகப் புகழப் படுகிறான். கண்ணகி என்கிற அறியாச் சிறுமி மதுரையை எரித்து, தெய்வ நிலை பெறும் கதை.

தமிழ் இலக்கியத்தில், ஏன் உலக இலக்கியத்திலேயே மிக மிக அரிதான உதாரணம். தமிழகத்தில் நடந்த பழையகதை ஒன்றை எடுத்துக்கொண்டு, அதற்கு காவியத் தன்மை (Epic dimensions) கொடுத்திருக்கும் இளங்கோவடிகள் அரசு குலத்தில் பிறந்து, துறவறம் பூண்டவர் போன்ற பல செய்திகள் சிலப்பதிகாரத்தின் வியப்பான விஷயங்களின் பட்டியலில் உள்ளன

பாரதி 'நெஞ்சை அள்ளும் சிலப்பதிகாரம்' என்று சொன்னது மிகப் பொருத்தமான வர்ணனை. ஆனால் தற்கால அவசரத்தில் இருக்கும் எஸ் எம் எஸ் - 'லாஸ்ட் டச் வித் டமில் யார்' - இளைஞர்களின் நெஞ்சை அள்ள சிலப்பதிகாரத்தின் கதையையும், அழகான அமைப்பையும், உவமைகளையும் எளிய முறையில் சொல்ல வேண்டிய தேவை என்று எண்ணினேன். அதன் விளைவுதான் இந்நூல்.

இதுவரை சிலப்பதிகாரத்துக்கு வந்திருக்கும் உரைகள் வரிக்கு வரி, வார்த்தைக்கு வார்த்தை அப்படியே பொருள் தருவதால் இந்தக் காவியத்தில் ஒளிந்து கொண்டுள்ள ஒரு நவீன, உளவியல் சார்ந்த கதையை கவனிக்கத் தவறிவிடுகிறார்கள். அதனால் சிலப்பதிகாரத்தை, அதன் அடைமொழி அடர்ந்த வரிகளை எளிதாக்கி, மூலத்தின் அழகு குன்றாமல் ஓர் உரையை இந்தப் புத்தகத்தில் எழுத முயற்சித்துள்ளேன்.

இது தமிழ் வாசகர்களிடம் வரவேற்பைப் பெறும் என எண்ணுகிறேன். பண்டிதர்களின் கடும் விமர்சனத்தையும் பெறலாம். எத்தனை காலந்தான் அவர்கள் மூலத்தின் சிறப்புகளை ஒளித்து வைக்க முடியும்? சிதைக்காமல் எளிய சொற்களில் வெளிப்படுத்த முயற்சித்திருக்கிறேன்.

'தமிழ் இலக்கிய வரலாற்றில் 'சிலம்பு' என்கிற அருமையான கட்டுரையை நீங்கள் படிக்க வேண்டும். எழுதியவர் ப.பசுமதி திருவனந்தபுரம். சிலப்பதிகாரத்தின் காலம் குறித்து பேராசிரியர் வையாபுரிப் பிள்ளை அவர்கள் பன்னிரண்டு சந்தேகங்களை எழுப்பியிருப்பது ஆராய்ச்சியாளர்களுக்கு நன்றாகவே தெரியும். அவை இன்னும் பொருத்தமான விடையினைப் பெறவில்லை. குறிப்பாக அதில் சொல்லப்பட்டிருக்கும் 'பிராமணியும் கீரிப்பிள்ளையும்' என்னும் பஞ்சதந்திரக் கதை காலத்தால் பிற்பட்டது. மேலும் சிலப்பதிகாரத்தில் நான்மணிக் கடிகை போன்ற முற்பட்ட நூல்களின் வரிகள் அப்படியே வருகின்றன. காலத்தால் பிற்-

பட்ட கோயில்களின் பெயர்கள் வருகின்றன. இதனால் இதன் காலத்தை உணர்ச்சிவசப் படாமல் பார்த்தால், ஆராய்ச்சி நோக்கில் ஆறாவது நூற்றாண்டுக்கு முற்பட்டு வைக்க முடியவில்லை. சில பழுதுபட்ட ஆராய்ச்சியாளர்கள் அது இரண்டாம் நூற்றாண்டு என்று சொல்வதற்கு முக்கியக் காரணம் அதன் கற்பிக்கப்பட்ட வரலாற்று அடிப்படைதான்.

இளங்கோவடிகள், சேரன் செங்குட்டுவனின் தம்பி என்கிற விஷயமே கொஞ்சம் சந்தேகத்துக்குரியது. பதிற்றுப்பத்தின் ஐந்தாம் பத்து முழுவதும் சேரன் செங்குட்டுவன் பற்றியது. அதை எழுதிய பரணரின் தனித் தன்மையே வரலாற்றைத் தன் பாடல்களில் அமைத்து எழுதுவதே. அந்த வகையில் கண்ணகி பற்றியோ, அவளுக்குக் கோவில் கட்டியது பற்றியோ, துறவறம் பூண்ட தம்பி பற்றியோ எந்தக் குறிப்பும் பதிற்றுப்பத்தில் இல்லை. சிலப்பதிகாரத்தின் பதிகம்தான் 'கடவுள பத்தினிக்கற்கோள் வேண்டி' என்று கண்ணகிக்குக் கோயில் கட்டிய முயற்சிகளைக் கூறுகிறது.

பதிகம் நூலின் காலத்தைச் சேர்ந்தது என்று கொள்ளக் கூடாது தொகுக்கப்பட்ட காலத்தைச் சேர்ந்தது. பதிகம் கூறும் தடயங்கள் பதிற்றுப்பத்தின் பாடலில் இல்லவே இல்லை.

சிலப்பதிகாரத்தின் இலக்கியச் சிறப்பு பற்றி எந்த சந்தேகமும் இல்லை. அதைத் தமிழில் எழுதப்பட்ட முதல் புதினம் என்று சொல்வேன். நிலம் சார்ந்த சங்க காலத்தின் தலைவன், தலைவி, தோழி, பாங்கன், பாணன், விறலி போன்ற archetypes-லிருந்து விலக நகர் சார்ந்த, குறைகள் மிக்க தனிமனிதனின் கதையைச் சொன்ன புதினம் இது ஆனால் இங்கோவடிகளே வால்மீகி போல் கதைக்குள் வருகிறார். 'நூல் செய்தோன் பாயிரம் செய்வதில்லை' என்கிறார் இளம்பூரணர் இதை நச்சினார்க்கினியரும் குறிப்பிடிருக்கிறார். ஆகையால் இந்தப் பழைய மரபிற்கெதிராக இளங்கோவடிகள் தன்னை நுழைந்துக் கொண்டார் என்று சொல்வதற்கில்லை. மேலும் பதிகங்களின் வாசகங்களைப் பார்த்தாலும் அவை நூலாசிரியரல்லாத பிறரால் எழுதப் பெற்றிருக்க வேண்டும் என்ற முடிவுவலியுறுகிறது. சிலப்பதிகாரப் பதிகத்தின் முடிவில்,

   *இவ் வாறைந்தும்

உரையிடை பிட்ட பாட்டுடைச் செய்யுள்

   உரைசால் அடிகள் அருள மதுரைக் கூலவாணிகன் சாத்தன் கேட்டனன்"

(பதிகம் 86-89)

என்று படர்க்கையில் கூறப்பட்டுள்ளது. இளங்கோவடிகள் இவ்வாறு தம்மையே படர்க்கையில் குறிப்பிட்டு எழுதியிருப்பார் என்று கருதுவது சரியில்லை. தன்னைப் பற்றி ஒருவர் படர்க்கையில் வரைவது உலகிய- லுக்கு முரணானது நவீன நாவல் உத்திகளில் ஒன்றாகத்தான் அது தமி- ழில் முதன்முதலாக வருகிறது. அதேபோல் மணிமேகலைப் பதிகத்தின் இறுதியில்,

"இளங்கோ வேந்தன் அருளிக் கேட்ப வளங்கெழு கூலவாணிகன் சாத்தன் மாவண் டமிழ்த்திற மணிமே கலைதுறவாறைம் பாட்டினுள் அறியவைத் தனனென்"

(பதிகம் 95-98)

என்றும் அடிகள் வருகின்றன.

பதிகம் இளங்கோவடிகள் காலத்திற்குப் பின்னும் உரையாசிரியர் அடியார்க்கு நல்லார் காலத்திற்கு முன்னும் யாரோ ஒரு புலவனால் எழுதப்பட்டிருக்க வேண்டும் என்பது ஆராய்ச்சியாளர்களின் கருத்து,

இன்றைய நாட்களின் அறிவுக்கு ஒவ்வாத தெய்வீக நிகழ்ச்சிகளும், சிலப்பதிகாரத்தின் வரலாற்று மதிப்பை சந்தேகிக்க வைக்கின்றன. சூரி- யன் கண்ணகிக்கு பதில் சொல்வது, ஒரு முலையைத் திருகி எறிவதால் மதுரை எரிந்துபோவது, இறந்துபோனவன் எழுந்திருந்து மனைவியை சொர்க்கத்துக்கு அழைத்துச் செல்வது போன்ற நிகழ்வுகள் ஒரு விதமான metaphor என்றுதான் கொள்ள வேண்டும்.

பத்துப் பாட்டில் முல்லைப்பாட்டு போன்ற பாடல்கள் ஒரு வாழ்வின் சற்று நீண்ட பகுதியைச் சொல்ல முற்பட்டன. சிலப்பதிகாரம் ஒரு முழு வாழ்க்கையைச் சொல்கிறது. தமிழின் முதல் காப்பியமும் அதுதான் கணவன் வேற்று மனைவியைக் கொண்டதற்காகக் கண்ணீர் சிந்தும் பேகனின் மனைவி கண்ணகி சங்க இலக்கியத்தில் வரும் பெண். இளங்- கோவடிகள் அவர் காலத்தில் கர்ணபரம்பரைக் கதையை ஆதாரமாக வைத்து ஓர் அருமையான புதினம் படைத்திருகிறார் தமிழின் முதல் புதுக்கவிதை அவரிடம்தான் உரைப்பாட்டு மடை பாட்டிடை வைத்த உரை நடை வடிவில் துவங்கியிருக்கிறது. புகார், மதுரை, வஞ்சி என்று சோழ, பாண்டிய, சேர நாடுகளில் அலையும் A Tale of Three Cities என்று சொல்லலாம்.

ஆராய்ச்சி நோக்கை மறந்து இந்த நூலை ஓர் அற்புத இலக்கியமாக அதன் காலகட்டத்தில் வைத்துப் பார்க்கும்போது நம்மை முதலில் வசீகரிப்பது இளங்கோவடிகள் தரும் விவரங்கள்தாம். புகார், மதுரை. போன்ற நகரங்களின் தெருக்களையும் ஓசைகளையும் அங்காடிகளையும் பற்றிய அவரது வர்ணனைகள் நேரில் அந்தக் காட்சிகளைப் புலப்படுத்துகின்றன. இசை, நடனம் போன்றவற்றில் அவரது அறிவு பிரமிக்க வைக்கிறது. சிலப்பதிகாரத்தில் வரும் இசைக்கருவிகள் யாழ் வகைகள், குழல் வகைகள், தோல் கருவிகள் நூற்றுக்கணக் கானவை நடனக் கலை பற்றி, நடன அரங்க அமைப்பைப் பற்றி இந்திர விழா வரிப்பாடல்கள், குரவை ஆட்டங்கள் ஒரு நூலில் இத்தனை விவரங்கள் உலக இலக்கியம் எதிலும் இல்லை என்று சொல்லலாம். இவைகளின் ஊடே சொல்லப்படும் கதையில் மாந்தர்கள் உயிரோட்டம் உள்ளவர்கள், நகமும் சதையும் கொண்ட உண்மை மனிதர்கள், அரசர்கள், மந்திரிகள், ராணிகள், நடன மங்கைகள், திருடர்கள், வியாபாரிகள் துறவிகள் அத்தனை பேரும் நிஜமாக ஆறாம் நூற்றாண்டிலிருந்து இந்த நூற்றாண்டுக்கு உயிர்ப்பிக்கப்பட்டிருக் கிறார்கள்.

சிலப்பதிகாரத்தின் கடைசிப் பகுதிகளுக்கு வந்தபோது மிக வேகமாக ஒரு த்ரில்லர் போல ஓடிக்கொண்டிருந்த கதை, கண்ணகி மதுரையை எரித்தது, வழக்குரைத்த பின்னர் பாசஞ்சர் வேகத்துக்கு வந்து ஏறக்குறைய நின்றுபோகிறது. சேரன் செங்குட்டுவன் வடநாடு சென்று இமயமலையிலிருந்து கல்லெடுத்து வந்து, கங்கையில் நீராடி, தமிழர்களுக்கு சிறப்பு செய்யாத மன்னர்களை வென்று, கனக -விசயர்கள் தலை மேல் கல்லை வைத்து, வஞ்சிக்குத் திரும்பி வரும். காதைகள் இழுத்தடிக்கின்றன.

சிலப்பதிகாரத்தில் கதை சொல்லும் முறையில் இரண்டு வகைகள் இருப்பது தெளிவாகத் தெரிகிறது இதை யாராவது சரியாக ஆராய வேண்டும். சிலப்பதிகாரத்தில் உள்ள பல சொற்களில் பொதித்துள்ள சரித்திர அடையாளத்தையும் ஆராய வேண்டும். 'சிலம்பு கொணம்' என்று ஒரு கண்ணகி தன் கணவனுடன் பேசும் ஒரே ஒரு உரையாடலில் உள்ள 'கொணம்' என்ற சொல் 'கொள்ளுங்கள்' என்ற பொருளில் பெருவது ஆறாம் நூற்றாண்டோடு நின்றுவிட்டது என்று சொல்லலாம். இந்தப் பிரயோகம் எட்டாம் நூற்றாண்டு இலக்கியங்களில் உள்ளனவா என்று யாராவது கண்டுபிடித்துச் சொல்லலாம்.

'ஆய்ச்சியர் குரவை'யின் 'வடவரைய மத்துஆக்கி, வாசுகியை நாண் ஆக்கி' போன்ற பாடல்கள் ஆழ்வார் பாடல்களின் அளவுக்கு உருக்கமாக திருமாலைப் புகழ்கின்றன.

இளங்கோவடிகளைத் துறவி என்று சொல்வது கொஞ்சம் சிரமமாக இருக்கிறது. தான் துறவு பூண்டதாக அவரே சொல்வதும் 'வரந்தரு காதை'யில் தேவந்தி மேல் கண்ணகி ஆவேசமாக வந்து சொல்வது கற்-பிதம் என்று வையாபுரிப்பிள்ளை சொல்கிறார். பெண்களின் அவயங்-களைத் தயக்கமில்லாமல் வர்ணிப்பதும், எல்லா தெய்வங்களை யும்ச-மமாகக் குறிப்பிடுவதும் முரண்பாடு போல் தோற்றமளிக்கிறது. அடிகள் நீவிர் அருள்க' என்று சாத்தனார் சொல்வதும், இளங்கோ, சிலப்பதி-காரம் என்ற பெயரால் 'நாட்டுதும் ஓர் பாட்டுடைச் செய்யுள்' என்று சொல்லும் பதிகப் பகுதியும் தீவிர ஆராய்ச்சிக்குரியவை.

அதேபோல் 'உரைப்பாட்டு மடை', 'கரு' போன்ற இயற்றமிழ்ப் பகு-திகள், பத்தினித் தெய்வ வரலாறுகள், இசைப்பாட்டு வகைகள், நாட்டிய சாஸ்திரம், கனா நூல். களவு நூல், சிறப சாஸ்திரம், சோதிடம் போன்ற பல்வேறு கலைகளைப் பற்றி நூலில் உள்ள விரிவான செய்திகள் அனைத்தையும் சேர்த்து நோக்கும்போது இது தெளிவாகிறது. இளங்-கோவடிகள் எதை எடுத்துக்கொண்டாலும் அதனுள் தீவிரமாக ஐக்கிய-மாகிவிடுவார், அது நடனக் கலையோ, நாடகக் கலையோ, இசையோ, பல்வேறு குரவைகளோ, இமயமலைப் படையெடுப்போ, வெற்றி கண்ட வேந்தனை வரவேற்கும் மங்கையர்களோ அவர்களைப் பற்றிய வர்-ணனைகள் எதையும் விஸ்தாரமாகத் தருகிறார். இந்த விரிவாக்கம் காப்பியத்தின் ஆரம்பப் பகுதிகளில் குறைவாகவும் பிற்பகுதியில் அதி-கமாகவும் உள்ளதுஇவ்வகையிலான சமமற்ற தன்மை (unevennes) எந்தக் காவியத்திலும் காலப் போக்கில் இடைச்செருகல்களால்நேர்ந்து விடும். கம்பராமாயணத்தில் இடைச் செருகல்கள் ஏராளம். யுத்த காண்-டத்தின் நட்டநடுவே, பிரகலாதன், இரணியன் வதை படலமும், உத்தர காண்டமும் பிறசேர்க்கை என்று நம்புகிறார்கள். வஞ்சிக் காண்டத்தை யாரேனும் அவ்வாறு ஆராய்ந்து பார்த்த வேண்டும்.

சிலப்பதிகாரத்தை அற அமர வாராவாரம் படித்தபோது எனக்கு மிஞ்சியது ஒரு மகா வியப்பு. அதன் காலத்தைக்கடந்த தவீனம், contemporaneity, இன்றும் புதிதாக இருக்கும் கதையும் கதை சொல்லும் முறையும், அதை நீங்கள்உணர்ந்து கொள்ள முடிந்தால் இந்த

எளிய உரையின் பயன் கிட்டியதாகச் சொல்வேன்.

இந்த நூலை எழுதுவதில் எனக்கு திரு. ச. வே. சுப்பிரமணியன் அவர்களின் உரையும், உ. வே. சாமிநாத ஐயரின்சிலப்பதிகார பதிப்பும், விவரமான முன்னுரையும், ந. மு. வேங்கடசாமி நாட்டார் உரையும், வையாபுரிப் பிள்ளையின் காவிய காலம் மற்றும் உலகத் தமிழ் ஆராய்ச்சி நிறுவனம் பதிப்பித்த ஆராய்ச்சிக் கட்டுரைகளும், ஏ.வி. சுப்-பிரமணியன் எழுதிய 'தமிழ் ஆராய்ச்சியின் வளர்ச்சி போன்ற பல புத்-தகங்களும் பெரிதும் உதவின.

இதைச் சிறப்பாக வெளியிடும் உயிர்மை பதிப்பகத்தாருக்கும் இணை-யத்தில் வெளியிட்ட அம்பலம் குழுவினருக்கும் நன்றி.

சுஜாதா / சென்னை டிசம்பர் 2005

32

புறநானூறு - ஒரு எளிய அறிமுகம்

புறநானூறைப் பற்றி சுஜாதா எழுத, அவருக்குக் கிடைத்த விமர்சனங்கள் கணையாழி கடைசி பக்கம் பகுதியில்உள்ளன.

"புறநானூறைச் சற்று ஆழமாகப் படித்தேன். எனக்கு நிறையச் சந்-தேகங்கள் எழுந்தன. அவை இவை. ஏன் நானூறு? காலம் என்ன? திணை துறைப்படுத்தியவர் யார்? ஏன் பெரும்பாலான பாட்டுகளின் அரசர்களை இரவலர்கள் பிய்த்துப்பிடுங்குகிறார்கள்? 'உன்னைப்போல உண்டா நீ தருவாய். தராமலா இருப்பாய். எவ்வளவோ தந்தவனாச்சே நீ" என்று சோப்பு வைத்து "என்னைப் பார். நெடுந்தூரம் வந்திருக்கி-றேன். வயிறு ஒட்டியிருக்கிறது. எலும்பு தெரிகிறது. எனக்குத் தெரியும் உன்னைப் புகழாமலேயே கொடுப்பாய். நீ பெரிய ஆள்" என்று பாடல்-கள் நிறைந்த புறநானூற்றுக்காலம் பஞ்ச காலமா?"

சுஜாதா மேலும் தொடர்கிறார். "பொதுவான உணர்ச்சி கலக்காத தன்மை - போரில் இறந்துபோன கணவனுக்கு ஒப்பாரிப் பாட்டிலும் இயற்கை வருணனை - சில திரும்பத் திரும்ப வரும் சொற்றொடர்கள், இவைகளை எல்லாம் பார்க்கையில் ஒரே ஆளே முழுவதையும் எழுதி-யிருக்கலாம் என்று சந்தேகம் தோன்றுகிறது."

இத்தகைய கருத்து கொண்டிருந்தவரை புறநானூறுக்கு எளிய உரை எழுதத் தூண்டியது எது என்றும் அறியவேண்டும்.

சுஜாதா புறநானூறைப் பற்றிச் சொந்த அபிப்பிராயங்களாக மேற்-
கண்ட கட்டுரையை எழுதியதும், "எழுதினால் பிரசுரிக்க ஆள் இருக்கி-
றது என்று எதையும் எழுதுகிறார்" என்று அவர்மேல் தாக்குதல் நடந்-
திருக்கிறது போலிருக்கிறது. புன்னகையுடன் மன்னிப்போம் என்று பதில்
சொன்ன சுஜாதாவின் பின்வரும் கூற்று இன்றைக்கும் பொருத்தமானது.

"பண்டிதத்தனத்துக்கு அப்பாற்பட்டு இம்மாதிரி சில கேள்விகள்
இருப்பதை சகித்துக் கொள்ள முடியாத இந்த நிலைகூட தமிழன் தலை-
விதிகளில் ஒன்று."

சுஜாதா, வாழ்நாள் முழுவதும் இப்படி நீங்கள் புன்னகையுடன் மன்-
னிக்கவேண்டிய தருணங்கள் அடிக்கடி ஏற்படும். இணையமயமாகிவிட்ட
உலகில் இத்தகைய கூக்குரல்களும், குற்றம்கண்டுபிடிப்பவர்களும் நேற்-
றைவிட அதிகம். அவற்றினாலெல்லாம், இந்த மாதிரி புதுக்கோணங்க-
ளைக் காட்டுவதை நிறுத்தி விடாதீர்கள்.

நல்ல கவிதையை அடையாளம் கண்டுபிடிக்க உத்திரவாதமாக
சுஜாதா சொல்கிற பத்து வழிகளைக் கவிதை எழுத முனைபவர் அவசி-
யம் படிக்க வேண்டும்.

கருத்தின் தர்க்கத்தன்மையினால் ஒருவழியை மட்டும் பகிர்ந்து
கொள்கிறேன். "மரபில் எழுதியிருந்தால் பெரும்பாலும் நீக்கிவிடலாம்.
சீர், தளை என்று கட்டாயப்படுத்தும்போது கவிதானுபவம் பாதிக்கப்படுகி-
றது. பாசாங்கு வந்துவிடும். விதி விலக்காக மிக மிகச் சில கவிதைகள்
மரபில் வரலாம்.

ஞானக்கூத்தனின் அம்மாவின் பொய்கள் விருத்த வடிவுள்ளது தற்-
செயலே. மரபின் நல்ல கவிதைகள் அனைத்தும் எழுதப்பட்டு விட்டன."
என்று சொல்கிற சுஜாதா, "தற்காலத்தில் மரபு எழுதினால் அது அனக்-
ரரனிஸம்(Anachronism), பாசாங்கு" என்று முடிக்கிறார்.

ஞானக்கூத்தனிடம் கூட யாப்புடன் எழுதுவதால் சில வரிகள் அனா-
வசியமாக நீண்டு விடுவதற்கு உதாரணமாக"யெதிரெதில் உலகங்கள்"
கவிதையை இன்னொரு இடத்தில் சொல்கிறார்.

இதைப் படித்தவுடன், சுஜாதாவை மரபின் பரமவைரி என்று உருவ-
கித்துக் கொண்டு, அவரைச் சிலர் வசைபாடக்கூடும். இந்த மாதிரியான
சிந்திக்கத்தக்க கருத்தால் நான் கவரப்பட்டதைச் சொல்லாவிடில் என்
வாசக அனுபவம்முழுமை பெறாது.

தமிழின் பழம்பெரும் இலக்கியப் பிரதியான புறநானூற்றைப் பண்டித மொழியின் தடைகளைத் தாண்டி நவீனத்தமிழில் சுஜாதா அறிமுகப்-படுத்துகிறார். முதல் தொகுதியாக வெளிவந்து பரவலான கவனத்தைப் பெற்ற இந்நூல் இப்போது நானூறு பாடல்களுக்குமான விளக்கத்துடன் முழுத் தொகுதியாக வெளிவருகிறது. சுருக்கமும் தெளிவும் கவித்துவமும் கொண்ட சுஜாதாவின் விளக்க உரை கால இடைவெளியைத் தாண்டி இந்நூலுடன் வாசகனைஉறவாடச் செய்கிறது.

இப்புத்தகத்தின் முன்னுரையில் சுஜாதா கூறியிருப்பது போல்.,

ஒவ்வொரு செய்யுளும், நேராக சொல்ல வந்ததை சொல்லாமல், பெரிய பீடிகை அல்லது அப்படி இப்படி என பெரியஅளவில் பாரட்டப்-பட்ட நாட்டின் தலைவனே என கூறி அவரை புகழ்ந்து பாடுதல் போன்-றவைகளால் ஆனது.

போர் நிமித்தம், வீரம், இரத்தல் நிமித்தம் புகழ்தல், நினைத்து பார்க்க முடியாத அளவு உவமைகளால் உள்ளது இப்பாடல்கள்.

ஒவ்வொரு பாடலுக்கு முன்னும் யார்,யாரை பாடியது, என்ன திணை/துறை என வகைபடுத்தப்பட்டுள்ளது. சில பாடல்களின் உவமை-கள், நமக்கு மிகுந்த ஆச்சர்யத்தை ஏற்படுத்தும் விதமாக உள்ளது. நேரிடியாக படித்தால் சற்றும் புரியாது.

அந்தந்த விளக்கவுரைகளை படித்த பின் பாடலை படித்தால் சற்றே பாடலை விளங்கி கொள்ளலாம். சுஜாதாவின் பாடல் விளக்கவுரைகளும் உரைநடை வடிவில் இல்லாமல், கவிதை வடிவிலேயே இருப்பதால், அயர்ச்சி ஏற்படாமல் அனைத்து பாடலையும் வாசிக்க முடிகிறது.

எளிமை இனிமை அருமை. சுஜாதாவின் பொழிப்புரைக்காகவே புற-நானூற்றைப் படிக்கலாம்

புறநானூறு படித்தேன் என்பதை விட உணர்ந்தேன் என கூறலாம். பாடல் வரிகளை விட விளக்கம் அளித்திருக்கும் சுஜாதாவின் வரிகள் குறைவு.

33

சுஜாதா கதை / வசனம் எழுதிய நாடகங்கள்:

இந்தப் புத்தக முன்னுரையில் குறிப்பிட்டுள்ளபடி, என்னுடைய முந்தைய (சுஜாதா: எழுத்தின் கோட்பாடு) புத்தகத்தில் சுஜாதாவின் மிகப் பிர-பலமான நாடகங்களாக கடவுள் வந்திருந்தார், டாக்டர் நரேந்திரனின் வினோத வழக்கு, ஊஞ்சல் ஆகிய நாடகங்கள் பற்றி அசை போட்டி-ருந்தேன்.

இப்போது, அந்த லிஸ்டின் தொடர்ச்சியாக மேலும் சில அற்புத நாடகங்களைக் கீழே தந்துள்ளேன்.

அடிமைகள்:

சுஜாதாவின் மிகச் சிறப்பான நாடகங்களில் முதல் 10 இடங்களுக்குள் வந்துவிடும் மிக அருமையான நாடகம். சுஜாதா இதை 1979-ம் ஆண்டு எழுதியுள்ளார்.

பணம் மனிதர்களை எப்படி எல்லாம் மாற்றும் என்பதற்கு உதார-ணமாக விளங்கும் ராமநாதன் என்னும் முதியவர் தன் வீட்டில் இருப்-போரை தன் அடிமைகளாக நடத்த, அங்கே விருந்தாளியாக வரும்

வசந்தி, அதை ஏளனம் செய்கிறாள். அவளைக் காதலிக்கும் அந்த வீட்டு இளைஞன் சேகர், அவனுடைய மூத்த சகோதரர்கள் சுந்தரம், சாமிநாதன் போன்றோர் தினம் தினம் ராமநாதனுக்குச் சேவகம் செய்-தாலும், அவர் இவர்களை புழு பூச்சி போல கேவலமாக நடத்துவதை வசந்தி பார்க்கிறாள்.

இவர்கள் எல்லோருக்குமே ராமநாதன் (பெரியப்பா) தான் கடவுள், முதலாளி, எஜமானர். அவரை மீறி ஒரு துரும்பு கூட அங்கே அசைய முடியாது என்பதை வசந்தி உணர்ந்து கொள்கிறாள்.

"பெரியப்பா தினமும் எழுந்து கொள்வதுதான் ஹெட்லைன் நியூஸ் போல இருக்கே" என்று கிண்டல் செய்கிறாள்.

"ஏன் எல்லோரும் பெரியப்பாவை (ராமநாதன்) தலைக்கு மேல் தூக்கி வைத்துக்கொண்டு ஆடவேண்டும் என்றால் அவருடைய ஏரா-ளமான சொத்து" தான் காரணம். அவருடைய மறைவுக்குப் பிறகு தங்களுக்கு சிறு ரொட்டித் துண்டாவது கிடைக்காதா என்று சகோத-ரர்களும், அவர்களுடைய மனைவிகளும் ஆசைப்படுவதால் இந்த"மரி-யாதை" நாடகம் என்பதையும் வசந்தி புரிந்து கொள்கிறாள்.

இதில் சேகரின் மூத்த சகோதரரின் மனைவி தற்கொலை கொண்-டுவிட்டதையும், சாமிநாதனின் மனைவி கிட்டத்தட்ட அந்த வீட்டில் சமையற்காரி போல நடத்தப்படுவதையும் வசந்தி பார்க்கிறாள். ராமநாதன் சேகருக்குதிருமணம் செய்துகொள்ள வேறு ஒரு (வாய் பேச முடியாத) பெண்ணைப் பார்த்திருப்பதாக வசந்தியிடம் சொல்ல, ஒரு கணம் திகைக்கும் அவள், மறுகணம் புரிந்து கொண்டு, "ஐ ஸீ, மனி மேரீஸ் மனி" என்கிறாள் விரக்தியாக.

வசந்தியின் புத்திசாலித்தனத்தைப் புரிந்து கொள்ளும் ராமநாதன், அவளைத் தனக்கு உதவியாக, செக்ரட்டரியாக இருக்க முடியுமா என்று கேட்கிறார்.

சேகருக்கு இந்த விஷயங்கள் தெரியவர, கொந்தளிக்கிறான். தன் அண்ணன் சுந்தரத்திடம், "உனக்கு ஒரு மெண்டல், எனக்கு ஒரு ஊமையா?" என்று சண்டையிடுகிறான்.

இதற்கிடையே, வசந்தி சேகரிடம், தான் பெரியப்பாவுக்கு (ராமநா-தன்) செக்ரட்டரியாக இருக்க சம்மதித்து விட்டதாகவும், தன்னுடைய ஒரே சொந்தமான தாயார் ராஜம்மாள் தன்னுடன் வந்து கெஸ்ட் ஹவு-ஸில் தங்கப்போவதாக சொல்லி சேகரை வெறுப்பேற்றுகிறாள்.

அதிர்ச்சி தரும் விதமாக, ராமநாதன் சுந்தரம், சாமிநாதன், சேகர் சகோதரர்களை அழைத்து, தான் வசந்தியைத் திருமணம் செய்ய தீர்மானித்திருப்பதாகச் சொல்கிறார்.

வெறுப்பின் உச்சத்தில், சேகர் ராமநாதனை கொலை செய்யத் தீர்மானித்து நண்பன் மூலம் பூரம் (மெர்குரி குளோரைடு) வாங்கி வருகிறான். ஆனால், ராமநாதனுக்கு இந்த விஷயம் தெரிய வந்து, திட்டமிட்ட சேகரையும், அதற்குத் துணைபோன சாமிநாதனையும் வீட்டை விட்டு வெளியேறச் சொல்கிறார். சுந்தரம் எதுவும் செய்யவில்லை என்றாலும், சகோதரர்களுக்கு ஆதரவாகப் பேசுவதால் அவனையும் விரட்டுகிறார்.

கடைசியாக, தன் மனைவி தூக்கிலிட்டு, தற்கொலை செய்து கொண்ட அறைக்குச் சென்று அவளுடைய புடவை, நகைகளை எடுக்கச் செல்லும் போது கோமதியின் (சுந்தரத்தின் மனைவி) டயரி கிடைக்கிறது.

அதில் கோமதி, தன்னுடைய வாழ்க்கையில் பெரியப்பா நுழைந்து, தேவையில்லாமல் அவள் மீது ஆசைப்படுவதால், தற்கொலை செய்து கொள்ளப்போவதாக குறிப்பிட்டிருப்பதை படித்தவுடன், அந்த நாள் வரை ராமநாதனுக்கு அடிமையாக இருந்த சுந்தரம், வெகுண்டு, அவரைக் கொல்ல முயற்சி செய்கிறான். அப்போது, அவன் மனைவியைக் கவனித்துக் கொள்ளாததால், தான் குறிக்கிட்டதாக ராமநாதன் இரக்கமின்றி பேசுகிறார். கொலை செய்ய தைரியம் இல்லாது சுந்தரம் தவிக்கையில், எதிர்பாராத ஹார்ட் அட்டாக் வந்து ராமநாதன் இறக்கிறார்.

வக்கீல் வந்து உயிலைப் படிக்க, யாரும் எதிர்பாராத விதமாக அனைத்து சொத்துக்களும் சுந்தரம் பெயரில் ராமநாதன் எழுதியிருப்பதை சாமிநாதன், சேகர் உணருகிறார்கள்.

பிறகு நடப்பது என்ன என்பதை மிகுந்த சுவாரஸ்யத்துடன் சொல்லி நாடகத்தை முடிக்கிறார் சுஜாதா.

இதுவும் மேடை நாடகமாக வந்து பூர்ணம் நடித்துள்ளார் என்று நினைக்கிறேன்.

மனிதர்களின் அடிமைத்தனம் எதிர்பார்ப்பால் வருவது என்பதை அருமையாக காட்டுகிறது இந்த நாடகம்.

✎

சுஜாதாவின் நாடகங்களில் புகழ் பெற்ற நாடகங்களான கடவுள் வந்திருந்தார், அன்புள்ள அப்பா, டாக்டர் நரேந்திரனின் வினோத வழக்கு, ஊஞ்சல், பாரதி இருந்த வீடு, அடிமைகள், வந்தவன், பிர-யாணம், வாசல், மாறுதல் போன்ற நாடகங்கள் வாசிக்கப்பட்டபோதும் நிகழ்த்தப்பட்டபோதும் பெரும் வரவேற்பைப் பெற்றதுடன் ஆழ்ந்த மனக்-கிளர்ச்சியை இந்த நாடகங்கள் ஏற்படுத்தின.

உரையாடல்களின் கூர்மையும் கதாபாத்திரங்களிடையே நிகழும் தீவிர மாறுதல்களும் உறவுகளின் விசித்திரங்களும் இந்த நாடகங்களை நவீன வாழ்க்கை முறையின் துல்லியமான சித்திரங்களாக்குகின்றன.

சுஜாதா பூர்ணம் விஸ்வநாதனோடு கை கோர்த்துக் கொண்டு வழங்-கிய மேடை நாடகங்கள் நம்மை பிரமிக்கவைக்கும் என்பதில் லவலேசம் சந்தேகமில்லை.

34

சுஜாதாவின் நாடகங்கள் பற்றி பூர்ணம் விஸ்வநாதன்

இந்த சுவையான கட்டுரை அமுதசுரபி ஏப்ரல் 2008 இதழில் - சுஜாதா மறைந்த வருடம் - வந்துள்ளது. அமுதசுரபி இதழுக்கு நன்றியுடன் இங்கே அதை பகிர்ந்துள்ளோம்:

எழுத்தாளர் சுஜாதவின் விஞ்ஞானக் கதைகளில் கால இயந்திரத்தில் உட்கார்ந்து கொண்டு பின்னோக்கி பயணிப்பது மாதிரி கற்பனைகள் வரும். அந்த மாதிரி நாம் 25 வருடங்கள் பின்னோக்கிப் போக வாய்ப்புக் கிடைத்தால், அதே சுஜாதா பூர்ணம் விஸ்வநாதனோடு கை கோர்த்துக் கொண்டு வழங்கிய மேடை நாடகங்கள் நம்மை பிரமிக்கவைக்கும்.

டாக்டர் நரேந்திரனின் விநோத வழக்கு, கடவுள் வந்திருந்தார், அடி- மைகள், ஊஞ்சல், அன்புள்ள அப்பா என்று பூர்ணம் நியூ தியேட்டர்ஸ் மேடையேற்றிய நாடகங்கள் ஒரு எழுச்சியை உண்டாக்கின. அவைகை- யில் விஞ்சி நிற்பது சுஜாதாவின் எழுத்தாற்றலா, பூர்ணத்தின் நடிப்பாற்- றலா என்று பட்டிமன்றமே நிகழ்த்தலாம். தன் நீண்ட கால நாடக அனு- பவங்களில் சிலவற்றை பகிர்ந்து கொண்டார் பூர்ணம்.

===========================

"சுஜாதா பூர்ணம் நியூ தியேட்டர்ஸுக்காக நாடகம் எழுத யோசிக்-
கும் போதே என்னை மனதில் வைத்துக் கொண்டு எழுதியிருக்கலாம்.
அவருக்கும் அவர் அப்பாவுக்கும் உள்ள அன்யோன்யம் என் மூலமாக
வெளிப்படுவதாகவே நான் நினைக்கிறேன். தவிர, அவரோடு கலந்து
பேசி சில மாற்றங்கள் கொண்டு வருவோம். அது இன்னும் மெருகு
சேர்க்கும். அந்த மாதிரி பாரதி இருந்த வீடு என்ற நாடகத்தில் என்
பேத்தி 'நீங்க பாட்டியை பெண் பார்க்க போனபோது என்ன பேசினீர்-
கள்' என்று கேட்பாள். அதற்கு நான் சொல்லும் டயலாக் ஸ்கிரிப்டில்
உள்ளதைவிட கொஞ்சம் கூடுதலாகவும் ஸ்வாரஸ்யமாகவும் இருக்கும்.
அந்த சீன் வரும்போது சுஜாதா சீட்டின் நுனிக்கே வந்து மிக ஆர்வமாக
கவனித்து ரசித்திருக்கிறார்" என்றார் பூர்ணம்.

ஓர் ஆணின் வெற்றிக்கு பின்னால் ஒரு பெண் இருக்கிறாள் என்பது
பூர்ணத்துக்கு முழுக்கப் பொருந்தும். பூர்ணம்மேடையில் சுடர் விட்டுப்
பிரகாசித்தார் என்றால் அதற்கு இன்றும் இயங்கு சக்தியாக இருப்பவர்
திருமதி சுசீலா விஸ்வநாதன்.

"பூர்ணம் நியூ தியேட்டர் சென்னையை மையமாக வைத்து இயங்கிக்
கொண்டிருந்தாலும் ஸ்கிரிப்ட் எழுதித்தரும்சுஜாதா அந்த சமயத்தில்
பெங்களூரில்தான் இருந்தார். சாதா போஸ்டில்தான் ஸ்கிரிப்ட் வரும்.
சுஜாதாவின் எக்ஸ்பிரஸ் ஸ்பீட் கையெழுத்தைப் படிப்பது என்பதே மிகப்
பெரிய சவால். பெரும்பாலும் அந்தப் பணி எனக்குத்தான் வரும். கடி-
தம் வந்ததும் அந்தக் கணமே படிக்க வேண்டும் என்பார் என் கணவர்.
எனக்கு நானே ஒரு முறை தனியாக ரிஹர்சல் செய்து கொண்டு
படித்தால்தான், அவர் மனம் கோணாமல் பிசிறில்லாமல் படிக்க வரும்.
எனவே கடிதம் வந்ததும் யாருக்கும் தெரியாமல் எடுத்து ஒளித்து வைத்-
துவிட்டு, நான் முழுவதுமாக தயாரான பிறகுதான் கடிதத்தையே அவர்
கண் முன்னால் காட்டுவேன்" என்றார் திருமதி சுசீலா பூர்ணம்.

"சுஜாதாவின் பல நாடகங்களில் உச்சமான நாடகமாக நான் கருது-
வது ஊஞ்சல் நாடகம்தான். அதில்தான் சுஜாதா எழுத்தின் வீச்சு மிக-
வும் உயர்ந்திருப்பதாக நான் நினைக்கிறேன். ஒவ்வொரு காட்சியிலும்
நான் நடித்தபோது அந்தப் பாத்திரத்தை ரசித்து ரசித்து செய்திருக்கி-
றேன். அந்த நாடகத்தில் நான் ஓர் அறிவு ஜீவி. ஆனால் எனது
கண்டுபிடிப்புகள் நிகழ்காலத்துக்கு ஒத்துவராது என்பதை அறியாதவன்.

அப்படிச் சொன்னாலும் அதை ஏற்க மறுப்பவன். நிகழ்காலத்தால் உதா-சீனப்படுத்தப்படும் ஒர் இறந்தகால மனிதன். ஒரு கட்டத்தில் என் ப்ரா-ஜெக்ட்டுக்காக என் மகள் தன் கல்யாணத்திற்காக சேர்த்து வைத்திருக்-கும் சேமிப்பிலிருந்து பதினைந்தாயிரம் ரூபாயைக் கடனாக கேட்பேன். என் மகளும் தன் தந்தை படும் மன வேதனையை உணர்ந்து தர ஒப்புக் கொள்வாள். ஆனால் என் மனைவியோ அதை வன்மையாக கண்டிப்-பாள்.

மனதை பிழியும் காட்சி அது. இது கற்பனை என்றாலும் நாடகம் பார்த்துக் கொண்டிருந்த என் மகள் பத்மஜா உணர்ச்சிக் கொந்தளிப்பில் நாடகம் முடிந்ததும் ரூபாய் பதினைந்தாயிரத்துக்கு என் பெயருக்கு செக் எழுதி என் டேபிளில் வைத்துவிட்டாள். அப்பறம் அவளுக்கு புரி-யவைத்து சமாதானபடுத்துவதற்குள் போதும் போதும் என்றாகிவிட்டது. இன்றும் அவளைக் கிண்டலடிக்க 'அந்த பதினைந்தாயிரம் செக்' என்று சொல்லி சொல்லி சிரித்துமகிழ்வோம். என்னால் அந்த பரிமாணத்தை கொடுக்க முடிந்ததற்கு காரணம் சுஜாதாவின் எழுத்துதான்".

"ஊஞ்சல் நாடகத்துக்காக மும்பை போனதை என்னால் மறக்கவே முடியாது. மும்பையில் எங்கள் எதிர்பார்ப்புக்கு ஏற்ற ஊஞ்சல் அவ்வளவு எளிதாக கிடைக்கவில்லை. அதிர்ஷ்டவசமாக கடைசி ஒரு சில மணி நேரங்களில் கண்டேன் சீதையை என்ற மாதிரி ஒரு ஊஞ்சலை கண்டு கொண்டோம். மும்பை ஊஞ்சல் நாடகத்துக்கு நல்ல வரவேற்பு கிடைத்-தது என்றால் அதில் அந்த ஊஞ்சலுக்கும் பங்குண்டு" என்று சிரித்தார் பூர்ணம்.

===============================

ஊஞ்சல் நாடகம் பற்றி சுஜாதா சொன்னது:

அண்மையில் எனக்குக் கட்டாயமாக நிறைய ஓய்வு கிடைத்தது. நாட-கங்கள் பல படித்தேன். அவற்றில் சாயேவ்ஸ்கியின் அருமையான டெலிவிஷன் நாடகங்களையும், ஆர்தர் மில்லரின் 'டெத் ஆஃப எ செல்ஸ்மேன்' (Death of a Salesman by Arthur Miller)-ஐயும் படித்தபோது அந்த நாடகங்களின் மையக் கருத்தான Tragedy of the common man நம்முடைய சூழ்நிலைக்கும் பொருந்துவதை உணர்ந்து

இந்த நாடகத்தை எழுத்த் தொடங்கினேன். இதன் முக்கிய கதாபாத்-
திரமான வரதராஜன்ஒரு சாதாரண மனிதராக இருப்பினும், அவரது
வீழ்ச்சியில் ஒரு காலகட்டத்தின் ஒரு தலைவனின் வீழ்ச்சியின்முழுமை
இருப்பதை நீங்கள் உணர்ந்து கொள்ள முடியும் என்று நம்புகிறேன்.

===================================

விஜய் சேதுபதி நடித்த சீதக்காதி படத்தில் சுஜாதா எழுதிய ஊஞ்சல்
நாடகத்தின் ஒரு முக்கியக் காட்சி இடம்பெற்றது. மற்ற தமிழ் படங்களின்
நன்றி கெட்ட இயக்குனர்கள் போல இல்லாமல், இந்தப் படத்தின் இயக்-
குனர் பாலாஜி தரணீதரன் நாடகத்தின் பெயரை முதலிலேயே காண்-
பித்து நன்றியும் சொல்கிறார்.

35

சுஜாதாவின் நாடகங்கள் பற்றி ஜெயமோகன்

அதிகமாக கவனிக்கப்படாத ஒரு உலகம் சுஜாதாவின் நாடகங்கள். முற்றிலும் யதார்த்தமான சுஜாதாவின் நாடகங்கள் சபா நாடகங்களின் உலகுக்குள் சென்று அமைந்தன.

சுஜாதாவின் நாடகங்கள் தமிழின் முக்கியமான இலக்கிய சாதனை-கள் என்று நான் நினைக்கிறேன். நாடகம் என்ற கலைவடிவின் மூன்று முக்கியமான சாத்தியக்கூறுகளை மிகச்சிறப்பாக நிரப்பியவை அவை.

ஒன்று, நாடகம் நம் கண்முன்னால் ஒரு வாழ்க்கையை நிகழ்த்திக் காட்டுகிறது. வேறு எந்த கலை வடிவத்திலும் நாம் வாழ்க்கையை அப்-படியே 'ரத்தமும் சதையுமாக' கண்முன் காண்பதில்லை.

இரண்டு, நாடகம் என்பது அடிப்படையில் நடிகனின் கலை. நம் முன் ஒரு மனிதன் நிற்கிறான், அவன் வழியாகஒரு கதாபாத்திரம் நிகழ்-கிறது. இதுவே நாடகத்தின் அடிப்படை அற்புதம். நவீன நாடகங்கள் தவறவிடும் அம்சம் இதுவே.

மூன்று, நாடகம் உரையாடலின் அதிகபட்ச சாத்தியங்களை பயன்ப-டுத்த வாய்ப்புள்ள ஒரு கலை. இலக்கியத்தில் உரையாடல்கள் மிகச்சி-றந்த பங்கை வகிக்கின்றன. ஆனால் உரையாடலின் நுட்பங்கள் அங்கே

ஊகிக்கத்தான்படுகின்றன. குரலும், பாவனையும் இணையும்போது உரு-
வாகும் உரையாடலின் நுண்ணிய அழகுகள் நாடகத்தில் வெளிப்படும்
அளவு எந்தக் கலையிலும் வெளிப்பட முடியாது.

இந்த மூன்று அம்சங்களிலும் சுஜாதாவின் நாடகங்கள் மிக வெற்-
றிகரமானவை. அவரது நாடகங்களை டென்னஸி வில்லியம்ஸ், பீட்டர்
ஷா*பர் ஆகியோரின் நாடகங்களுடன் இரு கோணங்களில் ஒப்பிடலாம்.
அவற்றைப் போலவே சுஜாதாவின் ஆக்கங்களும் மேடையில் இயல்பான
வாழ்க்கையை சரளமாக நிகழ்த்திக் காட்டுகின்றன. உரையாடல் மூலமே
கதையை இட்டுச்செல்கின்றன. ஒரு மனிதனின் வாழ்க்கையை நம் முன்
விரித்துவைக்கின்றன.

சுஜாதாவின் எழுத்தின் பலம் அவரது உரையாடல்கள். ஆகவே
இவ்வகையான நாடகம் அவருக்கு மிக உவப்பானதாக அமைகிறது.
உரையாடல் மூலமே கதாபாத்திரங்களின் குணச்சித்திரத்தை மிக நுட்-
பமாகஅமைக்கிறார். மென்மையான நகைச்சுவை அவற்றை எப்போதும்
ஆர்வத்துக்குரியவையாக ஆக்குகிறது.மேடையிலும் அந்நகைச்சுவை
அலாதியான அனுபவத்தை அளிக்கிறது

சுஜாதா எப்போதுமே நக்கலில் அபாரமாக வெளிப்படுவார். அது
நாடகங்களை தொய்வில்லாமல் கொண்டு செல்லஉதவுகிறது அவருக்கு.
நாடகத்தில் மையச்சிக்கல் அவிழும் வரைக்கும் ரசிகர் கவனத்தை ஈர்த்து
வைப்பது பெரிய சவால். தன் நகைச்சுவையின் சரளம் மூலம் அதை
சாதிப்பது அவரது நாடகங்களின் வலிமை.

சுஜாதாவின் நாடகங்கள் வாசிப்புக்கும் சரி, மேடைக்கும் சரி, எல்-
லாரையும் ஈர்த்து ரசிக்கவைக்கும் தன்மை கொண்டவை. நாடகம் என்ற
நிகழ்கலையின் தர்மம் என்றே நான் நினைக்கிறேன். மேலே சிந்திப்-
பவர்களுக்கு தமிழின் முக்கியமான விழுமிய நிராகரிப்பு நாடகங்கள்
அவை என்பது புரியும். உண்மையில் எந்த அற -ஒழுக்க மதிப்பீடுக-
ளிலும் ஆழமான நம்பிக்கை இல்லாத நிரூபணவாத அறிவியலாளனின்
கறாரான பார்வை கொண்டவர் சுஜாதா. இந்நாடகங்களிலும் பழையன
கழிதல் என்ற இயற்கைவிதியை குரூரமாக முன்வைத்து அன்பு பாசம்
கடமை நன்றியுணர்ச்சி என்னும் மானுட உணர்ச்சிகளுக்கு வாழ்க்கை-
யின் இயந்திரவிதிகளில் ஒரு பங்களிப்பும் இல்லை என்ற தன் முற்றிலும்
எதிர்மறையான கோணத்தை நிறுவி முடிக்கிறார்.

விபரீத கவித்துவம் ஒன்று அவ்வபோது மின்னிச் செல்கிறது. அதுவே பல நாடகங்களை தமிழின் முக்கியமான இலக்கியப்பிரதிகளாக ஆக்குகின்றது. நவீன கவிதை அடைந்த எதிர்கவித்துவம் என அதைச் சொல்லலாம்.

∽

வந்தவன்:

வந்தவன் ஓரங்நாடகத்தில் புதிய காலகட்டத்தின் பிரதிநிதியான இளைஞன் அதன் மையக் கதாபாத்திரமான ஓட்டல்காரரிடம் இதை திட்டவட்டமாகவே சொல்கிறான். சிறியதை பெரியது, எளியதை வலியது தின்னும். இந்தஇயற்கை விதிக்கு முன் உன்னுடைய தர்மம் அறம் மனிதாபிமானம் எல்லாம் அர்த்தமில்லாதவை, காலத்தில் மூழ்கி மறைந்து போ என்கிறது அது. 'நீ ரொம்ப நல்லவன். ஆனால் நான் உன்னிடம்தான் கொள்ளையடிக்கவேண்டியிருக்கிறது, ஏனென்றால் அதுதான் என்னால் முடியும்' என்று சொல்லும் அக்கதாபாத்திரம் பலவகையிலும் சுஜாதாவின் எல்லா நாடகங்களிலும் ஓடும் மையத்தைச் சுட்டுகிறது.

==

பாரதி இருந்த வீடு

இந்த நாடகத்தைப் பற்றி சுஜாதா சொல்வது:

பாரதி இருந்த வீடு ' என்னும் இந்த மேடை நாடகம் திரு. பூர்ணம் விஸ்வநாதன் அவர்களின் பூர்ணம் நியூ தியேட்டர்குழுவினரால் பலமுறை மேடையேற்றப்பட்டு பாராட்டுகள் பெற்றது.

எண்பது வயது நிரம்பும் வரை மேடை நாடகங்களில் தொடர்ந்து நடித்து வந்த பூர்ணம் அவர்கள் அண்மையில்அடிக்கடி மேடை ஏறு-

வதை நிறுத்தியிருக்கிறார். இப்போதும் அவருக்கு அதிக ஆயாசம் தரா-
மல் ஒரு நாடகம் எழுதிக்கொடுக்க எனக்கு ஆசைதான்.

பூர்ணம் அவர்களின் ஆசியுடன் அவர் குழுவின் இளைஞர்கள்
'குருகுலம்' என்ற ஒரு குழுவை ஆரம்பித்து நாடகங்கள் எழுதி நடித்-
துப் பல பரிசுகள் பெற்றுவருகிறார்கள்.

இந்த நூல் என் மற்ற எல்லா நாடக நூல்களைப் போல திரு பூர்ணம்
விஸ்வநாதன் அவர்களுக்குச் சமர்ப்பணம். அவர் நூற்றாண்டு காண ஸ்ரீ-
ரங்கநாதனைப் பிரார்த்திக்கிறேன்.

=============================

36

எழுத்தும் வாழ்க்கையும்

தனது கலவையான எழுத்தை சுஜாதா நம்மைப் போன்ற பாமரர்களுக்குப் புரியும் வகையில் 'பலபட்டறை எழுத்து' என்று லோக்கலான மொழியில் சொல்கிறார். படிக்கும் நமக்கு அது எவ்வளவு பரந்துபட்ட விஷயங்களை விளக்குகிறது என்பது புரியும்.

எழுத்தும் வாழ்க்கையும் என்ற புத்தகத்தில் இருந்து "40 வருஷ எழுத்து" என்கிற கட்டுரை.

நான்காம் தேதி, என்னுடைய ஆறு புத்தகங்கள் வெளியிடப்பட்டன. புறநானூறுக்கு ஓர் எளிய அறிமுகத்திலிருந்துதிரைக்கதை எழுதுவது வழியாக விஞ்ஞானச் சிறுகதைகளுக்குச் செல்லுமுன், இரு பழைய, ஒரு புதிய நாவல்களைத் தொட்டபோது - என்னை வகைப்படுத்த முடி- யாத ஓர் குழப்பம் சபையில் ஊதுவத்திப் புகை போல் பரவியிருந்தது. எனக்கும் அதே குழப்பம்தான்.

நாற்பது வருஷம் எழுதினவனிடம் இந்த பலபட்டறைத் தனம் இருந்தே தீர வேண்டும் என்பது என் வாதம். காரணம் நாற்பது வரு- ஷமாக ஒரே வகைக் கதையையோ, ஒரே கதையையோ எழுதிக் கொண்டிருக்க முடியாது. நாற்பது வருஷம், ஏறக்குறைய அரை வாழ்- நாள். இத்தனை ஆண்டுகளில் ஓர் எழுத்தாளன் மாறவில்லை என்றால் அவன் லாயக்கில்லை. நார்மல் இல்லை.1965-ல் எழுதியதை நான் இப்- போது எழுத முடியாது.

இப்போது எழுதுவதை அப்போது எழுதியிருக்க முடியாது. உதாரணம் , ஜீனோம் போன்ற புத்தகங்கள் சொல்லும் விஞ்ஞானம் அப்போது உருவாகவே இல்லை. அதேபோல் இன்டர்நெட்! நாட்பட நான் தெரிந்துகொண்ட நல்ல விஷயங்களை மக்களுக்கு எளிய தமிழில் சொல்வதில்தான் என் எழுத்தாளப் பணி நிறைவுபெறுகிறது.

'திரைக்கதை எழுதுவது எப்படி ' என்பதை, நான் 1995-ல் கூட எழுதி இருக்க முடியாது. எத்தனையோ சினிமா டைரக்டர்களுடன் பழகி , நிறைய தவறான பாதைகளில் சென்று , நிறையப் புத்தகங்கள் படித்து , மெல்ல மெல்லத் திருத்திச் சேகரித்த அறிவு அது. அதை வெளியிட எனக்கு ஆயத்தமும் தகுதியும் இப்போதுதான் ஏற்பட்டது.

மணிரத்னம் தன் உரையில் 'சுஜாதா சார், இந்தப் புத்தகத்துக்குத் தொடர்ச்சியாக - திரைக்கதை பற்றி, இன்னும்இரண்டு ...மூன்று புத்தகங்களாவது எழுத வேண்டும் ' என்றார். அதை அவர் சீரியசாகவே சொன்னார்.

அருகில் உட்கார்ந்திருக்கும்போது, 'எழுதலாம்தான் அதற்கு விஷயம் சேகரிக்க , இன்னும் சில வருடங்கள் சினிமாவுடன் பழக வேண்டும். இதுவரை தெரிந்துகொண்டதை முழுவதும் எழுதித் தீர்த்துவிட்டேன்' எனறேன்.

புத்தகத்தைத் திரைத் துறையில் இருப்பவர்கள் பலர் வாங்கினார்கள்.; வாங்குகிறார்கள்.

டைரக்டர் சேரனிடம் உதவியாளராக இருக்கும் சிம்புதேவன் (இவர் தேர்ந்த கார்ட்டூனிஸ்டும் கூட!) பஜ்ஜென்னு தெரிந்து வந்தது புதுசாகக் கண்ணாடி போட்டது போல தெளிவாயிற்று' என்றர்.

திரைக்கதைப் புத்தகத்தின் நோக்கம் அதுதான். கொஞ்சம் விஷயம் தெரிந்தவர்களுக்கு நெளிவுசுளிவுகளைச் சொல்வது!

சங்ககாலப் பாடல்களின் மேல் நான் எடுத்துக்கொண்ட சுதந்திரத்தை நியாயப்படுத்த எனக்கு ஒரு விரிவான முன்னுரை எழுத வேண்டியிருந்தது. 'இவன் ஒழுங்காக ஆராய்ந்து பார்த்துவிட்டுத்தான் தமிழின் பெருமையை எந்தவிதத்திலும் சேதப்படுத்தாமல் சுருக்கியிருக்கிறான்' என்பதை வாசகர்கள் உணர்வதற்கே அத்தனை பெரியமுன்னுரை.

கவிஞர் ஞானக்கூத்தன் , புறநானூற்றுக் காலம் - புத்த மதம் பரவியதற்கு அப்புறம்தான் என்பதற்கு சுவாரஸ்யமானஒரு குறிப்பு கொடுத்தார். புத்த காலத்துக்குப் பின்தான் வேதம் நாலாயிற்று. அதற்கு முன்

அதர்வண வேதம் சேராமல் மூன்றுதான் இருந்தது. புறநானூறில் நான்-மறை என்று குறிப்பிட்டிருப்பதால் அது post Buddhist என்றார். நல்-லஆராய்ச்சி! அதேபோல், ' தம்ம பத‘ த்தில் ' பாலி‘ யில் இருந்ததைப் படித்துக் காட்டி, அதுதான் ஒளவையாரின் ' நாடா கொன்றோ' வின் கருத்து என்பதையும் சொல்லி ஆச்சரியப்படுத்தினார்.

இம்மாதிரியான ஆராய்ச்சிகள் தமிழில் நிறையத் தேவைப் படு-கின்றன. விழாவிற்கு வந்தவர்கள் எல்லாம் ஓர் இனிய , சற்று நீண்ட மாலைப் பொழுதைக் கழித்தனர்.

❧

மேலே இருக்கும் கட்டுரையில் இயக்குனர் சிம்புதேவன் பற்றி லேசாக சுட்டிக்காட்டியிருக்கிறார் சுஜாதா. இதோஅதைக் கொஞ்சம் extrapolate செய்து, இயக்குனர் சிம்புதேவன், சுஜாதா பற்றி கூறியதை கீழே தந்துள்ளேன்:

நம் பலரைப் போல, இம்சை அரசன் 23-ம் புலிகேசி, அறை எண் 305-ல் கடவுள், இரும்புக்கோட்டை முரட்டு சிங்கம் போன்ற படங்களை இயக்கிய இயக்குனர் சிம்புதேவன் ஒரு தீவிர சுஜாதா வாசகர்.

இயக்குனர் சிம்புதேவன், சுஜாதா பற்றி

அவர் தன் ஆரம்ப நாட்களில் சுஜாதா தனக்கு வழிகாட்டியதை சுவைபட YouTube-ல் சொன்னதின் ஒரு பகுதி:

"நான் காலேஜ் படிக்கும் போது குமுதம் ஆசிரியரா சுஜாதா சார் இருந்தாரு. அவரு ஒரு குமுதம் இதழ்ல எழுத்தாளர் தேவனோட சிறு-கதைக்கு படம் வரைஞ்சு அனுப்புங்கன்னு சொன்னாரு. நான் ஒரு ஓம்-போது டிராயிங் வரைஞ்சு அனுப்பியிருந்தேன்.

அவருக்கு ரொம்ப பிடிச்சிருந்தது. பட், அவரு என்கிட்ட இதை நீங்க கார்டூனா வரைஞ்சிருக்கீங்க. நாங்க எதிர்பார்த்தது இல்லஸ்ட்ரே-ஷன் (ஓவியம்), பட் உங்க ஸ்ட்ரோக் நல்லா இருக்கு. ஃபியூச்சர்ல கார்-டூன்ஸ்ல நிறையா கான்சன்ட்ரேட் பண்ணுங்கன்னு முதல்ல பிள்ளையார் சுழி போட்டு, என்னை மதுரையிலிருந்து சென்னை வரவழைச்சாரு.

எனக்கு எதிலெல்லாம் இன்டரஸ்ட்ன்னு சொன்னேன். உடனே அவர் இதெல்லாம் பண்ணுங்கன்னு எப்படி டெவலப் பண்றதுன்னு சொல்லி, ஸ்கெட்ச்சிங் (sketching) ங்கிற ஃபார்மட்டை அவர்தான் முதல்ல எனக்குச் சொன்னாரு.

"மார்க்கெட்ல போயி உட்கார்ந்து நிறைய வரையணும், எங்கெல்லாம் கூட்டம் அதிகமா இருக்கோ லைக் ரயில்வேஸ்டேஷன், ஸ்ட்ரீட் கார்னர், இந்த மாதிரி இடத்துல போயி வரையும் போதுதான் நல்லா வரும்" னு வழி சொன்னாரு.

கார்ட்டூன்ஸ் பிடிச்சுப் போயி அதை வரைய ஆரம்பிச்ச போது சுஜாதா சார்தான் அதோட டெஃபனிஷன் சொல்லுவாரு.

"ஒரு நல்ல கார்ட்டூன்கிறது கீழ இருக்கிற டயலாக் மட்டும் படிச்சா புரியக்கூடாது. டயலாக் படிச்சிட்டு மேல இருக்கிற (கார்ட்டூன்) படத்தை மட்டும் பார்த்தாலும் புரியக்கூடாது. படத்தை மறைச்சுக்கிட்டு டயலாக் (மட்டும்) படிச்சாலும் புரியக்கூடாது. ரெண்டும் கம்பைன் ஆகும்போது-தான் அது வீரியமா இருக்கும்" அப்படின்னு சொன்னாரு. அது ரொம்ப நல்லா எனக்குப் புரிந்தது.

❧

சுஜாதாவே சொல்வது போல, தானறிந்த எல்லாவற்றையும் வாசகர்களுடன் பகிர்ந்து கொள்வதை, அதுவும் கூடுதல்சுவையுடன், எவ்வளவு தமிழ் எழுத்தாளர்கள் செய்துள்ளனர் என்றால், சுஜாதா தவிர வேறு யாரும் இல்லை என்றுமிகத் தீர்மானமாகச் சொல்லலாம்.

இதோ அதற்கு ஆதாரமாக சுஜாதாவின் மற்றுமொரு கட்டுரை. நாம் தினசரி பேச்சு வழக்கில் 'ஓகே' என்ற சொல்லை மிக அதிகமாக, சர்வ சாதாரணமாக உபயோகிக்கிறோம். அதன் பொருள், சரி என்பதே என்று நமக்குத் தெரியும். அதையே சற்று விளக்கமாக சொல்கிறார் சுஜாதா.

OK வந்த கதை என்ற கட்டுரையில் சுஜாதா

"ஷாட் ஓகேவா சார்?"

"நீங்க பாத்து ஓகே சொல்லீட்டிங்கன்னா சரி தான்..."

"பையன் எப்படி...? ஓகே தானே..."

"கதையை ஓகே பண்ணீட்டீங்கன்னா ஷூட்டிங் ஆரம்பிச்சுரலாம்..."

நம்முடைய தினசரி வாழ்வில் இந்த ஓகே வுக்கு பற்பல பயன்பாடு-கள். இடத்திற்குத் தகுந்தாற்போல அர்த்தம். இந்தவார்த்தையின் சரித்தி-ரம் சுவாரஸ்யமானது.

"அமெரிக்காவின் எட்டாவது ஜனாதிபதி மார்டின் வான் பியூரன் (Martin Van Buren, 1837-1841). இவரது சொந்தகிராமம் 'Old Kinderhook' நியூயார்க் மாநிலத்தில் உள்ளது. அதனால் அவரை 'மார்டின் ஓல்டு கிண்டர்ஹூக் வான்ப்யுரன்' என்றும், அவரைச் சார்ந்த குழுவை 'ஓகே கிளப்' என்றும், அவரையே 'ஓகே' என்று குறிப்பிடுவ-தால் ஜனாதிபதிதயவுபெற்றது, அதனால் அது நிறைவேறிவிடும் என்றும் அதிலிருந்து தான் முதல் 'ஓகே' பிரயோகங்கள் கிளம்பின..." என்கி-றார்கள் சொல் ஆராய்ச்சி அறிஞர்கள். 'உலகிலேயே மிக வெற்றிக-ரமான, மிகவும் அறியப்பட்ட அமெரிக்கத்தனம் இதுதான்' என்கிறார் ஆலன் மெட்காஂப் அவருடைய "OK: The Improbable Story of America's Greatest Word" என்கிற கட்டுரையில்.

ஓகே என்பது 'ஆல் கரெக்ட்' என்கிற சொற்றொடரின் கொச்சை வடிவம் என்று சொல்பவர்கள்இருக்கிறார்கள். ஓகேவுக்கு மற்ற சரித்திர ஆதாரங்கள் சொல்பவர்களும் உண்டு. அதை ஒரு செவ்விந்திய மொழிச்சொற்றொடர் என்கிறார்கள். தந்தி பாஷையில் ஓகே என்றால் 'ஓப்பன் கீ'. அதிலிருந்து ஓகே வந்திருக்கலாம் என்கிறார்கள். ஓகே என்பது 'ஓ கேனடால் அண்ட் சன்ஸ்' கம்பெனியின் முத்திரை என்-கிறார்கள். ஹெய்த்தி தேசதுறைமுகத்தின் பெயர் என்கிறார்கள். கிரேக்க பாஷையில் 'ஒல்லா கெல்லா' என்றால் 'எல்லாம் நல்லது' என்று அர்த்-தமாம். ஜெர்மன் வார்த்தையான 'ஓபெர் கொம்மாண்டோ' விலிருந்து வந்தது என்றும் சொல்கிறார்கள். எப்படி வந்ததோ...இப்போது ஆங்-கில மொழியின் சர்வதேச பரவலில் உலகையே ஆக்கிரமிக்கிறது இந்த ஓகே. சீன,ஜப்பானிய,கொரியர்கள் முதலில் அமெரிக்கா செல்லும்போது தெரிந்து கொள்ளும் ஓரேயொரு வார்த்தை ஓகேதான். விதவிதமாக தலையை ஆட்டி 'ஓகே' என்பதை சம்மதத்திற்கும் சமாதானத்திற்கும் சந்தேக நிவர்த்திக்கும் பயன்படுத்திச் சமாளிக்கிறார்கள்.

என்ன ஓகே தானே?

===

37

சுஜாதா நினைவைக் கொண்டாடுவது எப்படி?

(நன்றி: - இரா. முருகன்)

புதிய தலைமுறை 27-2-2014 இதழில் எழுதிய கட்டுரை இது.

திரும்பிப் பார்ப்பதற்குள் சுஜாதா இல்லாது ஆண்டுகள் ஓடிவிட்டன. .

நாற்பது, நானூறு பேர் கூடி, ஆளுக்கு நாலு சுஜாதா தொடர்பான சம்பவங்கள், திமலா சிறுகதை விசேஷம், சுஜாதாஇல்லாத எந்திரன் சினிமா என்று பேசி, ஒரு நிமிடம் எழுந்து மௌனம் அனுஷ்டித்து விட்டு, மொபைல் எண்களைப் பகிர்ந்தபடி பிரியலாம். அல்லது இதுவும் செய்யலாம் —

1. 'சுஜாதாவின் வாரிசு' என்று இஷ்டத்துக்குப் யாருக்காவது பட்டம் கட்டுவதை இந்த மார்ச் ஒண்ணாந்தேதி காலை 5 மணியிலிருந்து

நிறுத்திக் கொள்ளலாம். சமகாலத் தமிழ் உரைநடையில் சுஜாதா சாதனை பெரிது. அவருடைய நாற்காலி காலியாகவே இருக்கட்டும். அது மடமில்லை. சின்னப் பட்டம் வேணாம்.

2. 'சுஜாதா மாதிரி எழுதுகிறார்' என்று யாருக்காவது சான்றிதழ் வழங்குவதையும் உடனடியாக சட்ட விரோதமாக்கலாம்.

3. சுஜாதாவின் நாவல்களை, சிறுகதைகளைத் தொடர வேண்டாம். கணேஷையும் வசந்தையும், சீரங்கத்து புதுத்தேவதைகளையும், மெக்சிகோ சலவைக்காரிகளையும் கண்ணைக் கசக்கிக் கொண்டு திரும்ப எழச் செய்யவேண்டாம். அவர்களும் சுஜாதாவோடு விண் நாடு ஏகினர் என்பதை அறிக.

4. சுஜாதாவின் காப்பிரைட் சொல்லாடல்களை இயன்ற மட்டும் தவிர்க்கவும். ஜல்லி அடித்தல், மையமாகச் சிரித்தல், குடல் ஆப்பரேஷன் போன்றவை இதில் அடங்கும்.

5. சுஜாதா கதைகளில் எங்கே வெற்றி பெற்றார் என்பது எல்லாருக்கும் தெரியும் — புத்திசாலித் தனமான கருப்பொருள், கச்சிதமான எடுப்பு — தொடுப்பு — முடிவு. எந்த ழானரில் (Genre) புனைகதை எழுதினாலும்சுவாரசியத்தை நாடு கடத்த மாட்டேன் என்று தீர்மானித்துக் கொள்ளுங்கள். மற்றவை உசிதம் போல.

6. எந்த இனங்களில் சுஜாதா தோற்றார் என்பதையும் சங்கோஜமில்லாமல் ஆராய்ந்து பார்க்கலாம். பத்திரிகைத்தொடர்கதைப் பாணி அவருடைய கதைகளை வெகு எதிர்மறையாகப் பாதித்தது. நீங்கள் வெற்றி பெற என்ன செய்யணும்? யோசியுங்கள்.

7. அறிவியல் புனைகதைகள் சுஜாதா இறப்புக்கு அப்புறம் மிகச் சிலரே எழுதுகிறார்கள். இந்தத் துறை தமிழில் மேம்படுவது அவசியம். பத்திரிகைக்காரர் என்றால் எத்தனை பிழை இருக்கிறதோ அத்தனைக்கு சன்மானத்தில்குறைத்துக் கொண்டு அம்மாதிரிக் கதைகளை வெளியிட்டு உற்சாகப்படுத்துங்கள்.

8. சுஜாதாவின் அறிவியல் கட்டுரை ரசிகர் நீங்கள் என்றால், ஆட்டம் பாமிலிருந்து எக்ஸெம்மெல் கணினி நிரல்வரையான பரந்த அறிவியல் தளத்தில் உங்களுக்குப் பிரியமானது குறித்து மாதம் ஒரு கட்டுரையாவது எழுதுங்கள்.

9. சுஜாதாவின் 'கணையாழி கடைசிப் பக்கம்', 'கற்றதும் பெற்றதும்' ரசிகரா? எல்லா எழுத்தாளர்களும் கதை எழுதுவதைப் பெரும்பாலும் நிறுத்தி வைத்து விட்டு பத்திரிகை பத்தியாக இதைத்தான் செய்கிறார்கள். அந்தக்கட்டுரைகள் புத்தகங்களாகவும் வந்து குவிகின்றன. நீங்களும் எழுதுவது, கட்டுரைத் தொகுப்புகளை வாங்குவது பற்றி சுஜாதா நினைவு நாளை ஒட்டி வாக்குறுதி எடுத்துக் கொள்ளலாம்.

10. நீங்கள் சுஜாதாவின் சினிமா வசன ரசிகர் என்றால், அவருக்கும், இன்னும் பலருக்கும் இன்னும் பிடிபடாதிருக்கும் திரைக்கதை என்ற துறை தமிழில் வளரச் செய்ய வேண்டியதென்ன என்று யோசிக்கலாம்.

11. சுஜாதா சுஜாதா தான், நான் நானே என நினைவு படுத்திக் கொள்வதும் மிகத் தேவை.

❦

என் குறிப்பு:

இரா. முருகன் கருத்துக்கு நன்றி.

அமெரிக்கா, இங்கிலாந்து போன்ற நாடுகளில் புத்தகம் படிப்போர் ஏராளம் என்பது அவருக்கு நிச்சயம் தெரிந்திருக்கும். அங்கே, ஒரு ட்ரெண்ட் உண்டு. யாராவது ஒரு புகழ்பெற்ற எழுத்தாளர் மறைந்துவிட்டால் கூட அவர்பெயரில், அவர் உருவாக்கிய முக்கிய பாத்திரங்களின் பின்னணியில் புதுக் கதைகளை எழுதுவோர் நிறைய. இதுபோன்ற FAN FICTION பற்றி பெரிய லிஸ்ட் கொடுக்கலாம்.

இது மாதிரி நடப்பதை அங்கே மறைந்த அந்த எழுத்தாளருக்குத் தரும் மரியாதையாகவே நினைக்கிறார்கள்.

ஷெர்லாக் ஹோம்ஸ் கதைகள் எல்லாம் இன்றும் உயிர்ப்புடன், புதிய கதைக்களத்துடன், அதே ஷெர்லாக் ஹோம்ஸ், அதே டாக்டர் வாட்-ஸன், அதே இன்ஸ்பெக்டர் லெஸ்ட்ரேட், அதே வில்லன் - மோரியா-ரிட்டி ஆகியோருடன் பல கதைகள்….

எனவே, கணேஷ் / வஸந்த் கதாபாத்திரங்களை வைத்துக்கொண்டு வெறுமனே ஜல்லியடிக்காமல் (சுஜாதா வார்த்தைதான்) உருப்படியாக கதைகளை எழுத புதிய எழுத்தாளர்கள் முயற்சிக்கலாம்.

அவ்விரண்டு புகழ்பெற்ற கதாபாத்திரங்களுடன் என்னைப் போன்ற ஒரு அமெச்சூர் எழுத்தாளனே சுமார் பத்து சிறுகதைகளுக்கு மேல் எழு-திவிட்ட போது, இது பெரிய தவறில்லை.

Imitation is the sincerest form of flattery --- என்று புகழ்பெற்ற ஆஸ்கர் வைல்ட் (Oscar Wilde) சொல்லியுள்ளார்.

இப்போது, தமிழில் சுஜாதா முதலாக உபயோகித்த மிகப்பிரபலமான சில வார்த்தைகள் - ஜல்லியடிப்பது, தமிழ்கூறும் நல்லுலகம், குடல் ஆபரேஷன், மையமாக சிரித்தாள் போன்ற வார்த்தைகள் சுஜாதா முத-லில் உபயோகித்தது என்று தெரியாமலேயே சுஜாதாவைத் தூற்றுபவர்-களும் உபயோகிக்கிறார்கள். அதை அவர்களே உபயோகிக்கும்போது, சுஜாதாவை, அவர்தம் படைப்புகளைப் போற்றும் நாம் ஏன் உபயோகிக்-கக் கூடாது?

சுஜாதா தொடர்கதைகளில் தோற்றார் என்கிறார். "பத்திரிகைத் தொடர்கதைப் பாணி அவருடைய கதைகளை வெகுஎதிர்மறையாகப் பாதித்தது" என்கிறார்.

தோற்றது சுஜாதா அல்ல. அவர் ஆனந்த விகடனில் "ஆ" தொடர் எழுதியபோது, ஒவ்வொரு வாரத் தொடர்இறுதியிலும் "ஆ" என்று முடிவதுபோல பார்த்துக் கொள்ளுங்கள் என்று விகடன் வேண்டுகோள் வைத்ததாக சுஜாதாவே ஒரு கட்டுரையில் சொல்லியிருக்கிறார்.

இரண்டாவது, அவர் தொடர்கள் குறிப்பிட்ட பத்திரிக்கைகளின் சர்-குலேஷனைக் கணிசமாக உயர்த்தின என்பது எல்லோரும் அறிந்த உண்மைதான்.

எனவே, சுஜாதா தொடர்கள் எழுதியது நிறைய பத்திரிக்கைகளின் விற்பனைக்கு உதவத்தான் என்பதை மனதில்கொண்டு பார்த்தால் சுஜாதா தோற்கவில்லை என்பது தெள்ளெனப் புரியும் (தெள் என்றால் என்ன - சுஜாதா ஒருமுறை கிண்டலாகக் கேட்டது).

அப்போது வார இதழ்களின் வியாபாரம் நன்றாக இருந்தது, (தமி-
ழில்) படிப்பவர்கள் நிறைய இருந்தார்கள். இன்றையநிலை அதுவல்ல.
வாரப்பத்திரிக்கைகள் சினிமா / ஜாதி இதழ்களாகிவிட்டன. விற்பனை
அதலபாதாளத்திற்குபோய்விட்டது. புகப்பெற்ற பதிப்பகங்கள் உரிய
ராயல்டியைத் தராமல் அல்வா கொடுப்பதால் கிட்டத்தட்ட கதையெழுது-
பவர்கள் எல்லோரும் சொந்தமாக பதிப்பகம் வைத்துக்கொண்டு தங்களு-
டைய புத்தகங்களை விற்க ஆரம்பித்துவிட்டார்கள். இவ்வளவு இருந்து
தமிழில் படிக்க வாட்ஸ்அப் செய்திகளைத் தாண்டி பெரும்பாலானோர்
முன்வருவதில்லை.

அப்புறம் இரா. முருகனின் இந்தக் கூற்றையும் மறுக்க வேண்டியுள்-
ளது: - சுஜாதாவின் சினிமா வசன ரசிகர் என்றால், அவருக்கும், இன்-
னும் பலருக்கும் இன்னும் பிடிபடாதிருக்கும் திரைக்கதை என்ற துறை
- முருகன் அவர்களே, சுஜாதா திரைக்கதை எழுதிய படங்கள் மிஞ்-
சிப் போனால் 3 அல்லது 4 மட்டுமே இருக்கும். எனவே அவருக்கு
அது (திரைக்கதை) இன்னும் பிடிபடவில்லை என்று நீங்கள் அனுமா-
னம் செய்வது சற்று அமெச்சூரிஷ் ஆகவே எனக்குப் படுகிறது.

திரைக்கதையை இன்னமும் சரிவரக் கையாள முடியாமல், வணிக
ரீதியாக மிகவும் பெரிய அளவில் வெற்றி பெற்ற இயக்குனர்களே
திணறும்போது, அதன் தாக்கம் புரியும். சுஜாதா சில கட்டுரைகளில்,
சில இயக்குனர்களுக்கு திரைக்கதை அமைப்பதில் உதவி செய்ததாகவே
குறிப்பிட்டுள்ளதை திரு. இரா முருகனும் படித்திருப்பார் என்றே எண்-
ணுகிறேன். எனவே, சுஜாதாவுக்கு திரைக்கதை பிடிபடவில்லை என்பது
சரியான கூற்று அல்ல.

இதெல்லாமே நிச்சயம் இரா. முருகன் போன்ற ஒரு தேர்ந்த எழுத்-
தாளருக்குத் தெரிந்திருக்கும். இருந்தும் ஆங்கிலத்தில் rejoinder என்-
பார்கள் அந்த வேலையைத் தான் அவருடைய 2014 ஆண்டுப் பதி-
வுக்கு என் பதிலாகச் செய்துள்ளேன்.

இதில் தவறு ஏதேனும் தவறு இருந்தாலோ / அல்லது ஏதாவது ஒரு
வகையில் இரா. முருகன் மனம் புண்பட்டிருந்தாலோ அது நிச்சயம் என்
நோக்கமல்ல என்பதை அவர் புரிந்து கொள்வார் என நினைக்கிறேன்.

==

விடை பெறும்முன்

சுஜாதா தன் நாவல்களில் கையாண்டிருந்த கணேஷ் — வசந்த் கதாபாத்திரங்கள் மிகப் பரவலாக வாசகப் பிரசித்தி பெற்றவை. புத்தி சாதுர்யம்மிக்க கணேஷ், இளமையும் துடிப்பும் சாகச குணமும் கொண்ட வசந்த் இருவரும் ஒரு நாணயத்தின் இருபக்கங்கள்.

கணேஷாக இருக்கத் தேவையான மதிநுட்பமும் மேதை-மையும் சுஜாதாவுக்கு வாய்த்திருந்த போதும் கூட, அவர் தன்னியல்பில் வசந்தாகவே வாழ்ந்திருந்தார். அதையே விரும்பியிருந்தார். சுஜாதா எழுத்துகளில் இருக்கும் இளமையின் இரகசியம் அதுவே.

சுஜாதா கணேஷாக மட்டுமே இருந்து எழுத்தில் தீவிரம் காட்டியிருந்தால் அவரும் தீவிர எழுத்தின் பக்கம் சேர்த்துக்-கொள்ளப்பட்டிருப்பார். அவர் வசந்தாகவும் இருந்த கார-ணத்தாலேயே எதற்கும் உதவாத, கற்பனை உலகில் சஞ்ச-ரிக்கும் வெற்று இலக்கியவா(வியா)திகளால் விலக்கி வைக்-கப்பட்டாலும் அவர் புகழ் மங்கவில்லை.

ஏனென்றால், துருப்பிடித்த இலக்கியவாதிகள் கூட்டம் தமிழ்நாட்டில் வெறும் நூறுகளில் இருக்கும்போது, சுஜாதா-வின் வாசகர்கள் இன்னும் கோடிகளில் அவர் நினைவைப் போற்றுகிறார்கள் என்பது மறுக்க முடியாத உண்மை.

சுஜாதாவின் படைப்புகள் இன்னமும் நிறைய இருக்-கின்றன. பார்க்கலாம், காலமும், நேரமும் சரியாக அமைந்-தால், சுஜாதாவின் மீதமிருக்கும் படைப்புகளுடன் அடுத்த (மூன்றாவது) பாகத்தில் சந்திக்க வாய்ப்புகள் அமையும்.

நன்றி. வணக்கம்.

ராம் ஸ்ரீதர்

சென்னை